பொய்யில் பூத்த நிஜம்

முதற்பதிப்பு: 2023

First Edition: 2023

Poiyil Pootha Nijam

பொய்யில் பூத்த நிஜம்

Vaasanthi

வாஸந்தி

ISBN: 978-93-94922-72-3

Pustaka
EBooks | Audiobooks | Paperback

Pustaka Digital Media Pvt. Ltd.
#7-002, Mantri Residency,
Bannerghatta Main Road, Bengaluru - 560 076
Karnataka, India
+91 7418555884

பொய்யில் பூத்த நிஜம்

வாஸந்தி

Pustaka
EBooks | Audiobooks | Paperback

முன்னுரை

கிட்டத்தட்டப் பத்து ஆண்டுகள் ஒரு செய்திப் பத்திரிகையின் ஆசிரியையாகப் பணியாற்றி வெளியில் வந்த பிறகு நான் எழுதிய முதல் புதினம் இது. இந்த நாவலுக்கு உண்மையில் எந்த முன்னுரையும் தேவையில்லை. எந்த அரசியல் நிகழ்வையும் ஆதாரமாகக் கொண்டுப் புனையப்பட்ட கதை அல்ல இது. ஒரு 'எரியும்' சமூகப் பிரச்னையை மையமாகக்கொண்டு விடை தேடும் முயற்சியில் எழுந்த கதையும் அல்ல. பெண்ணியக் கதை என்றும் கட்டம் கட்டி அதற்குள் இதை திணிக்க முடியாது.

இது முழுக்க முழுக்க ஒரு கற்பனைக் கதை. இதில் வரும் சகுந்தலாவும் ராஜமோகனும், சரவணனும் காமாட்சியும் கற்பனைப் பாத்திரங்கள். ஆனால் நான் கதையைப் பின்னப் பின்ன, உயிர் பெற்று எனக்கு நிஜமாகிப் போனவர்கள். என்னை ஆத்மார்த்தமாக பாதித்தவர்கள். ஏனென்றால் அவர்கள் பேசும் பேச்சுக்கள், பட்ட துன்பங்கள், அனுபவித்த தாபங்கள் கோபங்கள் எல்லாம் நிஜமானவை, பாசாங்குத்தனமற்றவை.

இது ஒரு அசாதாரண நிகழ்வைச் சுற்றி, ஒரு நிஜமான மருத்துவ கேஸ் பற்றி கேள்விப்பட்டதன் விளைவாக, என் கற்பனை வரைந்துகொண்டுபோன புதினம். மருத்துவப் பிரச்னை என்பது இங்கு முக்கியமல்ல. மருத்துவ சொற்பிரயோகங்களைக்கூட நான் உபயோகிக்கவில்லை. ஏனென்றால் இது மனித உறவுகளைப் பற்றின கதை. மகாபாரத காலத்திலிருந்து ஆண் பெண் உறவை நிர்ணயிக்கும் பதிவுகளின் தாக்கங்களைத் கேள்வி எழுப்பும் கதை. ஸ்திரத்தன்மை கொண்டவையாகக் கருதப்படும் ஸ்தாபனங்களை நவயுகத்துப் பின்புலத்தில் மறுபரிசீலனை செய்யத் துணியும் முயற்ச்சி. சமூக அமைப்பிலிருந்து, அங்கீகரிக்கப்பட்ட அமைப்பிலிருந்து விலகி வாழ்பவர்கள் சந்திக்க நேரும் சவால்களை ஆராயும் முயற்சி. சமுதாய வரையறைகள், கோட்பாடுகள், எதிர்பார்ப்புகள், தர்மங்கள் காலத்துக்குக் காலம் மாற வேண்டியவை என்பதால்

நிலையானவை அல்ல. எது சரி, எது தவறு என்று எந்தக் காலத்திலும் உறுதியிட்டுச் சொல்ல முடியாது. ஆனால் சத்தியம், நேயம், மானுடம் என்பதெல்லாம் சாசுவதமான விஷயங்கள். இவற்றின் முன் மற்றவையெல்லாம் அற்பமானவை. இவற்றைச் சுற்றித்தான் உலகம் உயிர்ப்புடன் இயங்குகிறது.

நமது வாழ்க்கை முறை விஞ்ஞான வளர்ச்சியால் மாறிப்போனாலும் மகாபாரதத்துக் கதாபாத்திரங்களிலிருந்து நாம் அதிகம் மாறிவிடவில்லை. புராண காலத்து சகுந்தலை பட்ட வேதனையெல்லாம் புதினத்தின் சகுந்தலாவுக்கும் உண்டு. துஷ்யந்தனின் குழப்பங்களிலெல்லாம் ராஜமோகனும் அனுபவிக்கறான். அப்படிப்பட்ட அனுபவங்கள் அசாதாரணமானவை அல்ல. இந்தக் கதையை முடித்தபோது என்னை மிதமிஞ்சிய ஆயாசம் ஆட்கொண்டது. சாத்திரங்கள், நியதிகள், கட்டுப்பாடுகள், நம்பிக்கைகள் மாறும் - ஆனால் மனிதன் என்பவன் மாறவில்லை.

அதேபோல வாழ்வின் ஆதார உண்மைகள், தார்மீக சத்தியங்கள் மாறாது. மாறக்கூடாது என்ற நம்பிக்கையில் வளர்ந்த புதினம் இது. கற்பனைக் கதை என்றாலும் இதில் வரும் மாந்தர்கள் வெளிப்படுத்தும் உணர்வுகள், பொய்மையற்றவை. நீங்களும், நானும் தினம் தினம் சந்திப்பவை. உணர்பவை.

நாவலைப் படிக்கும் உங்களை அந்த உணர்வுகளோடு ஐக்கியப்படுத்த அதன் கதையோட்டம் உதவுமானால் அதன் கதாபாத்திரங்களுக்குக் கிடைத்த வெற்றி என்று கொள்ளலாம்.

இந்த நாவலை மிகுந்த ஆர்வத்தோடு ரசித்துப் படித்த வாசகர்களுக்கு நன்றி.

- வாஸந்தி

சென்னை.

1

அத்தியாயம்

அன்று ஓர் அசாதாரணம் நடக்கப்போகிறது என்பதற்கான அறிகுறி ஏதும் இருக்கவில்லை. நடந்த நிகழ்வுகளை வரிசைப்படுத்தி மீண்டும் நினைவுக்குக் கொண்டு வரும் போதெல்லாம் சகுந்தலாவுக்கு அப்படித்தான் தோன்றிற்று. தொலைவில் இருக்கும் மசூதியிலிருந்து வழக்கம்போல் விடியற்காலை நாலரை மணிக்கு விநாடி பிசகாத முனைப்புடன் சுருதி பிறழாத சத்தத்துடன் 'அல்லாஹு அக்பர்' கேட்டது. தில்லி மாநகரம் விழிப்பதற்கு முன் மொட்டு போல, பரத் படுக்கையில் எழுந்து அமர்ந்தான், வழக்கம் போலவே. ராஜாவை எங்கே குழந்தை எழுப்பிவிடுமோ என்கிற கவலையினால் அவள் தூக்கக் கலக்கத்துடன் அதை மறுபடி படுக்கச்செய்து முதுகில் தட்டியதும், பரத் தூங்கிப்போனதும் அவளுக்குக் கனவைப்போல ஞாபகம் வந்தது. கனவைப்போல நித்தியம் நடக்கும் நிகழ்ச்சி அது என்பதால் அன்றும் அப்படித்தான் நடந்திருக்கும் என்று அவளுக்கு நிச்சயமாகத் தெரியும். ஆனால் அன்றைய தினம் அசாதாரணமானதாக இருக்கும் என்று நிச்சயமாகத் தெரிந்திருக்கவில்லை.

உலக வர்த்தக மையத்தில் தாக்குதல் நடந்த அன்றும் எப்போதும் போலத்தான் விடிந்திருக்க வேண்டும்.

அங்கு வேலை செய்த பல இனத்து அப்பா அம்மாக்களுக்குப் பல இனத்து அமெரிக்கக் குழந்தைகள் டாட்டா சொல்லியிருக்கும். அன்று காலை பரத், ராஜாவுக்கு டாட்டா சொன்னது போல. காதல் மனைவிகள், சினேகிதிகள், சினேகிதர்கள் காதலிப்பவர்களுக்கு முத்தம் பதித்து அனுப்பியிருப்பார்கள். அவள் பதித்த மாதிரி. கன்னத்தில் இன்னும் ராஜாவின் அதரங்களின் ஸ்பரிசத்தை சகுந்தலா உணர்ந்தாள். ஆபத்து வரப்போவது முன்கூட்டியே மனுஷனுக்குத் தெரிந்துபோனால் விபத்துகள் இல்லை, சேதங்கள் இல்லை என்று நினைக்கத் தோன்றிற்று. அவளுக்குப் பாட்டியின் நினைவு வந்தது. பாட்டி, தான் அசாதாரணமானவள் என்பதை அடிக்கடி நிரூபித்துக்கொள்வாள். வீட்டு மனிதர்கள் யாராவது இறந்துபோனால், அவளுக்கு முன்கூட்டியே சமிக்ஞைகள் ஏற்பட்டிருந்ததாகச் சொல்வாள். தளதளவென்று இருந்த துளசி வாடிப்போனதும், முந்தைய மாதம் நடந்த சுமங்கலிப் பிரார்த்தனையின்போது இறந்தவர்களின் பெயர்ப் பட்டியலோடு இப்பொழுது இறந்தவரின் பெயரை வாய் தவறி சொன்னதும், வர்விருக்கும் நிகழ்வுகளுக்கான எச்சரிக்கையின் அடையாளங்கள் என்று தான் பயந்ததாகச் சொல்வாள். சகுந்தலாவின் அம்மா பானுமதி, அதாவது பாட்டியின் மகள், 32 வயதில் இறந்தபோதும் அதைச் சொல்லித்தான் பாட்டி புலம்பினாள். சுமங்கலிப் பிரார்த்தனையில் வாய்தவறி சொன்ன பெயர் பானுமதியாம். "ஆனா வரப்போறதை யாரால் தடுக்க முடியும்? தயாராயிரு, அதிர்ந்து போயிடாதேன்னு, நமக்கு பகவான் காண்பிக்கிற சிக்னல் அது." ஆனால் பாட்டியின் பெண் இறந்தபோதும், தம்பி இறந்தபோதும், இப்படிப்பட்ட சிக்னல்கள் முன்கூட்டி கிடைத்திருந்தும், இரண்டு துக்கமும் தாங்காமல் பாட்டி உடைந்துபோனாள். சகுந்தலாவுக்குப் பாட்டியின் சூட்சுமம் இல்லாததால், வரப்போகும் நிகழ்ச்சியைப் பற்றி எந்த அடையாளமும் தெரியவில்லை. இனி என்ன நடக்கும் என்று நினைத்துப் பார்க்கவே பயமாக இருந்தது.

தெரிந்திருந்தாலும் என்ன செய்திருக்க முடியும்? வெளியில் போகவேண்டாம் என்று ராஜாவைத் தடுத்திருக்க முடியுமா?

'போகாதே போகாதே என் கணவர், பொல்லாத சொப்பனம் நானும் கண்டேன்' என்று தன்னால் சொல்ல முடியாது - கனவுகளே அவளுக்கு வருவதில்லை என்பதால், ராஜாவும் கேட்கும் ஆசாமியில்லை - அவன் மற்ற கணவன்மார்களைப் போன்றவன் இல்லையென்பதால்.

பரத்துக்குப் பரபரப்புடன் ஃபேரக்ஸ் கொடுத்து, வாயைத் துடைத்து பவுடர் போட்டுச் சொக்காய் அணிவித்து, கிரெஷ்ஷில் விடுவதற்கான ஆயத்தங்களின் ஊடே வரும் ஃபோன் கால்களுக்குப் பதில் சொன்னபடி அவள் நினைத்துக்கொண்டாள். பாட்டிகளின் காலம் முடிந்தது. பேத்திகளின் காலத்தில் துளசி இலையில் செய்தி வராது. ஒவ்வொரு தருணமும் இப்போது சஸ்பென்ஸ். அது ஆபத்தைச் சுமக்கிறதோ, ஆனந்தத்தை இறக்குகிறதோ. அதை நேரிடையாக எதிர்கொள்ளத் தயாராயிருக்க வேண்டும். தாங்க சக்தியிருக்கிறதோ இல்லையோ.

லிஃப்டின் பொத்தானை அமுக்கும்போது கண்களில் நீர்கோத்து ஊசி முனைபோல் குத்திற்று. லிஃப்ட் வாயைப் பிளந்து வழிவிட்டதும் பரத் ஏதோ தரிசனம் கண்டதுபோலச் சிரித்தான். இடுப்பில் அவனைத் தூக்கியபடி பார்க்கிங் லாட்டில் இருந்த காரின் கதவைத் திறந்து குழந்தைக்காகப் பொருத்தப்பட்டிருந்த சீட்டில் உட்கார்த்தி பெல்டைப் போட்டதும், பரத் குஷியுடன் காலை உதைத்துச் சிரித்தான். 'அம்மா மாதிரி ஊர் சுத்தி' என்று ராஜா சொல்வான். 'அப்பா மாதிரி ஏமாத்துக்காரன்' என்பாள் அவள் பதிலுக்கு.

"ஏய், நா என்ன செஞ்சேன் அப்படி ஒரு பட்டத்துக்கு?"

"பின்னே என்ன? சிரிச்சு சிரிச்சே என்னைச் சம்மதிக்க வெச்சே!"

"என் சிரிப்பைப் பாத்து நீ சம்மதிக்கல்லே, சுய உணர்வோடதான் சம்மதிச்சே. உன்னையே நீ இறக்கிப்பேசாதே, நீ முட்டாள் பெண்ணில்லே!"

க்ரெஷ் நெருங்கிவிட்டதை உணர்ந்து அவள் வண்டியை நிறுத்தினாள். குழந்தைக்கான சீட்டின் பெல்டைக் கழற்றி

பரத்தைத் தூக்கி இடுப்பில் வைத்துக் கதவைப் பூட்டி, அவள் அழைப்பு மணியை அழுத்தியதும் ஸல்வார் கமீஸ் அணிந்த வெளேர் என்ற நடுத்தர வயது பெண்மணி ஒருத்தி வெளியில் வந்தாள். ரத்தச் சிவப்பு உதடுகளை விரித்து 'நமஸ்தேஜி, ஆயியே' என்றாள். "நீங்க ஃபோன் பண்ணதா வேலைக்காரப் பெண் சொன்னா. என்ன இன்னிக்கு லேட்டா வந்திருக்கீங்க? ஆபீசுக்குப் போகலையா?"

"இல்லே. மிஸஸ் மல்ஹோத்ரா. லீவிலே இருக்கேன். பரத்துடைய அப்பா ஆஸ்பத்திரியிலே இருக்கார். நேத்து ஆக்ஸிடெண்ட் ஆயிட்டது."

"அடாடா எப்படி?" மிஸஸ் மல்ஹோத்ராவின் கண்கள் அனுதாபத்துடன் விரிந்தன. குழந்தையை வாங்கிக்கொண்டபடி, "சீரியஸ் இல்லையே?" என்றாள். சகுந்தலா உதட்டைக் கடித்தபடி இலேசாகச் சிரித்தாள். "தெரியல்லே. டாக்டர் சரியா எதுவும் சொல்லல்லே. இவருக்கு இன்னும் நினைவு வரல்லே."

மிஸஸ் மல்ஹோத்ராவுக்கு எதிரில் தன் பலவீனத்தைக் காண்பிக்கக்கூடாது என்று அவள் தீவிரமாக முயற்சி செய்தாள். கண்கள் குளமாகிப்போயின. சங்கடமேற்பட்டது. மிஸஸ் மல்ஹோத்ராவின் இடது கை அவள் தோள்மேல் அமர்ந்தது.

"த்சு - த்சு - ரிலாக்ஸ் பெஹன்ஜி, ஆண்டவன் இருக்கிறார். கவலைப்படாதீங்க, எந்த ஆஸ்பத்திரி?"

"அப்பொல்லோ இந்திரப்ரஸ்தா."

"அப்பொல்லோவா, ரொம்ப தூரமில்லே?"

"கொஞ்சம் தூரம்தான், அவருடைய ஆபீசுக்குப் பக்கம்னு ஆபீஸ்காரங்க சேர்த்திருக்காங்க."

"ஓ, சரிதான். உதவிக்கு யார் இருக்காங்க?" இவள் ஏன் தொணதொணக்கிறாள்?

"ஃப்ரெண்ட்ஸ்தான் மிஸஸ் மல்ஹோத்ரா, நா கிளம்பறேன். நா வர்ற கொஞ்சம் லேட்டானா..."

"நோ ப்ராப்ளம், குழந்தையை நா பார்த்துக்கறேன்."

அவளுக்கு உண்மையிலேயே நன்றி சுரந்தது. "தாங்க்யூ, அதுக்கு எக்ஸ்ட்ரா பேமெண்ட் பண்ணுவேன்."

மிஸஸ் மல்ஹோத்ரா கருணையுடன் சிரித்தாள். "நோ ப்ராப்ளம் பெஹன், நாங்க வியாழக்கிழமை சாயி பஜன் செய்வோம். பிரார்த்தனை பண்றோம். உங்க புருஷன் நன்றாக ஆகிவிடுவார். உங்களுக்குக் கடவுள் நம்பிக்கை இருக்கோ இல்லையோ!" சகுந்தலா அவள் தோளைத் தொட்டு, "தாங்க்யூ. உங்க பிரார்த்தனை எனக்குத் தேவை" என்றபோது நாபியிலிருந்து வார்த்தைகள் கிளம்பி அவளை நெகிழ்வித்தன. பரத்தின் கன்னத்தைத் தட்டி 'சமத்தாயிரு கண்ணு' என்றாள் தமிழில். 'டாட்டா' என்று அவள் கையசைத்தபோது, அது 'டாட்டா' என்றது. 'சமத்து' என்றபடி அவள் காருக்குத் திரும்பினாள். இதுவரை இல்லாமலிருந்த பலவீனம் அவளை ஆட்கொண்டிருந்தது.

'உனக்குக் கடவுள் நம்பிக்கை இருக்கோ இல்லையோ?' பாட்டியின் காலம் முடிந்த கையோடு எல்லாம் போச்சு என்று மிஸஸ் மல்ஹோத்ராவிடம் விளக்கிக்கொண்டிருக்க முடியாது. அது ஒரு பாரதக்கதை. எமதூதன் வந்து நின்ற சமயத்தில் பாட்டியே விரக்தியின் எல்லைக்குச் சென்றிருந்தாள். இன்று பாட்டி உயிரோடு இருந்திருந்தால் சகுந்தலா வாழும் வாழ்க்கையைக் கண்டு அதிர்ந்திருக்க மாட்டாள். 'சாமியே வேண்டாங்கற ஞானியா நீ?' என்று கேட்கமாட்டாள்.

ஆனால் இன்று நடுக்கடலில் நிராதரவாகத் தத்தளிப்பதுபோல இருந்தது. எதையோ பற்றிக்கொள்ள வேண்டும்போல் இருந்தது. எந்த உருப்படியான பிரார்த்தனை வரிகளும் நினைவுக்கு வராமல், கடவுளே கடவுளே என்று தன்னிச்சையாக வாய் ஜபித்தது. 'ராஜா பிழைக்கணும், நல்லபடியா ஆகிடணும்.' இதுவரை அவள் கூப்பிடாத, தேவையில்லை என்று அவள் நிராகரித்த கடவுள் வந்து நிற்பாரா என்று நிச்சயமில்லை. இப்போதைக்கு டாக்டர்கள்தான் கடவுள்கள். ஆனால் அவர்களைப்

பார்க்கும்போது நம்பிக்கை ஏற்படவில்லை. அவளுக்குப் பீதி ஏற்பட்டது. அவர்கள் கட்டுக்குள் அவளுடைய வாழ்வு வசமாகச் சிக்கிக்கொண்டது போல. ராஜாவுடன் குடும்பம் நடத்தி வரும் இந்த இரண்டு ஆண்டுகளில் ஒருமுறை கூட அவனோ, அவளோ எந்த நோவுக்கும் ஆஸ்பத்திரிக்குச் சென்றதில்லை. பரத்தின் பிரசவத்துக்காக அவள் மூன்று நாள் சென்றதைத் தவிர. நேற்று காலைவரை ராஜா நினைத்திருக்க மாட்டான், ஆஸ்பத்திரியில் பலவித குழாய்கள் பொருத்தப்பட்டு பான்டேஜ் துணிகளால் கட்டப்பட்டு சாகக்கிடப்பவர் மத்தியில் இன்டென்ஸிவ் கேரில் படுக்க நேரும் என்று.

அவனுக்குச் சுயநினைவு வந்த பிறகுதான் தெரியும், எப்படி இந்த நிலைக்கு ஆளானான் என்பது. இப்போது நினைவு திரும்பியிருக்கலாம். கையில் அவனுடைய மொபைலை எடுத்துக்கொண்டு வராதது மடத்தனம். நேற்று அவன் கையில் இருந்த மொபைல். விபத்தை எதிர்பார்த்திருந்தானானால் யாருக்காவது சொல்லியிருப்பான். ரிங் ரோட்டில் டிராஃபிக்கினால் இடிபடாமல், கம்பத்தில் மோதி கார் நொறுங்கியதாகச் சொன்னார்கள். நியூ ஃப்ரெண்ட்ஸ் காலனிக்கு அருகில், அலுவலகத்துக்குச் சமீபத்தில். 'அவன் பிழைச்சிருப்பதே உன் அதிர்ஷ்டம்' என்றான் ராஜாவுடன் வேலை செய்யும் விவேக் குப்தா. அவள் பத்து வயதுச் சிறுமியாக இருந்தபோது தூரத்து மாமா ஒருவர் மோசமான விபத்தில் மாட்டிக்கொண்டு உயிர் பிழைத்தபோது அவர் பிழைத்தது மாமியின் தாலி பாக்கியம் என்று பாட்டி மெய் சிலிர்த்தது ஞாபகத்துக்கு வந்தது. அவளுக்கு இலேசாக உடம்பு நடுங்கிற்று. கடவுளே - இப்படிப்பட்ட நினைவுகளிலிருந்து எனக்கு எப்போது விமோசனம்?

டிராஃபிக் போலீஸ் விரைந்து வந்து பார்த்து அவனுடைய அலுவலக அடையாள அட்டையில் இருக்கும் எண்ணிற்கு அவனது மொபைலிலேயே தொடர்புகொள்ள, விவேக்தான் சிலருடன் சென்று சற்று அருகில் இருக்கும் அப்பொல்லோவில் சேர்த்திருக்கிறான்.

“காரைப் பார்த்ததும், கடவுளே உனக்கு எப்படி செய்தி சொல்வேன்னுதான் எண்ணம் வந்தது. எனக்கு நம்பிக்கையே இருக்கல்லே அவனை உசிரோடு பார்ப்பேன்னு.”

விவேக் மகா நல்லவன். போனில் செய்தி சொல்லி அவளைக் கலவரப்படுத்தாமல், ஆபீஸ் வண்டியை எடுத்துக்கொண்டு அவள் வேலை செய்யும் இடத்துக்கே வந்துவிட்டான். அவனுடன் ஆஸ்பத்திரிக்குப் பயணிக்கும்போது அங்கு ஏதும் விபரீதம் காத்திருக்கக் கூடாதே என்று அவள் பதைத்ததும், கைகள் நடுங்கியதும் அவனுக்கு வெளிப்படையாகத் தெரிந்தன.

“பிழைச்சிருக்கான் என்னை நம்பு” என்றான் திரும்பத் திரும்ப. கண்ணால் பார்க்கும் வரை அவளுக்கு நம்பிக்கையில்லை. டாக்டர்கள் உயிர் இருக்கிறது என்று சொன்னதைத் தவிர, வேறு எந்தச் சலனமும் ராஜாவின் உருவத்தில் தெரியவில்லை. மிகைப்படுத்தப்பட்ட சினிமாக் காட்சிபோல் ஏக ட்யூப்கள் பொருத்தப்பட்டு அங்கு நினைவில்லாமல் படுத்துக்கிடப்பது ராஜா என்று நம்புவது கஷ்டமாக இருந்தது. கை நழுவி அவன் போய்விட்டதாக அவளுக்குத் தோன்றிற்று. டாக்டர்கள் இறுக்கமாகத் தெரிந்தார்கள். 48 மணி நேரம் செல்ல வேண்டும் என்று கெடு சொன்னார்கள். “எங்களால் அதிகபட்சம் முடிந்ததைச் செய்கிறோம் டோண்ட் ஒர்ரி.”

தன்னிச்சையாக வண்டி ஓடுவதுபோல் இருந்தது. எங்கே இருக்கிறோம் என்று டிராஃபிக்ஜாமுக்கிடையே கண்ணைத் துழாவினாள். நிஜாமுதின் ப்ரிட்ஜைத் தாண்டி மகாராணி பாகில் நிற்பது புரிந்தது. இங்கிருந்து ஆஷ்ரம் - இடப்பக்கம் ஒடித்து தில்லி மத்ரா ரோடு என்று நினைவுபடுத்திக் கொண்டு நகர்ந்தாள். சற்று தொலைவில் அப்பொல்லோ மருத்துவமனையின் பிரம்மாண்டக் கட்டடம் தெரிந்தது. ஐந்து நட்சத்திர ஓட்டல் போல. சவக்களை காட்டாத ஆஸ்பத்திரி. திட்டமிட்ட மாயத்தோற்றம். அந்த நினைப்பே வயிற்றைக் கலக்கிற்று. அவள் வண்டியை நிறுத்திவிட்டு நடந்தாள். வலப்பக்கம் தென்னிந்திய பாணியில் சின்ன கோபுரத்துடன் கோவில். பிள்ளையார் கோவிலாக இருக்க

வேண்டும். வெளியிலே நின்றபடி வேஷ்டி அணிந்த இருவர் தோப்புக்கரணம் போட்டார்கள். முகப்பு வாசலைத் தாண்டியதும் ஏக நோயாளிக் கூட்டம் அல்லது பார்வையாளர் கூட்டம். அவள் படிப்பறிவில்லாதவள் போல் சற்றுத் தடுமாறி ராஜமோஹனைக் காண வந்திருக்கும் அவனது மனைவி என்று ரிஸப்ஷனில் சொல்லி, ரிஜிஸ்டரில் கையெழுத்திட்டு, ஐ.ஸி.யு. வார்டுக்குச் செல்வதற்குள் பதைத்து விட்டாள். கதவருகில் நின்றிருந்த விவேக்கும், ராஜாவுடன் வேலை பார்க்கும் இன்னொரு நண்பன் சுதீர்கோஷும், 'வா' என்பதுபோல் தலையசைத்தார்கள். விவேக் இலேசாகப் புன்னகைத்ததுபோல் இருந்தது. அவள் விரைந்து அருகில் சென்று உள்ளே பார்த்தபடி, "எப்படியிருக்கிறான்?" என்றாள்.

"எந்த மாற்றமும் இல்லை" என்றான் விவேக். "மோசமாயிடல்லே."

"நல்ல வேளை" என்றாள் அவள் பிரமை பிடித்தவள் போல். "டாக்டர் வந்தாரா? என்ன சொன்னார்?"

"வந்தார். நினைவு வந்துட்டா கவலையில்லேங்கறார்!"

அவளுக்குச் சொரேல் என்றது. டாக்டர் பொறுப்பில்லாமல் பேசுவதுபோல இருந்தது.

"அதை நாகூட சொல்வேனே? அவர் என்னதான் சொல்ல வரார்? நினைவு வருமா வராதாமா?"

குரல் உயர்ந்ததை உணர்ந்து கண்களில் தளும்பிவிட்ட நீரை நினைத்து, சங்கடத்துடன் அவள் தலையைக் குனிந்துகொண்டாள். விவேக்கின் கை அவள் தோளின் மேல் இதமாக அமர்ந்தது.

"உன்னுடைய நிலைமை எனக்குப் புரிகிறது, எங்களுக்கே தாங்கல்லே. தி டாக்டர்ஸ் ஆர் டூயிங் தெர் பெஸ்ட். ஒரு முக்கியமான விஷயம், ராஜாவுக்கு விபத்துக்கு முந்தி மாரடைப்பு வந்திருக்கணும்னு சொல்றார்."

"என்னது?" என்றாள் அவள் அதிர்ச்சியுடன்.

"ஆமாம், உன்னோடு பேசணும்னு சொன்னார். பன்னிரண்டு மணிக்கு மறுபடி இங்க வருவாராம். இதுக்கு முந்தி அவனுக்கு ஏதாவது ப்ராப்ளம் இருந்ததான்னு கேட்டார். அதாவது நெஞ்சுவலி மாதிரி..."

"நெவர்!" என்றாள் அவள் உறுதியுடன். "ராஜா தலைவலின்னுகூட படுத்ததில்லே. என்னாலே நம்ப முடியல்லே விவேக்! அன்னிக்குக் காலையிலேகூட ரொம்ப நார்மலாத்தான் கிளம்பிப்போனான்."

"அவனுடைய குடும்பத்திலே யாருக்காவது இப்படி இருக்கான்னு டாக்டர் கேட்டார்" என்றான் சுதீர்.

அவள் ஒரு வினாடி திகைத்து நின்றாள். பிறகு தன்னைச் சமாளித்துக்கொண்டு, "எனக்கு அதப்பத்தித் தெரியாது" என்றாள். "ராஜா எங்கிட்ட எதுவும் சொன்னதில்லே."

அவர்கள் ஏதோ சொல்லத் தயங்குவதுபோலத் தோன்றிற்று.

"நான் ராஜாவைப் பார்த்துட்டு வரேன்" என்று சட்டென்று அவள் ஐ.ஸி.யுக்குள் நுழைந்தாள். அங்கிருந்த மயான நிசப்தம் வயிற்றைக் கலக்கிற்று. பிரேதக் களையுடன் படுத்திருக்கும் உடல்கள். பீதியில் உறைந்து பிரேதங்களாய்க் கட்டிலை ஒட்டி அமர்ந்திருக்கும் ஒன்றிரண்டு முகங்கள். ராஜாவின் கட்டிலுக்கருகில் செல்வதற்குள் பாதங்கள் பின்னலிட்டுத் தடுமாறின. உயிர் இருப்பதற்கு அடையாளமாய் மார்பு எழுந்து எழுந்துத் தணிந்ததைத் தவிர அந்த முகத்தில் உயிர்த் துடிப்பின் அடையாளமில்லை. இவன் கண் விழித்துப் பார்ப்பானா? சுபாவமான குறும்பும், சிரிப்பும் திரும்புமா? அவள் சற்றுநேரம் ஓசைப்படுத்தாமல் கண்ணீர் விட்டாள், பலவித ட்யூப்களின் பிணைப்பில் அமானுஷ்யமாகத் தோன்றிய அந்த உடம்பைத் தொடக்கூட பயந்து. இரண்டு கட்டில் தள்ளி அமர்ந்திருந்த ஒரு பெண் அவளை அனுதாபத்துடன் பார்த்து, 'ஆப்கா ஹஸ்பெண்டு ஹை க்யா?' என்றாள். அவள் 'ஆமாம்' என்று தலையாட்டிவிட்டு கண்ணை அழுத்தித் துடைத்துக்கொண்டு வெளியே வந்தாள்.

அவள் முகத்தைக் கண்டு திகைத்தவர்கள் போல விவேக்கும், சுதீரும் தங்கள் பேச்சை நிறுத்திக்கொண்டார்கள்.

"சகுந்தலா!"

விவேக் ஏதோ சொல்ல விரும்புகிறான் என்று உணர்ந்து, அவள் அவனைப் பார்த்தாள்.

"ராஜ்மோஹனுடைய அப்பா அம்மாவுக்குத் தெரிவிக்கணும்னு நானும், சுதீரும் நினைக்கிறோம்."

அவள் சற்றுநேரம் மௌனத்துடன் எதிரே தெரிந்த புல்வெளியைப் பார்த்தாள். ஒரு வயதான பெண் இரண்டு சிறுவர்களுடன் அமர்ந்திருந்தாள். ஐ.ஸி.யுவில் இருக்கும் ஒரு பேஷன்டின் அம்மாவாக இருக்கலாம்.

"யார் தெரிவிக்கிறது?"

"நீதான் தெரிவிக்கணும்" என்றான் விவேக்.

சகுந்தலா மறுபடி அந்தப் பெண்ணின் பக்கம் பார்வையைத் திருப்பினாள்.

"நா யாருன்னு அவங்களுக்குச் சொல்லட்டும்?"

புல்வெளியில் அமர்ந்திருந்த பெண் எழுந்து விளையாடச் சென்ற சிறுவர்களை அழைத்தாள்.

"சோட்டூ, பீட்டூ! ஆனா!"

2

அத்தியாயம்

பாட்டி அழைத்தது காதில் விழாததுபோல சிறுவர்கள், 'கெக்கிலி பிக்கிலி' என்று சிரித்தபடி ஒருவரையொருவர் துரத்திப்பிடித்து விளையாடிக் கொண்டிருந்தார்கள். அந்த அம்மாள் பொறுமையில்லாமல் கத்தினாள். 'சோட்டு! பீட்டு! மை ஜாரஹி ஹூம்!' (நான் போகிறேன்!)

சிறுவர்கள் என்ன செய்யப்போகிறார்கள் என்பது தங்களது பிரச்னைபோல விவேக்கும், சுதீரும், சகுந்தலாவும் புல்வெளியைப் பார்த்தபடி நின்றார்கள். சோட்டுவும், பீட்டுவும் சிரித்துக்கொண்டே ஓடோடி வந்து பாட்டியின் இரு பக்கமும் நின்றதும், பாட்டி செல்லமாக இருவர் தலைமீதும் 'சைத்தான்!' என்று குட்டினாள். பெரிய ஹாஸ்யம்போல சைத்தான்கள் சிரித்தன.

சகுந்தலா மெள்ளத் திரும்பினாள். விவேக்கையும், சுதீரையும் பார்த்து, "நா அவங்களுக்கு என்னை எப்படி அறிமுகப்படுத்திக்கட்டும்?" என்றாள்.

விவேக் தடுமாறினான்.

"யூ மீன், ராஜா உன்னைப்பத்தி அவங்ககிட்ட சொல்லவேயில்லேங்கறியா?"

"இல்லே" என்றாள் அவள் சாதாரணமாக.

"ஏன்னா இரண்டு வருஷத்துக்கு மேலே ஆச்சு அவங்களோட அவன் பேச்சை நிறுத்தி. ஆனா அதுக்கு நா காரணமில்லே. வேறு ஏதோ காரணம்."

"அவங்க முயற்சி பண்ணல்லையா இவனோடு திரும்பிப் பேச?"

"பண்ணினாங்களான்னு எனக்குத் தெரியாது. எங்கிட்ட ராஜா அவங்க பேச்சையே எடுக்கமாட்டான். கேட்டா அவனுக்குக் கோபம் வரும்."

"அவங்களுக்குத் தெரிவிக்க வேண்டிய அவசியமில்லேங்கறியா?"

"எனக்குச் சொல்லத் தெரியல்லே விவேக். ஏன் கூப்பிட்டீங்கன்னு அவன் கோபப்படலாம்."

"இதப்பார், சகுந்தலா. நீ குழப்பத்திலே இருக்கே. உன் பிரச்னை என்னன்னு எனக்குத் தெரியும். நீ அதுக்காகத் தயங்க கூடாது. அவங்களுக்குத் தெரிவிச்சுதான் ஆகணும், நாளைக்கு ஏதாவது ஏடாகூடமா ஆயிட்டா எங்களுக்கு ஏன் தெரிவிக்கல்லேன்னு அவங்க கோபப்படலாம்."

"கோபப்படறதிலே நியாயம் இருக்கு" என்றான் சுதீர். "பெத்தவங்களுக்கும், பிள்ளைக்கும் நடுவிலே சண்டை வரும் - போகும். ஆனா உறவு போயிடாது!"

அவள் பதில்பேசாமல் தாழ்வாரத்தில் பெஞ்சுகளில் அமர்ந்திருப்பவர்களையும், விரைந்து செல்லும் வெள்ளைக் கோட்டுகளையும் பார்த்தபடி இருந்தாள். இப்படிப்பட்ட இக்கட்டில்தான் மாட்டிக்கொண்டிருப்பது எதிர்பார்த்திருக்க முடியாத அபத்தம் என்று தோன்றிற்று. புதிதாகப் பிரகாசம் ஏற்பட்டவள் போல அவள் மெல்லச் சொன்னாள்.

"நாளைக்குள்ளே ராஜாவுக்கு நினைவு திரும்பிடும், அப்பப் பிரச்னையில்லே."

அவளுக்கு எப்படிப் புரிய வைப்பது என்று தவிப்பவர்கள் போல விவேக்கும், சுதீரும் ஒருவரையொருவர் பார்த்துத் தலைகுனிந்து கொண்டார்கள்.

“திரும்பல்லேன்னா?”

அவள் சுரீரென்று கோபத்துடன் சுதீரைப் பார்த்தாள். “ப்ளீஸ்... அப்படிச் சொல்லாதே!” சுதீர் சங்கடத்துடன் தலையைக் குனிந்துகொண்டான். “ஸாரி” என்று முணுமுணுத்தான். “உன்னை அதைர்யப்படுத்தறேன்னு நீ நினைக்கக் கூடாது!”

“ஓ.கே. சகுந்தலா” என்றான் விவேக் நிதானமாக. “நீ புத்திசாலிப் பெண். நிலைமையை நீ புரிஞ்சுக்கணும், எமோஷனல் ஆறதினாலே எந்த லாபமுமில்லே. டாக்டர்தான் சொன்னார் தெரிவிக்கறது தேவலைன்னு.”

“அவருக்கு இங்கே இருக்கிற சிக்கல்களைப் பற்றித் தெரியாது.”

இனிமேல் எனக்குச் சொல்வதற்கு ஒன்றுமில்லை என்பதுபோல விவேக் தோளைக் குலுக்கிக்கொண்டான்.

“ஓ.கே. அப்புறம் உன் இஷ்டம்.”

திடீரென்று தன்னைக் கட்டுப்படுத்திக்கொள்ள இயலாதவள்போல் சகுந்தலா அழ ஆரம்பித்தாள்.

“ரிலாக்ஸ், ரிலாக்ஸ்” என்று மற்ற இருவரும் சமாதானப்படுத்த யத்தனிக்கையில் அவள் இலேசான விசும்பலுடன் சொன்னாள். “ராஜா இப்படி படுத்திருக்கிறதே எனக்குப் பெரிய டென்ஷன். அதோடு முன்னே பின்னே பார்க்காத, ஏற்கெனவே அவன்கிட்ட கோபமா இருக்கிற அவனுடைய அப்பா அம்மா இங்கே கிளம்பி வந்தா நா எப்படி ஹாண்டில் பண்ணுவேன்?”

உண்மைதான் அது என்று நினைத்தவர்கள் போல அவர்கள் பேசாமல் நின்றார்கள்.

“அவனுடைய அம்மா பழையகாலத்து மனுஷின்னு நினைக்கறேன். அவங்களுக்காக நான் என் வேஷத்தை மாத்திக்க முடியாது. அப்படியெல்லாம் செய்யற மன நிலையிலே நான் இல்லே.” கழுத்தில், நெற்றியில் ஒன்றுமில்லாமல் ஜீன்ஸ் டீ-ஷர்ட்டில் நிற்கும் அவளைப் பார்த்து விவேக் இலேசாகச் சிரித்தான்.”

"பெரிய சிக்கல்தான் இது."

மீண்டும் இந்தப் பேச்சை அவர்கள் எடுக்காமல் இருந்தால் நல்லது என்று அவள் நினைத்துக்கொண்டாள். கடவுளே - ராஜா நல்லபடியா ஆயிடணும் - நாளைக்குள்ள நினைவு வந்துட்டா அப்புறம் எந்தப் பிரச்னையிலேயும் மாட்டிக்கொள்ளத் தேவையில்லே.

"நினைவு வரல்லேன்னா?"

அவளுக்கு ரத்தம் உறைந்தது, மனசு சிலிர்த்துக்கொண்டு சூடேறிற்று.

வரும். நல்லா ஆயிடுவான். எனக்காக, பரத்துக்காக.

"மறுபடியும் இதைப்பத்திப் பேசாதீங்க ப்ளீஸ்" என்றாள் அவள் அவர்களைக் கெஞ்சுவதுபோல். "ராஜா நல்லா ஆயிடுவான். எனக்கு நம்பிக்கையிருக்கு."

"ஓ.கே. ஃபைன்!" என்றான் விவேக்.

"நம்பிக்கைங்கறது மலையையே அசைக்கும்" என்றான் பெரிய மனுஷன் போல. "ராஜா நன்றாக ஆயிடுவான், ஆகணும்னு நா இன்னிக்குக் காலையிலே - இங்கே ஒரு மதராஸி மந்திர் இருக்கு தெரியுமோ, அங்கே போய் பிரார்த்தனை பண்ணினேன்."

அவளுக்கு நெகிழ்ந்துபோயிற்று. தொண்டையில் பனங்காயாய் ஏதோ அடைத்தது. உனக்காக பிரார்த்தனை செய்யறேன் என்று சொல்லப்படும் வார்த்தைகளை இன்று கேட்கும்போது ஏதோ ஊன்றுகோலை அவர்கள் நீட்டுவதுபோல தெம்பேற்படுவது வியப்பை அளித்தது. தன்னலமற்ற பிரார்த்தனை அல்லவா அது என்று நன்றி பெருக்கெடுத்தது. விவேக்கும், மற்றவர்களும் இல்லாவிட்டால் தன்னால் என்ன செய்திருக்க முடியும் என்று அவள் யோசிக்கவே பயப்பட்டாள். அலுவலகத்துக்கு ட்யூட்டிக்குச் செல்லும் வழியில் ராஜாவுக்கு விபத்து ஏற்பட்டதால், எல்லா மருத்துவ செலவுகளையும் ஆபீஸ் ஏற்றுக்கொள்ளும் என்று விவேக் சொன்னான். கட்டாயப்படுத்தி பாட்டி செய்துபோட்டிருந்த ஒரு ஒற்றைவடத் தங்கச் சங்கிலியும், குந்துமணி சைஸில்

ஒரு ஜோடி தோடும், ஒரு ஜோடி வளையலும் தவிர எந்த சொத்தும் அவளிடம் கிடையாது. ஆபீஸ், ராஜாவுக்குக் கார் கொடுத்திருந்ததால் அவள் உபயோகித்த சொந்த கார், இரண்டு பெட்ரூம் ஃப்ளாட் என்பதைத் தவிர எந்த சேமிப்பும் இல்லை. காருக்கும், வீட்டிற்கும் இன்னும் கடன் ஓடிக்கொண்டிருந்தது.

"சகுந்தலா!"

அவள் சுயநினைவு வந்து திரும்பினாள்.

"டாக்டர் வர்றார்" என்றான் சுதீர். டாக்டர் சென்குப்தாவின் வெள்ளை அங்கி கண்ணைக் கூசிற்று.

விவேக் அவளை அவருக்கு அறிமுகம் செய்தான். "மிஸஸ் ராஜ்மோஹன்." அவளைப் பார்த்துச் சிரித்த சிரிப்பில் சிநேகிதம் தெரிந்தது.

அவர் 'மிஸஸ்' என்று ஆரம்பித்துப் பேச முற்படுகையில் அவள் இடைமறித்துச் சொன்னாள். 'நீங்கள் என்னை சகுந்தலா என்று சொல்லலாம்' என்றாள்.

"ஓ.கே. குட்" என்று டாக்டர் சரளமாகச் சிரித்தார். "நான் உங்களிடம் முக்கியமாகக் கேட்க வேண்டும் என்று நினைத்தேன் சகுந்தலா - விபத்துக்கு முன்பு ராஜ்மோஹனுக்கு மாஸிவ் மாரடைப்பு ஏற்பட்டிருக்க வேண்டும் என்று தெரிகிறது. அதனால்தான் பாலன்ஸ் தப்பி கம்பத்தில் கார் மோதியிருக்கும் - தலையில் அடிபட்டதில் நினைவு தப்பி காம்பிளிகேஷன் ஆகிவிட்டது. நீங்கள் மெடிகல் லைனுக்கு சம்பந்தமுள்ளவரா?"

"இல்லை, அட்வர்டைஸிங் ஏஜென்ஸியிலே வேலை பார்க்கிறேன்."

"ஓ.கே. நான் மருத்துவ வார்த்தைகளைச் சொல்லி, உங்களைக் குழப்ப விரும்பவில்லை. ஒன்று தெரியணும். இதற்கு முந்தி ராஜ்மோஹனுக்கு மாரடைப்பு வந்திருக்கிறதா?"

"இல்லை டாக்டர்."

"ஆர் யூ ஷ்யூர்?"

"கொய்ட் ஷ்யூர்?"

"அன்று காலை ஏதாவது அப்செட் ஆனவர் போலவோ, அசதியாகவோ தெரிந்தாரா?"

"இல்லை, எப்போதும் போலத்தான் இருந்த மாதிரி இருந்தது. ராஜாவும் என்னிடம் எதுவும் சொல்லவில்லை. இதுவரை தலைவலி என்றுகூடப் படுத்ததில்லை."

டாக்டர் சென்குப்தா யோசனையுடன் தலையசைத்தார். "அவருடைய ஃபாமிலி ஹிஸ்டரி தெரியுமா? அவருடைய அப்பா அம்மா யாராவது ஹார்ட் ப்ராப்ளம் உள்ளவர்களா?"

"எனக்குத் தெரியாது. ராஜா என்னிடம் சொன்னதில்லை."

"அவருக்குப் பெற்றோர்கள் இருக்கிறார்கள் அல்லவா?"

"ஆமாம், சென்னையில்."

"அவர்களுக்குத் தெரிவித்துவிட்டீர்களா?"

அவள் விவேக்கைப் பார்த்துவிட்டுச் சொன்னாள். "இன்னும் இல்லை, வயசானவர்களை பயமுறுத்துவானேன் என்று நினைத்தேன்."

டாக்டர் யோசனையுடன் அவளைப் பார்த்தார். இலேசான பெருமூச்சு விட்டபடி சொன்னார்.

"பயமுறுத்த வேண்டாம். தகவல் தெரிவிக்க வேண்டும். அவங்களுக்கு அதுக்கு உரிமை இருக்கு என்று நினைக்கிறேன்."

அவர் சொன்ன விதம் அவளுக்கு பீதி அளித்தது. வெடுக்கென்று அவருடைய கையைப் பற்றிக்கொண்டாள்.

"டாக்டர் ப்ளீஸ் சொல்லுங்கள் எனக்கு உண்மையை, ராஜா பிழைப்பார் என்று உங்களுக்கு நம்பிக்கையில்லையா?"

டாக்டர், சென்குப்தா அவசரமாகச் சொன்னார். "நம்பிக்கையிழந்தா நான் டாக்டரா இருக்க லாயக்கில்லாதவன் சகுந்தலா. ராஜ்மோஹன் கண்டிப்பா நன்றாக ஆகிவிடுவார்.

பெற்றவர்களுக்கு விபத்தைப் பற்றித் தெரிவிக்காமல் இருக்கக்கூடாது என்பதற்காகச் சொன்னேன்."

"அவருக்கு நினைவு எப்ப வரும் டாக்டர்?"

"நாளைக்கே வரலாம், ட்ரீட்மெண்டுக்கு உடம்பு ரெஸ்பாண்ட் செய்கிறது. சீராக இருக்கு. அதுவே நல்ல அடையாளம். தைரியமா இருங்க - கடவுள் இருக்கிறார். இதுவரை இத்தனை பேர் ஒரே நாளில் கடவுளை அவளுக்கு ஞாபகப்படுத்தினதில்லை என்று அவள் நினைத்துக்கொண்டாள். இத்தனை பெரிய ஆஸ்பத்திரி தாழ்வாரத்தில் அடிவயிற்றைக் கவ்விய பீதியுடன், சூன்யப் பார்வையுடன் தான் நிற்பதே நம்பமுடியாத ஒன்றாக இருந்தது. இதற்கெல்லாம் விளக்கம் இல்லை என்பதால்தான் அந்த நினைவுபடுத்தல். டாக்டர் அவள் முதுகில் தட்டி, 'டோண்ட் ஒர்ரி' என்றுவிட்டு நகர்ந்தார்."

அவர் சென்ற பிறகு சுதீரும், விவேக்கும் அவளைக் கட்டாயப்படுத்தி கேண்டீனுக்கு அழைத்துச் சென்றார்கள். மதியச் சாப்பாட்டுக்கு ஆர்டர் கொடுத்து அவளுக்காகத் தாங்களும் சாப்பிட்டார்கள். காய்ந்து தகித்த வயிற்றுக்குள் சாப்பாடு நிறைந்ததும் மனசுக்குத் தெம்பு வந்தது போலிருந்தது. விட்டுப்போன சம்பாஷணையைத் தொடர்வதுபோல அவள் அவர்களிடம் சொன்னாள்.

"ராஜாவுடைய அப்பா நம்பர் எங்கிட்ட இல்லே!"

விவேக் வியப்புடன் அவளைப் பார்த்தான். மெல்ல புன்னகைத்து, "ஆபீஸ் ஃபைல்லே இருக்கும். நாலு வருஷத்துக்கு முந்தி ராஜா சேர்ந்தான். அதிலே நிரந்தர விலாசம்னு ஒரு கட்டம் இருக்கும். சாதாரணமா அப்பா அம்மா இருக்கிற விலாசத்தைத்தான் எல்லோரும் கொடுக்கிறது, நா பார்த்துக்கறேன்" என்றான்.

"ரொம்ப பயமுறுத்திடாதே. கிளம்பி வந்துட்டாங்கன்னா நான் என்ன செய்வேன்?"

“கிளம்பி வந்தா ஏதாவது ஹோட்டல்லே தங்க வைக்கலாம்.”

“சே, எத்தனைக் கேவலம் அது!” என்றாள் அவள்.

“உன்னைப்பத்தி தெரியறவரைக்கும் அவங்க வெளியிலே இருக்கிறது நல்லது. இந்த சமயத்தில் உங்கிட்ட விரோதம் பார்ப்பாங்கன்னு நான் நினைக்கல்லே” என்றான் சுதீர்.

“தவிர அவங்க பாஷைதானே நீயும் பேசறே?”

“பாஷைப் பிரச்னையில்லே இது” என்றாள் அவள் தலைகுனிந்து. பிறகு சடக்கென்று அவர்களை நிமிர்ந்து பார்த்தாள்.

“எனக்கும், ராஜாவுக்கும் இருக்கிற உறவுக்கு நீங்க இரண்டுபேரும் சாட்சி சொல்வீங்களா?”

இருவரும் திடுக்கிட்டு அவளைப் பார்த்தார்கள். விவேக் இலேசாகச் சிரித்தான்.

“இதென்ன கேள்வி? எங்களை நீ நம்பலாம். எந்தச் சிக்கலும் வராது. கவலைப்படாதே.”

இக்கட்டான ஒரு சந்தர்ப்பத்தில் அவர்களை சந்திக்க நேர்வதுதான் தன்னை அச்சுறுத்துவது என்று இவர்கள் புரிந்துகொண்டிருப்பார்கள் என்று அவள் நினைத்தாள். ராஜாவின் நெருங்கிய தோழர்கள் இருவரும். இப்பவும் அவளால் அதிகநேரம் குழந்தையை விட்டுவிட்டு ஆஸ்பத்திரியில் தங்க முடியாது என்பதை உணர்ந்து இருவரும் மாறிமாறி தங்குகிறார்கள். வீட்டிற்குக் கிளம்புவதற்கு முன் அவள் மீண்டும் ஐ.ஸி.யுவுக்குச் சென்று ராஜாவைப் பார்த்தாள். எந்த மாறுதலும் இருப்பதாகத் தெரியவில்லை. காலையில் அமர்ந்திருந்த அந்தப் பெண்மணியைக் காணோம். படுக்கையே காலியாகியிருந்தது.

அவள் கிளம்பும்போது அவளுடன் நடந்து அவள் காரைக் கிளப்பும் வரை விவேக்கும், சுதீரும் தைர்யம் சொன்னார்கள்.

“ரிலாக்ஸ்” என்றான் விவேக். “இப்ப நீ வேற எதைப் பத்தியும் யோசிக்கக் கூடாது. ராஜாவுடைய உடம்பு மட்டுமே

முக்கியம். அவன் ஸ்டேபில் ஆயிட்டான்னு வைச்சுக்கோ மத்த எல்லாத்தையும் சமாளிச்சுடலாம்."

"ராஜாவுடைய அப்பாவும், அம்மாவும் வந்தாதான் என்ன, உன்னுடைய நிலைமையிலே எந்த மாற்றமும் வரப் போறதில்லே, ரைட்?"

அவளும் தமிழ் பேசுபவள் என்பது பெரிய சாதகமான விஷயம் என்பதுபோல சுதீர் தைரியம் சொன்னான். அவள் எதுவுமே காதில் விழாததுபோல், அவர்கள் பேச்சுக்கெல்லாம் பதில் சொல்லவேண்டிய அவசியமில்லை என்ற உணர்வுடன் அமர்ந்திருந்தாள்.

"ஏய் கமான், ஸ்மைல்!" என்றான் விவேக். "டீ.வி. சீரியல்லே பயப்படற மருமகள் மாதிரி முகத்தை வைச்சுக்காதே."

அவள் சிரித்தாள். "கொஞ்சம் கவலையிருக்கிறது உண்மைதான். ஆனா நீ சொல்ற மாதிரி இப்ப வேறே எதுவும் முக்கியமில்லே. ராஜாவுடைய உடம்பைத் தவிர."

ஆனால் இரவு படுக்கப்போகும்வரை முக்கியமில்லாத யோசனைகளே மனத்தில் குரங்காட்டம் போட்டன. ராஜாவின் இரண்டு வருஷத்துக்குப் முந்தைய வாழ்க்கையைப் பற்றி தனக்கு முழுமையாகத் தெரியாது என்பது அவளை பலவீனப்படுத்திற்று. சிதறல்களாகவே சில விவரங்கள் நினைவில் இருந்தன. அவனுடைய அம்மாவுக்குத் தஞ்சாவூர் என்பதால் தஞ்சையில் பிறந்தவன். சென்னையில் அப்பா வக்கீலாக இருந்தவர் என்பதால் படித்தது சென்னையில். தன் அப்பா அம்மாவைப் பற்றிப் பேசுவதையே தவிர்த்தான். என்ன கோபம் என்று அவளுக்குத் தெரியாது.

அவள் வற்புறுத்திக் கேட்டதில்லை. கேட்கக் கூச்சமாக இருந்தது. தூண்டித் துருவுவது அவசியமில்லை என்று தோன்றிற்று. இருவருக்குமிடையே அது ஒரு எழுதப்படாத விதியாக இருந்தது. பரஸ்பர நம்பிக்கையும், பிரியமுமே அவர்களது தாம்பத்தியத்தின் ஆதாரம். வேறு எதுவும் - இறந்தகாலமோ அவர்களது

எண்ணங்களைப் புரிந்துகொள்ளாத சொந்தபந்தங்களோ - அல்ல. அவர்களது சினேகித வட்டம். அவர்களைப்போலவே இருந்தது. நினைவுகளில் வாழாத வட்டம். அது ஏற்படுத்திய துணிச்சலும், சுதந்திர உணர்வும் சொல்லில் அடங்காதது. வானம் வசப்பட்டதான உணர்வு அது. பிரபஞ்சத்தின் அகண்டத்தை முழுமையாக உணர்ந்த பரவசம் அது. அதற்கு ஒரு பக்குவம் தேவைப்பட்டது. அந்தப் பக்குவம் அவளுக்கு அவர்களது வட்டத்தில் பலருக்கு இருந்ததுபோல வெறும் சிந்தையில் ஏற்பட்டதல்ல என்று அவள் நினைத்தாள். இருபத்தி ஐந்து வயதிற்குள் விரக்தியின் எல்லையைத் தொட்டதால், உறவுகளின் பொய்மையை உணர்ந்துகொண்டதால் ஏற்பட்டுப்போன பக்குவம். ராஜாவும் அப்படிப்பட்ட ஒரு எல்லையைத் தொட்டிருந்தவன் என்று அவளுக்குத் தோன்றும். அதுதான் முதல் சந்திப்பிலேயே இருவரையும் ஈர்த்தது என்று நினைக்கத் தோன்றிற்று.

கனாட் பிளேஸ் சந்து ஒன்றில் பஞ்சாபி டாபாவில் அமர்ந்து அவள் நடுங்கும் டிஸம்பர் குளிரில் ஓர் இரவு மக்கய்கி ரோட்டியும், ஸர்ஸோங்காஸாகும் சாப்பிட்டுக் கொண்டிருந்தபோது சந்து முனையிலிருந்தோ, இருண்ட மேகங்களிலிருந்தோ மன்மதன் பாணத்தைச் செலுத்தியிருக்க வேண்டும். உண்மையில் சூடான சோள ரொட்டி அன்று எந்த இடத்தையும் அளிக்கவில்லை. வாழ்வின் ஒரே துணையாக இருந்த பாட்டியை எலெக்ட்ரிக் க்ரிமெட்டோரியத்தில் ஒப்படைத்துவிட்டு, சிறிது தனியாக நின்று அழுதுவிட்டு, பசித்ததால் டாபாவுக்கு வந்திருந்த நேரம் அது. பாட்டி பெற்ற நான்கு பிள்ளைகளும் தகவல் தெரிவித்தும் வரவில்லை என்றானதும் பாட்டி அவளிடம்கூட பேச வெறுத்துக் கண்ணை மூடியது நெஞ்சில் பாறாங்கல்லாய் அமர்ந்திருந்த நேரத்தில்தான் ராஜா என்ற ராஜ்மோஹன் “இங்கே உக்காரலாமா?” என்று அவள் எதிரில் அமர்ந்தான்.

இன்று நினைக்கும்போது சிரிப்பு வந்தது. வாழ்வின் முக்கியமான கட்டங்களில் ஏற்படும் திருப்பங்கள் திட்டமிட்டு

எழுதப்பட்ட நாடகம்போல பிரமிப்பேற்பட்டது. இப்போது இந்த விபத்தும் அதன் ஓர் அங்கமாக...

டெலிபோன் ஒலித்தது. கப்பென்று அடிவயிற்றை பீதி கவ்வியது.

ஐ.ஸி.யுவில் குழாய்கள் பொருத்தப்பட்ட முகம் எதிரில் அமர்ந்தது.

3

அத்தியாயம்

மேடையில் நின்று பேசிக்கொண்டிருந்த இளைஞனுக்கு முப்பது வயதுக்குள்தான் இருக்கும். இளைஞனின் உருவமும், வயதும் தன்னுள் சிலுப்பிவிட்ட நினைவுகளை, சரவணன் மிகத் தீவிரத்துடன் ஒதுக்கினார். அரங்கத்தில் அமர்ந்திருந்த அவரது வயதுக்கார நரைத்த தலை, மீசையர்களைப் பார்வையால் ஒரு சுற்று சுற்றி வந்தபோது சோர்வு அவரை ஆட்கொண்டது. அந்தக் கூட்டத்தில் இருந்த ஒரே இளைஞன் மேடையில் பேசிக்கொண்டிருந்தவன் என்பது விசித்திரமாகத் தோன்றிற்று. அவனுடைய வார்த்தைகளில் தங்களுடைய எதிர்காலம் நின்றார்போல எல்லாருடைய சாம்பல் பூத்த கண்களும், அவன்மேல் பதிந்திருப்பது அதைவிட விசித்திரமாக இருந்தது. வாழ்வின் கடைசிப்படிகளில் அவர்கள் அனுபவிக்கும் அவமானங்கள், பரிதவிப்புகள், தனிமைகள் அவனது வார்த்தைகளில் கரைந்துவிடும் என்று நம்பியவர்கள் போல.

இளைஞன் அழகிய ஆங்கிலம் பேசினான். நிறைய அலங்கார வார்த்தைகளைப் பிரயோகித்தான், அயல்நாட்டில் வசித்தவன் போன்ற உச்சரிப்புடன் பேசுவது அவன் தொழில் என்று எல்லாருக்கும் தெரியும்.

"இன்னும் சமயம் இருக்கிறது, வாழ்வை இன்று புதிதாகத் துவங்குங்கள்" என்று எழுபதைக் கடந்தவர்களைப் பார்த்துச் சொன்னது அபத்தமாகத் தோன்றிற்று. அவன் சொன்ன வார்த்தைகளும், அவற்றை விளக்கும் உபகதைகளும் வேறு யாரோ ஏற்கெனவே சொன்னவை என்பதில் சந்தேகமில்லை. ஆனால் ஊன்றுகோல் இல்லாமல் நடக்கமுடியாத பல கிழங்கள், பனிப்படலம் போர்த்திய கண்களுடன் மேடையைப் பார்த்தபடி அமர்ந்திருந்தது சரவணனுக்குச் சங்கடத்தை ஏற்படுத்தியது. பத்து ஆண்டுகளுக்குப் பிறகு இதேபோன்ற பலவீனம் இப்படிப்பட்ட பேச்சைக் கேட்கும்போது தம்மை ஆட்கொள்ளலாம் என்று மெல்லிய கலவரம் ஏற்பட்டது.

"உறவுகள் எல்லாம் எதேச்சையானவை. அர்த்தமுள்ளதாக அவற்றை மாற்றுவது நம் கையில் இருக்கிறது. அதற்குத் துணிச்சல் தேவை."

சரவணன் எழுந்தார். 'என்ன அதற்குள் போகிறாயா?' என்று ஜாடையால் கேள்வி கேட்ட சபா காரியதரிசி ரங்கனிடம், ஜாடையிலேயே 'வேலையிருக்கு, போகணும்' என்றுவிட்டு அவர் வெளியில் வந்தார். குளிர்ந்த ஏ.ஸி. கூடத்திலிருந்து வெளியில் வந்ததில் நெற்றியும், கழுத்துப்பட்டையும் வியர்த்தது. கட்டடத்தின் படிக்கட்டுகளைக் கடந்து அவர் தெருவில் இறங்கியபோது குறுக்கே ஓடிவந்த இரண்டு சிறுவர்கள் அவர்மேல் இடித்து, 'ஸாரி அங்கிள்' என்றதும், இயல்பு உலகத்துக்கு வந்து சேர்ந்ததுபோல் நிம்மதி ஏற்பட்டது. நான்கு மாதங்களுக்கு முன் சபாபதிதான் 'இந்த அமைப்பில் நீயும் சேரு' என்று வற்புறுத்தி ஐந்நூறு சந்தா வாங்கிச் சேர்த்துவிட்டான். வயதானவர்களுக்கான க்ளப். "பஜனை மடம்னா எனக்கு வேண்டாம்" என்றார் சரவணன். "பஜனை மடம் இல்லேங்கறதுதான் இதிலே விசேஷம்" என்றான் சபாபதி. 'பஜனையோ கதாகாலக்ஷேபமோ இல்லே. அறிவார்த்தமான லெக்சர்கள் இருக்கும், உபயோகமானதா, நம்மை உற்சாகப்படுத்தறதா.'

இன்றைய சொற்பொழிவைக் கேட்டதில் உற்சாகம் ஏற்படவில்லை. ஆயாசம் புகுந்துகொண்டது. பாவம், புண்ணியம்,

பரிகாரம் என்று பௌராணிகர் சமஸ்கிருதம் கலந்த தமிழில் உபதேசிப்பதற்கும், அந்த இளைஞன் அன்னிய உச்சரிப்பில் ஆங்கிலத்தில் சொன்னதற்கும் அதிக வித்தியாசம் இருந்ததுபோல் தெரியவில்லை. கதாகாலக்ஷேபத்தின் முடிவில் கிடைக்கும் சுண்டலுக்காகவே தாத்தாவுடன் சின்னப் பையனாகக் கதைகேட்கப் போனது நினைவுக்கு வந்தது. அந்தச் சுண்டலுக்காகத்தான் தாத்தாவும் சென்றாரா? என்று தெரியாது. சமயங்களில் நெய் ஒழுக வெண்பொங்கலோ, சர்க்கரைப் பொங்கலோ கிடைக்கும். தொன்னை நிறைய, பாதி வயிறு நிரம்பும்படியாக. இங்கு ஆங்கிலத்தில் 'அறிவார்த்தமான லெக்சர்கள்' ஆரம்பிப்பதற்கு முன்பே, உறுப்பினர்களுக்குக் காலை உணவு சம்பிரமமாகக் கொடுக்கப்படுகிறது. இன்று காலை அவர் எதிரில், எண்பதைக் கடந்த ஒரு கிழவர் நடுங்கும் விரல்களால் இட்டிலியை விண்டுவிண்டு சட்டினியில் தோய்த்து ரசித்துச் சாப்பிட்டார். பரிச்சயமில்லாத சரவணனைப் பார்த்து, இலேசாகச் சிரித்தார். "இப்படி நா சாப்பிட்டு எத்தனை வருஷமாச்சு தெரியுமோ?" பிறகு விளக்குபவர் போல, "வைஃப் போய் அஞ்சு வருஷமாச்சு. எம்மேல வேற யாருக்கு அக்கறை இருக்கும்? வயசாச்சுன்னு பட்டினிப்போட்டுடறா வீட்டிலே" என்றார். இங்கு வருகிற பாதிப்பேர் இதற்காகத்தான் வருகிறார்கள் என்று சரவணன் நினைத்துக்கொண்டான். 'வயசானா ருசி செத்துப்போயிடுமா என்ன?'

எந்த ருசியும் சாகாது. ஏன் சாகணும்? உணர்ச்சிகளும் மரத்துப்போகாது. ருசிகள் சாகும், உணர்ச்சிகள் மரத்துப்போகும் என்கிற பரவலான நினைப்பே ஒரு திட்டமிட்ட சதியால் ஏற்படுவது என்று தோன்றிற்று. வயதானால் உனக்கு ருசி தேவையில்லை, உணர்ச்சிகள் தேவையில்லை. தேவையற்றதைப் போலப் பழகிக்கொள்வது நல்லது. ஏனென்றால் உடல் வலு இழந்தபின் நீ மற்றவர்களை அண்டி வாழ வேண்டியவன். நீ மற்றவர்களுக்கு உபயோகமாக இருக்கும் வரையில்தான் உன் ருசிகள், உணர்ச்சிகள் மதிக்கப்படும். தனக்கு அந்த மாதிரி கதி

ஏற்படப்போவதில்லை என்று சரவணன் சொல்லிக்கொண்டார். என் ருசிகளும், உணர்ச்சிகளும் மரத்துப்போகத் தேவையில்லை.

'உறவுகள் எல்லாம் எதேச்சையானவை.'

ரொம்ப சரி. அதனால்தான் உதறியாச்சு உறவை. நீ ஒரு பொடியன், நீ வந்து இங்கிலீஷிலே சொல்லி அதை நா தெரிஞ்சுக்க வேண்டியதில்லை. இன்று சபாபதி இல்லே, நல்லவேளை. இருந்திருந்தால் அவன் பங்கிற்கு ஏதாவது உபதேசம் செய்திருப்பான். நேற்று காலை வீட்டுக்கு வந்து சொல்லிவிட்டுப் போனான். இன்று எங்கோ முகூர்த்தத்துக்குப் போக வேண்டியிருப்பதாக. பள்ளி நாட்களிலிருந்து பழக்கம் என்பதால், மற்றவர்கள் பேசத் தயங்குவதை எல்லாம் சபாபதி பட்டுபட்டென்று அவரிடம் கேட்டுத் தொலைப்பான். இதையெல்லாம் எங்கிருந்தாவது காமாட்சி சாவி துவாரத்தில் செவி வைத்துக் கேட்டுக்கொண்டிருப்பாள். அதில் தொனிக்கும் அனர்த்தத்திலிருந்து தப்பிக்க முடியாது.

காரணம் புரியாமல் சில நாட்களில் எதற்கெடுத்தாலும் எரிச்சல் வரும் சரவணனுக்கு. அப்படிப்பட்ட நாளாக இருக்கக்கூடும் என்று நேற்று காலை உணவின்போதே அவருக்குத் தோன்றிற்று. விருந்தாளிக்கு உபசரிப்பதுபோல அவரது தேவைக்கு அதிகமாக ஒரு இட்டிலியை வைத்துச் சாப்பிட வைத்த - அவருக்கு வீணாக்கப் பிடிக்காது என்பதால் வயிறு முட்டிவிட்டதை உணர்ந்தும் சாப்பிட வேண்டியதாகிவிட்டது. புதிய சமையல்காரியின் மீது வந்த கோபத்தைக் காமாட்சியின் மீது காண்பித்தார் - நீ நடத்தறியா வீட்டை இல்லே, அந்தம்மா நடத்துதா? காமாட்சி உடனடியாக சமையலறைக்குச் சென்று சமையல்காரியிடம் விடுவிடுத்தது, காதில் விழுந்ததிலிருந்து எரிச்சல் ஆரம்பித்தது.

"இங்கே வீட்டு மனுசங்களுக்கு உபசரிக்கிற வழக்கம் இல்லே. பண்டத்தை மேஜைமேல வெச்சா போதும். வேணும்ங்கிறதை அவங்க சாப்பிட்டுப்பாங்க. சின்னப் பிள்ளைங்க யாருமில்லே, தெரிஞ்சுதா?" பத்து வகுப்பு வரைதான் படித்திருந்தாள். ஆனால்

எப்பவும் சிரித்த முகம். காமாட்சியை விட அவளுக்கு நிறைந்த குணம் இருக்க வேண்டும். திருமணம் என்பது லாட்டரிச் சீட்டு. கொடுப்பினை... நேற்று சபாபதி வீட்டுக்கு வந்ததிலிருந்து தனிமை உணர்வு ஏற்பட்டுப் போயிருந்தது. அதை அகற்ற அவர் எந்த முயற்சியும் எடுக்கவில்லை. உண்மையில் அதில் திளைப்பது ஒரு மெல்லிய சுகத்தைக் கொடுத்தது. ஊர் அக்கப்போர் பேசி முடித்த சபாபதி எதேச்சையாகச் சொல்வதுபோல இன்றைய கூட்டத்துக்குத் தன்னால் வரமுடியாது என்றும், அடுத்த நான்கு மாதங்களில் நடக்கவிருந்த கூட்டங்களுக்கும் வரமுடியாது என்றும் சொன்னார்.

"அடுத்த மாதம் நானும், கமலமும் அமெரிக்கா போறோம். வாஷிங்டன்லே இருக்கிற கார்த்திக் டிக்கெட் அனுப்பியிருக்கான். அம்மாக்காரிக்குப் பெருமை பிடிபடல்லே. பிள்ளைக்கு இப்பலேந்தே வடகம் வத்தல்னு சேகரிக்க ஆரம்பிச்சாச்சு" இதைச் சொல்லத்தான் இவன் வந்திருக்கிறான் என்கிற எரிச்சலுக்கு நடுவில் அடிவயிற்றில் ஏதோ கழன்றதுபோல இருந்தது.

"ஏன் உனக்குப் பெருமையில்லையா?" குரலில் நிஷ்டூரம் தொனிக்கிறதோ என்று கவலையேற்பட்டது சரவணனுக்கு.

"ஆமாம், இதிலென்ன இருக்கு?" என்றார் சபாபதி அலட்சியமாக. "உண்மையிலே போகணுமான்னு யோசிக்கிறேன்."

இது அப்பட்டப் பாசாங்கு என்று சரவணனுக்கு எரிச்சல் வந்தது. "ஏன், போறதிலே என்ன தப்பு? எத்தனைப் பிள்ளைங்க டிக்கெட் அனுப்பறாங்க அமெரிக்காவிலேருந்து?"

"அதைத்தான் கமலம் சொல்றா? ஆனாலும் எனக்கென்னவோ இந்த வயசிலே அத்தனை தூரதேசம் போக பயமாயிருக்கு. இந்தியாவ விட்டுப் போனதில்லே. அமெரிக்க இங்கிலீஷ் வேற புரியாது. எப்படி சமாளிப்பேன் கமலத்தைக் கூட்டிக்கிட்டுனு இருக்கு. முதல் பயம் அவ எதிர நம்ம மானம் போயிருமோன்னு!"

சபாபதி சிரித்த வெடிச்சிரிப்பில் பெருமிதம் தொனித்தது.

"எத்தனை நாள் தங்கறாப்பலே?"

"மூணு மாசம் நிச்சயமா இருப்போம். அவளுக்கு ஊர் சுத்திப் பார்க்கணும்னு இருக்கு. அவனுக்கு வசதி எப்படியோ? ஏற்கெனவே டிக்கெட் அனுப்பியிருக்கறான். அதுக்குமேல நாம செலவு வைக்கலாமாங்கறேன். இந்தப் பொம்பளைங்களுக்கு என்ன புரியுது சொல்லு!"

"அப்படியெல்லாம் நினைக்காதே" என்றார் சரவணன் வேறு ஏதோ ஞாபகத்தில். "கடைசியிலே அவங்க நல்ல பேர் தட்டிக்கிட்டுப் போவாங்க, நாம பேசறதுதான் பிள்ளைங்களுக்குத் தப்பா போகும்."

சபாபதி சிரித்தார்.

"அதுசரி, இவங்களுக்குத்தான் வடகத்திலேயும், வத்தல்லேயுமே பிரியத்தை நிரப்பத் தெரியுதே."

சரவணன் பதில் சொல்லவில்லை. சபாபதி உடனே கிளம்பினால் தேவலைபோல் இருந்தது. 'ஐம்பது வருஷ பழக்கம் நமக்கு' என்ற பீடிகையுடன் ஆரம்பிக்கும் சபாபதியின் உபன்யாசங்களைப் பலமுறை கேட்டு சினேகிதம் முறியும் அளவுக்குச் சண்டை போட்டாயிற்று. சபாபதிக்குச் சொரணை என்பதே இல்லாததால் நட்பு முறியவில்லை. நல்லவேளையாக நேற்று அவர் வந்தபோது காமாட்சி, கோவிலுக்குப் போயிருந்தாள். சபாபதி - கமலத்தின் அமெரிக்கப் பயணத்தைப் பற்றி அறிந்திருந்தால் அதைப் பற்றியும் மறைமுகத் தாக்குதல் ஆரம்பித்திருக்கும்.

மீண்டும் ஒரு தனிமை உணர்வு அவரை சுயபச்சாதாபத்தில் ஆழ்த்தியது. எழுபது வயதுக்கு மேல் கணவன் மனைவிக்கிடையே கசப்புணர்வு ஏற்பட்டுப் புரையோடிப்போனால் என்ன செய்ய முடியும்? அவளுக்கு நான் சுமையாக, எனக்கு அவள் சுமையாக - இதை எங்கே இறக்குவது? கோவிலுக்குச் செல்வது அதை அவள் இறக்கத்தானா என்று அவருக்குத் தெரியாது. "இன்னும் சமயம் இருக்கிறது. வாழ்வைப் புதிதாகத் துவங்குங்கள்!" என்றார்.

மடையன் அந்தப் பேச்சாளன். முன்னேற்றப் புத்தகங்களைப் படித்துவிட்டு வந்து உளறுகிறான். 'புதிதாக' எதன் அடிப்படையில் துவங்குவது? சரவணனுடன் பள்ளியில் படித்த சந்திரன், மனோவியல் மருத்துவம் படித்தான். காமாட்சிக்கும், தனக்கும் மன அளவிலேயே இருந்த ஒவ்வாமையைப் பற்றின கவலையை அவனிடம் திருமணம் நிச்சயமானவுடன் சொன்னபோது, "தன்னால ஒரு நெருக்கம் வரும் கவலைப்படாதே" என்றான் சந்திரன். "உடலுறவு அதை ஏற்படுத்தும்."

ஏற்படவில்லை. பொழுது புலர்ந்ததுமே இரவின் மயக்கம் விலகிப்போனது. அவருக்கு விவரிக்கத் தெரியாத காமாட்சியின் இயலாமைகள் விசுவரூபமெடுத்து நிராசையேற்படுத்தின. திரும்பவும் சந்திரனிடம் யோசனை கேட்கப் போனபோது, சந்திரன் சிரித்தான்.

"ரொம்ப ஆசைப்படறே நீ, இருக்கறதை வெச்சிண்டு திருப்திபடக் கத்துக்கணும் நீ. குழந்தை பிறந்தா சரியாயிடும்."

மறுபடி சந்திரனைச் சந்தித்தபோது அவனுக்குத்தான் ஆறுதல் தேவைப்பட்டது. அவனும், அவனது மனைவியும் பிரிந்திருந்தார்கள். மனவளர்ச்சி குன்றி பிறந்த குழந்தை ஏற்படுத்திய அழுத்தங்களை இருவராலும் தாங்க முடியவில்லை. அசாத்திய ஐக்யூவுடன் குழந்தை பிறந்தாலும் ஆபத்து என்று சந்திரன் சொல்லவில்லை.

"நா ஒண்ணு சொல்றேன் கேட்பியா?" என்றார் சபாபதி.

"மாட்டேன்."

சபாபதி வெட்கம்கெட்டுச் சிரித்தார்.

"கேக்காட்டா போ. சொல்றதைச் சொல்லிடறேன். நீயும், காமாட்சியும் எங்கேயாவது சேர்ந்து ஒரு ட்ரிப் அடியுங்க."

"போக வேண்டிய காலத்திலேயே போகல்லே."

"அதுக்கெல்லாம் காலம்னு ஒண்ணும் கெடயாது. என்னைக் கேட்டா இந்த வயசிலேதான் போகணும்."

"சரி ரொம்ப தாங்க்ஸ், உன் யோசனைக்கு."

'யோசிச்சுப் பாரு.'

யோசனை செய்வதற்கு யோக்யதை இல்லாத யோசனை அது என்று இரவு தூக்கம் வராமல் புரண்டபோது நிச்சயமாயிற்று. தனித்தனி நபர்களாக, ஒட்டாமல் வாழ்ந்த வாழ்க்கையில் ஏற்பட்டுப்போன இடைவெளி மிக ஆழமானது. அந்த இடைவெளியை நிரப்பும் வாய்ப்பும் கை தவறிப் போய்விட்ட பிறகு எந்தப் பாசாங்கு முயற்சியிலும் இறங்க அவர் தயாராயில்லை.

அப்பாவின் நினைவு திடீரென்று வந்தது. அப்பாவை நினைக்கும்போது இப்பொழுதெல்லாம் ஏன் கோபம் வருவதில்லை என்று ஆச்சரியம் ஏற்பட்டது. அப்பா சாகக்கிடக்கிறார் என்று தெரிந்தபோதுகூட அவரைப் பார்க்கவிடாமல் தடுத்த கோபம். இந்தக் கோபம் பாரம்பர்ய குணமாக இருக்க வேண்டும். நிலபுல ஆஸ்திகளுடன் பத்திரத்தில் கையெழுத்திடப்படாமலே வருவது. கிராமத்தில் விவசாயத்தை அம்மா கவனிக்கையில் பட்டணத்தில் புத்தகக்கடை வைத்திருந்த அப்பாவுக்கு அங்கு ஒரு சிநேகிதி இருந்தாள். அது தெரிந்த அன்று பதினான்கு வயதுப் பையனான தனக்கு ஏற்பட்ட அதிர்ச்சியும், கோபமும் இப்போதும் பசுமையாக நினைவிருந்தது. அப்பாவை ஒரு அவசர காரணத்துக்காக ஒருமுறை சந்திக்க, அவன் பட்டணத்துக்குச் சென்றபோது, அந்தப் பெண்ணுடன் அவர் வெகு நெருக்கமாக அமர்ந்து பேசிக்கொண்டிருந்தார். திடுதிப்பென்று மேல்மூச்சு கீழ்மூச்சு வாங்க எதிரில் நிற்கும் அவனைப் பார்த்து அப்பா விழித்தார். மறுநாள் அவனைக் கடற்கரைக்கு அழைத்துச் சென்று, "எனக்கு ரொம்பத் தனிமையாயிருக்கு இங்கே. கோமதி ரொம்ப நல்ல பொண்ணு. தப்பானவளா நினைக்காதே!" என்றார்.

அவனுக்கு ஆத்திரத்தில் அழுகை வெடித்துக்கொண்டு வந்தது, தன் உரிமைப் பறிபோன மாதிரி. தன் உணர்வுகளை எப்படி வெளிப்படுத்துவது என்று அவனுக்குப் புரியவில்லை.

"அம்மாகிட்ட எதையாவது சொல்லி வைக்காதே. நா கோமதியைக் கல்யாணம் கட்டிக்கப் போறதில்லே."

அது இன்னும் கேவலம் என்று அவனுக்குக் கோபம் வந்தது.

“ஒருநாள் நீ என்னைப் புரிஞ்சுப்பே!”

‘த்தூ’ என்று மனத்துக்குள் அவன் உமிழ்ந்தான். இப்போது எதிர்பாராமல் அப்பாவின் கோணம் புரிகிறார்போல் இருந்தது.

சரவணன் வீட்டுக்குப் போய்ச் சேர்ந்தபோது, காமாட்சி அவரை எதிர்நோக்கிக் காத்திருப்பவள்போல் தெரிந்தாள். முகத்தில் இலேசான பரபரப்பு தெரிந்தது.

“தில்லியிலேந்து யாரோ போன் பண்ணாங்க.”

அவர் சட்டென்று நிமிர்ந்து பார்த்தார். அர்த்தம் புரியாமல் கோபம் வந்தது.

“யாரோன்னா?”

“இங்கிலீஷ்லே பேசினது எனக்குச் சரியா விளங்கல்லே. மறுபடி பண்ணுவாங்க போல.”

சரவணன் காத்திருந்தார். எதற்கு என்று புரியாமல்.

4

அத்தியாயம்

அந்தக் காத்திருப்பு அபத்தமானதாகப் பட்டது. சரவணனுக்குப் பொறுமை நழுவிப்போயிற்று. விளங்காத காரணத்துக்காகக் கவலைத் தோய்ந்த முகத்துடன் சற்று எட்டி காமாட்சி உட்கார்ந்திருந்தது சரியான பைத்தியக்காரத்தனமாகத் தோன்றிற்று. “மறுபடியும் போன் பண்ணுவாங்க போல” என்று அவள் சொன்ன கையுடன் உள்ளே செல்லாமல், தனக்குத்தான் ஏதோ செய்தி வரும் என்கிற எதிர்பார்ப்பில் உள்ளவள்போல அங்கேயே உட்கார்ந்திருந்தது ஆத்திரத்தைக் கிளப்பிற்று.

“நீ எதுக்காக இப்படி முகத்தை வெச்சுக்கிட்டு உட்கார்ந்திருக்கே? போன் வந்தா நா கவனிச்சிட்டுப் போறேன். நீ உள்ளே போ.”

“உள்ளே என்ன வெச்சிருக்கு?” என்றாள் அவள் அர்த்தமில்லாத ஆவேசத்துடன். “இங்கே நா உக்காந்தா உங்களை என்ன செய்யுது?”

“சரி உக்காரு. சரியான மூடம். போன் யார் செஞ்சது, எங்கேருந்து வந்தது ஒண்ணும் சொல்லத் தெரியல்லே. தில்லியிலேருந்து போனுன்னு என்ன நிச்சயம்?”

“தில்லிங்கற வார்த்தை சொன்னாங்க, வேகமா இங்கிலீஷ் பேசறான், சரியா விளங்கல்லே.”

அவர் கூர்மையாக அவளைப் பார்த்தார். "தில்லிங்கற வார்த்தைப் புரிஞ்சது... அப்புறம் வேற என்ன வார்த்தை புரிஞ்சது?"

காமாட்சி தலையைக் குனிந்துகொண்டாள்.

"என்ன?" சரவணனின் குரலில் வேகம் கூடிற்று.

காமாட்சி நிமிர்ந்தபோது கண்களில் நீர் பளபளத்தது.

"ராஜ்மோஹனுடைய ஃப்ரெண்டுன்னு அந்த ஆள் சொன்னதாப் பட்டது."

சரவணன் ஆத்திரத்துடன் கத்தினார்.

"நீயா நினைச்சுக்க! உறவே இல்லாதபோது ஃப்ரெண்டு எதுக்குப் பண்ணணும்?"

காமாட்சி பதில் சொல்லவில்லை. இறுக்கமாக உட்கார்ந்திருந்தாள். இவள் சொல்வது சரிதானா என்று அவருக்கு யோசனையாக இருந்தது. போன் வந்தால் எடுக்கத் தேவையில்லை என்று கோபம் வந்தது. அந்த மாதிரி முடிவுக்கு அவர் வரலாம் என்ற நினைப்பில்தான் காமாட்சி இங்கேயே உட்கார்ந்திருக்கிறாள் என்று புரிந்தது. சினேகிதன் எதற்காகச் செய்யவேண்டும்? சமாதான தூதாக இருக்குமா? பணத்தேவையாக இருக்குமோ? எதுவாக இருந்தாலும் அவரிடம் பதில் தயாராக இருந்தது.

"எனக்கு ராஜ்மோஹன் என்கிற மகன் இல்லை." போன் ஒலித்தது. எஸ்டிடி., போன், நீண்டு ஒலித்தது. சரவணன் அதைச் சற்றுநேரம் ஒலிக்கவிட்டு நிதானமாக எடுத்தார். காமாட்சியின் உருவம் விறைத்து நிமிர்ந்ததை கவனித்துவிட்டு, "சரவணன்" என்றார் எச்சரிக்கையுடன்.

மறுமுனையில் சற்றுப் படபடப்பாக ஆங்கிலத்தில் யாரோ பேசினார்கள்.

"என் பெயர் விவேக் குப்தா, ராஜ்மோஹனுடைய ஃப்ரெண்ட்."

"ராஜ்மோஹன் என்பது யார்?"

"ப்ளீஸ் அங்கிள், கேளுங்கள்" என்று விவேக் தொடர்ந்தான் அவசரத்துடன். "ராஜா மிகவும் சீரியஸ் நிலையிலே

ஆஸ்பத்திரியிலே படுத்திருக்கிறான். டாக்டர் உங்களுக்குத் தெரிவிக்கச் சொன்னார்."

திடீரென்று சரவணனின் கால்கள் வலுவிழந்து போனதுபோல துவண்டன. அவர் நாற்காலியில் அமர்ந்து மெல்ல, சற்றுமுன் கேட்ட கேள்வியை மறந்து "என்ன ப்ராப்ளம்?" என்றார்.

"கார் டிரைவ் பண்ணும்போது மாரடைப்பு ஏற்பட்டு ஆக்ஸிடெண்ட் ஆகிவிட்டது."

சரவணனுக்குக் குரல் எழும்ப சற்றுநேரம் பிடித்தது.

"உங்கள் நம்பர் கொடுங்கள். நான் மறுபடி உங்களுக்குச் செய்கிறேன்."

விவேக் சொன்ன நம்பரைக் குறித்துக்கொள்ளும் போது கை நடுங்குவதை அவர் கவனித்தார். போனைத் துண்டித்துவிட்டு, சற்றுநேரம் யோசனை செய்யும் திறனே மழுங்கிப் போனதுபோல மௌனத்தில் ஆழ்ந்தபோது, காமாட்சி "என்னங்க, என்ன விஷயம்?" என்றாள்.

அவர் பிரமை விலகி நிதானமாகச் சொன்னார்.

"ராஜாவுக்கு ஆக்ஸிடெண்ட் ஆயிட்டதாம்."

"ஐய்யய்யோ! எப்ப? எப்படியிருக்கானாம்?" அவளுக்கு நினைத்த மாத்திரத்தில் இவ்வளவு கண்ணீர் எப்படி வருகிறது என்று சரவணன் வியந்தார். அவளுடைய கண்ணீர் அவரைப் பலவீனப்படுத்திற்று. இயலாமையால் கோபம் வந்தது.

"அடச்சே! எதுக்கு இப்படி அலர்றே, ஒப்பாரி கணக்கா?"

அவளுடைய கண்ணீர் அதிகமாயிற்று. "ஒப்பாரியா? என்ன வார்த்தை வருது உங்களுக்கு? அந்தப் பிள்ளை, என்ன சொன்னான்?"

சரவணன் தன்னை நிதானப்படுத்திக் கொண்டார். "ராஜா சீரியஸ்ஸா ஆஸ்பத்திரியிலே படுத்திருக்கானாம். டாக்டர் உங்களுக்குத் தெரிவிக்கச் சொன்னாங்கன்னான்."

காமாட்சியின் கண்கள் பீதியில் விரிந்தன. அவள் முகம் போன போக்கும், உடம்பு பதறிய விதமும் அவருக்குத் திகைப்பை ஏற்படுத்தின. இனி உறவு இல்லை என்று அவர் ராஜாவைப் பார்த்து கத்திய அன்று இப்படி அவள் பதறியதாக அவருக்கு நினைவில்லை.

"எப்படி ஆக்ஸிடெண்ட் ஆச்சாம்? காரா, பைக்கா?"

"கார் ஓட்டிக்கிட்டுப் போகும்போது ஹார்ட் அட்டாக் ஆயிடுச்சுன்னு சொல்றாங்க; ஓட்ட முடியாம போயி ஆக்ஸிடெண்ட் ஆகியிருக்கு."

"ஹார்ட் அட்டாக்கா?" காமாட்சி வெறிபிடித்தவள் போல தலையில் அடித்துக்கொண்டாள்.

"இனிமே உறவில்லேன்னு கழுத்தைப் பிடிச்சுத் தள்ளாத குறையா அனுப்பினீங்களே? ரத்த சம்பந்தம் இல்லேன்னு சொல்ல முடிஞ்சுதா உங்களுக்கு? பரம்பரை சொத்து கொடுக்கலேன்னாலும் பரம்பரை வியாதி போய் சேந்துட்டுது அவனுக்கு."

"வாயை மூடிக்கிட்டு இருக்கப்போறியா இல்லையா சித்த நாழி?" என்று வாய் சொன்னாலும் அவருக்கும் அதே எண்ணம் வந்து மனசு திடுக்கிட்டது. தாத்தா, அப்பா எல்லாரும் இறந்தது மாரடைப்பால். ஆனால் அவர்கள் போனது ஐம்பது வயதுக்குமேல். அவருக்கும் ஐம்பது வயதில் மாரடைப்பு வந்தது. ஆனால் அதற்குப் பிறகு மிக கவனமாக உடம்பையும், சாப்பாட்டையும் பராமரித்ததில் இதுவரை தொல்லை இல்லை.

"வாயை மூடிக்கிட்டு இருந்து இருந்துதான் இந்த நிலைக்கு ஆளாகியிருக்கேன். பெத்த ஒரே பிள்ளையே கை கழுவி விட்டு..."

காமாட்சி அதற்குமேல் தாங்காதவள்போல கேவிக் கேவி அழ ஆரம்பித்தாள்.

சரவணன் இதை எதிர்பார்க்கவில்லை. இப்படி அவள் அழுது பார்த்ததில்லை. அது அவரை நிலைகுலைய வைத்தது. பலவீனப்படுத்தியது. கோபத்தால் அதை மறைக்கத் தோன்றிற்று.

"நீ சும்மா இருக்க மாட்டே? பிள்ளைதான் வேணும்னா அவனோட நீ போலாம், இங்கே இருக்கத் தேவையில்லேன்னு நா அன்னிக்கே சொல்லல்லே?"

அவள் கேவிக்கொண்டே மறுபடி தலையில் அடித்துக்கொண்டாள்.

"ஆமாம், போயிருக்கணும். நா ஒரு மூடம்தான் நீங்க சொல்ற மாதிரி. போயிருக்கணும் அவனோட. இங்க ஏதோ வெச்சிருக்கிற மாதிரி தங்கினேன். மாரடைப்பு வந்த உடம்பு - நா இல்லேன்னா என்ன செய்வீங்கன்னு தங்கினது அசட்டுத்தனம்தான்."

அவர் சற்றுநேரம் பேசாமல் இருந்தார், அவளுக்குப் பதில் சொல்வதில் ஏதும் அர்த்தமில்லை என்று நினைத்தவராய்.

"டாக்டர் உங்ககிட்ட சொல்லச் சொன்னார்."

அதற்குப் பின்னால் ஒரு செய்தி இருந்தது. "ராஜாவை உயிரோடு பார்க்க விரும்பினால், உடனே வாருங்கள்."

அவருக்கு உள்ளுக்குள் இலேசாக நடுங்கிற்று. இதே இடத்தில் அமர்ந்து இரண்டு ஆண்டுகளுக்கு முன் தான் கத்தியது நினைவுக்கு வந்தது.

"எனக்கு மகனே பிறக்கல்லேன்னு நினைச்சுக்கறேன் - நான் செத்துப் போயிட்டேன்னு யாராவது தகவல் சொன்னா, இங்கே கொள்ளிபோட வந்து நிக்காதே."

"ரொம்ப சரி" என்று ராஜா அவரைப் பார்த்து இலேசாகச் சிரித்தது, அவன் கிளம்புவதற்கு முன் காமாட்சியைத் தீர்க்கமாகப் பார்த்தது, அவள் தலைப்பால் முகத்தை மூடி அழுதது, எல்லாம் எதிரில் நின்றது.

இரண்டு ஆண்டுகளுக்கு முன், ஒருநாள் இப்படிப்பட்ட செய்தி வரும் என்று நினைத்திருக்க முடியாது. நினைத்திருந்தால் அப்படிப்பட்ட வார்த்தைகளை வாய் கக்கியிருக்குமா என்று யோசித்துப் பார்ப்பது வேலையற்ற வேலை. இனிமேல் என்ன செய்ய வேண்டும் என்று தீவிரமாக ஒரு கேள்வி எட்டிப்பார்த்தது. பிள்ளை என்ற உறவே இல்லை என்று இன்று காலைவரை

இருந்த வீம்பு வலுவிழந்து போனதுபோல அவருக்குப் பலவீனமேற்பட்டது.

“இப்ப என்ன செய்யப்போறீங்க?”

அவர் உலுக்கப்பட்டாற்போல நிமிர்ந்து பார்த்தார். காமாட்சி அவர் எதிரில் ஏதோ நீதி கேட்பவள்போல நின்றிருந்தாள். முகம் பயங்கரமாக இருந்தது.

“என்ன செய்யணும்?” என்றார் அவர், எனக்கும் அந்த செய்திக்கும் என்ன சம்பந்தம் என்பவர் போல.

காமாட்சியின் முகம் ரௌத்ரமாக மாறிற்று.

“நீங்க இங்கேயே குந்தியிருங்க, நா போறேன் என் மகனைப் பார்க்க. ‘என்ன செய்யணும்னு’ கேக்கணும்னா எத்தனைக் கல்நெஞ்சனா இருக்கணும் நீங்க! அங்கே இருந்து யாரோ போன் பண்றாங்க, சீரியஸ்ஸா மகன் படுத்திருக்கான்னு. நீங்க கல்லுளி மங்கனாட்டம் என்ன செய்யணுங்கிறீங்க!”

சரவணன் வாயே திறக்காமல் உட்கார்ந்திருக்க, அவள் வெறிபிடித்தவள் போல அரற்றினாள்.

“ராஜா மாதிரி இருக்க வேண்டிய பையன், அங்கே அநாதையா கிடக்கிறான். உடம்பிலே வேதனைன்னா அம்மான்னுதான் முனகுவான். உங்களைக் கூப்பிடமாட்டான் ஞாபகம் வெச்சுக்குங்க.”

சரியான சினிமா வசனம் பேசுகிறாள் என்று அவருக்கு ஆத்திரம் பொத்துக்கொண்டு வந்தது.

“பேசாம இரு, நீங்க வாங்கன்னு அந்தப் பையன் சொல்லல்லே!”

“சொல்ல வேண்டிய அவசியமில்லேன்னு நினைச்சிருப்பான்! ஊர் உலகத்திலே இருக்கிற அப்பா மாதிரி நீங்க நடந்துப்பீங்கன்னு நினைச்சிருப்பான். அவனுக்குப் தெரியுமோ உங்களைப் பத்தி?”

காமாட்சி உடைந்துபோனவள் போல மறுபடியும் கேவிக்கேவி அழுதாள். பிறகு நிமிர்ந்து,

"நீங்கதானே அவனோடு சண்டை போட்டீங்க? நானா போட்டேன்? நா போறேன் அவனைப் பார்க்க. என்னை அனுப்புங்க. ப்ளேன்லே கிளம்பிப் போறேன். அந்தப் பையனுக்குத் தகவல் சொல்லுங்க. அவன் ஏர்போர்ட்டுக்கு வந்து கூட்டிக்கிட்டுப் போகட்டும்" என்றாள். அவர் வியப்புடன் அவளைப் பார்த்தார். இங்கிருந்து செங்கல்பட்டிற்கு அவள் தனியாகச் சென்றதில்லை.

"கொஞ்சம் என்னை யோசிக்கவிடறியா?" என்றார் அவர். மனசு ஏகக் குழப்பத்தில் இருந்தது. ராஜாவின் மரணச் செய்தி வந்துவிட்டால் ஆயுசுக்கும் இவள் தன்னை மன்னிக்கமாட்டாள். தன்னுடைய மனசாட்சியே மன்னிக்குமா என்று அவருக்குச் சந்தேகம் வந்தது. செய்தி கேட்டதிலிருந்து மனத்திலும், உடம்பிலும் ஒரு ரசாயன மாற்றம் ஏற்பட்டிருந்தது உண்மை. ஒரு முடிவுக்கு வந்தவர்போல காமாட்சியிடம் சொன்னார்:

"சரி அப்ப, சாயந்திர ஃப்ளைட்லே இடம் கிடைக்கிறது கஷ்டம், காலை ஃப்ளைட்லே கிளம்பிப் போறேன்!"

ஒரு வினாடி நம்பாதவள் போல காமாட்சி அவரைப் பார்த்தாள். முக தசைகள் இலேசாகத் தளர்ந்தன. கண்கள் மறுபடி விரிந்தன.

"நா? நா வரவேண்டாமா?"

"நீ எதுக்கு? நா போய் என்ன ஏதுன்னு பார்த்துட்டு வரேன்!"

காமாட்சி சரேலென்று நகர்ந்து வந்து அவரது தோள்களைப் பிடித்துக்கொண்டாள். சரம்சரமாகக் கண்ணீர் விழுந்து புடைவைத் தலைப்பை நனைத்தது.

"நானும் வரேன் - வரவேண்டாம்னு சொல்லாதீங்க. இங்க தனியா உட்கார்ந்து கவலைப்பட்டு நா செத்துருவேன்."

"காமாட்சி, சொன்னதைக் கேளு, நீ வரவேண்டிய அவசியமில்லே" அவர் எரிச்சலுடன் அவளுடைய கைகளை விலக்கப் பார்த்தார். அவளுடைய கைகள் உடும்புப்பிடியாக மாறி இருந்தன.

"இல்லே, நா வருவேன். என்னை நீங்க விட்டுட்டுப் போக முடியாது. ஒருநாளைக்கு உங்கக் கோபம் ஆறிடும், ராஜா வீட்டுக்கு வந்துருவான்னு கனாக் கண்டுக்கிட்டிருந்தேன் இத்தனை நாளும். அது கனவாவே முடிஞ்சிடுச்சுன்னா எனக்குத் தாங்காது."

அவள் 'ஓ'வென்று அழுதாள். அவளது துக்கம் ஆதியும் அந்தமுமில்லாத பிரளயம்போல் தோன்றிற்று. அவரைத் திக்குமுக்காட வைத்தது. ஒருவகையில் அவரை நெகிழ்வித்தது. அந்தராத்மாவில் இருந்த ஏதோ ஓர் உயிரிழை இருவரையும் பிணைத்ததான பிரமையேற்பட்டது. காமாட்சியும் கூட இருந்தால் ராஜாவுடன் தொடர்பு ஏற்படுத்திக்கொள்வது சற்று சரளமாகும் என்று தோன்றிற்று.

"நீ அங்கே ஆஸ்பத்திரிக்கு வந்து இப்படி அழுது புரண்டா அவனுக்கு நல்லதில்லே."

அவள் கண்களில் சட்டென்று ஒரு பிரகாசம் ஏற்பட்டது.

"மாட்டேன் - அவன் எதிரே அழமாட்டேன். என்னைக் கட்டுப்படுத்திக்குவேன். அத்தனை விவேகம் எனக்கு இல்லையா?"

"சரி அப்ப" என்றார் சரவணன் சலுகை காட்டும் கம்பீரத்துடன், "கொஞ்சமா துணிமணி எடுத்து வெச்சுக்க, எனக்கும் எடுத்துவை."

அவள் அதரங்களில் இலேசான புன்னகை அரும்பிற்று. முகமே மாறிப்போயிற்று. அவரைப் பற்றியிருந்த பிடியின் இறுக்கம் தளர்ந்தது.

"சரி, நீங்க டிக்கெட் புக் பண்ற வேலையைக் கவனிங்க" என்றாள் அவள். "நீங்க இப்படிப் பேசறதே நல்ல சகுனமாத் தோணுது. ராஜா பிழைச்சுடுவா'ன்னு நம்பிக்கை வருது."

அவர் நம்பிக்கையில்லாமல் விமான டிக்கெட்டுக்காகத் தனக்குத் தெரிந்த ஏஜெண்டுடன் பேசினார். மறுநாள் காலை ஃப்ளைட்டுக்குத்தான் டிக்கெட் கிடைத்தது. அது உறுதியானதும் தில்லியில் தனக்குத் தெரிந்த இடம் ஒன்றுக்கு போன் செய்து பேசிவிட்டு, விவேக் குப்தாவின் நம்பருக்கு போன் செய்தார். விவேக்கின் குரல் கேட்டதும்,

"நான் சரவணன், சென்னையிலேருந்து பேசுகிறேன். நானும், என் மனைவியும் நாளைக் காலை ஃப்ளைட்டில் தில்லி வருகிறோம்" என்றார்.

"ஓ?" என்றான் விவேக் நம்பாதவன் போல, "நான் ஏர்போர்ட்டுக்கு வருகிறேன். நீங்கள் தங்க..."

அவர் குறுக்கிட்டு, "அதற்கு நானே ஏற்பாடு செய்துவிட்டேன்" என்றார். "எனக்கு தில்லி பழக்கம்தான், மகாராணி பாகில் ஒரு கெஸ்ட் ஹவுஸ் இருக்கிறது. அதில் ரூம் புக் செய்துவிட்டேன். நீங்கள் அங்கு வந்து என்னைச் சந்தித்தால் போதும்."

"ஓ.கே. ஸார்."

அவர் விலாசத்தைக் கொடுத்தார். காமாட்சி ஏழுமலையானுக்கு மஞ்சள் நீரில் நனைத்த துணியில் காசு முடிந்து வைத்தாள். கண்ணீர் பெருக்கியபடி "ராஜாவை நல்லபடியாக ஆக்கிடு, மலையேறி தரிசனம் பண்ண வரேன்" என்று வேண்டினாள். "உன் சன்னதியிலே அவனுக்குக் கல்யாணம் செய்விக்கிற பாக்கியத்தை எனக்குக் கொடு. பேரன் பிறந்தா உன் பேரை வைக்கறேன்."

சென்னையிலிருந்து போன் வரும் என்று விவேக் எதிர்பார்த்தான். ஆனால் ராஜாவின் பெற்றோர்கள் இருவரும் கிளம்பி வருவார்கள் என்று எதிர்பார்க்கவில்லை. இதைச் சகுந்தலா எப்படி எதிர்கொள்வாள் என்கிற யோசனையுடன் அவளுடைய தொலைபேசி எண்களைச் சுழற்றினான்.

5

அத்தியாயம்

பிளாஸ்டிக் குளியல் தொட்டியில் அம்மணமாக அமர்ந்திருந்த பரத், குஷியுடன் தன்னைச் சுற்றி இருந்த நீரைப் பட்பட்டென்று அடித்துச் சிரித்தான். நீரில் மிதந்த வாத்துகளும், மீன்களும் தளக் புளக்கென்று சப்தித்தன. பரத் அதிக குஷியுடன் நீரை அடித்தான். அடித்த வேகத்தில் ஜான்சன் பேபி சோப்பை ஒரு கையால் நுரைத்துக்கொண்டிருந்த சகுந்தலாவின் மூக்கில் புஷ்பம்போல நுரைப்பந்து ஒன்று தெறித்து அமர்ந்தது. சகுந்தலா அதைப் பரத்துக்குக் காண்பித்தபோது பரத் சிரித்து அதை எடுக்கக் கை நீட்டினான். சகுந்தலா சற்றுநேரம் பஃபூனைப் போல கன்னங்களை உப்பவைத்து முகத்தை அசைத்து அசைத்து வேடிக்கைக் காண்பித்தாள். புஷ்பப்பந்து நட்சத்திரம்போல தொட்டியில் விழுந்தது.

"குளிச்சது போதும். ஓ.கே...?" என்றபடி பரத்தை, டர்கி டவலால் சுற்றிப் படுக்கைக்கு அழைத்துச் சென்றபோது பரத்துடன் வாத்தும் வந்தது.

அவசரம் அவசரமாகத் தலைத் துவட்டி, உடம்பைத் துடைத்துப் பவுடர் ஒற்றும்போது சகுந்தலாவுக்கு ராஜாவின் நினைவு வந்தது.

பரத்தைக் குளிப்பாட்டும் சமயத்தில் ராஜா வீட்டில் இருந்தால், அவன்தான் 'பவுடர் போடுவான்.' சகுந்தலாவுக்கு உதவுவதாக வந்து, பிறவிப்பயன் கண்டதுபோல பரவசப்படுவான்.

"பரத், அப்பா எங்கே, அப்பா?" என்றபோது தொண்டையடைத்தது.

மும்முரமாக வாத்தை ஆராய்ந்துகொண்டிருந்த பரத் நிமிர்ந்தான். அவள் கேள்வியைக் கிரகித்துக்கொண்டு கதவுக்கு அப்பால் பார்த்தான்.

"ப்பா, ப்பா!" என்றான் அழுத்தமாக. அவளுக்குக் கண்களில் நீர் நிறைந்தது. 'அப்பாவுக்கு உவ்வா!' என்றாள் அவள், அவன் ஏதோ கேள்வி கேட்டு பதில் சொல்பவள்போல. ராஜா ஆஸ்பத்திரியில் இருந்து வீடு வந்து சேர்வதற்குள் பரத்துக்கு அப்பாவின் முகமே மறந்துபோகுமோ என்று கவலையேற்பட்டது. "அப்பா வந்துருவார் சீக்கிரமே" என்று அவள் சமாதானப்படுத்தினாள். "டேய் சொல்ல மறந்துட்டேன் - உங்க பாட்டி தாத்தா வராளாம் இன்னிக்கு! என்னையும், உன்னையும் பார்த்து ஷாக் அடிக்கப்போறது!" அவள் அதை ஹாஸ்யம்போல் சொல்லிச் சிரித்தபோது பரத் தன் இரண்டு முன் பல்லைக் காட்டிச் சிரித்தான். அவள் திடீரென்று தனக்குள் ஆழ்ந்த மௌனத்துடன் அவனுக்கு உடுப்பைப் போட்டு ஷூவை மாட்டினாள். ராஜாவின் பெற்றோர்கள் வரும் செய்தி ராஜாவைப் பற்றின அவளது கவலையைத் திசை திருப்பிவிட்டது போல் இருந்தது. ஒரு கையால் பரத்துக்கு ஃபேரக்ஸ் கொடுத்தபடி, இன்னொரு கையால் காய்ந்துபோன டோஸ்டைச் சாப்பிட்டாள். எதேச்சையாக எதிரில் இருந்த கண்ணாடியில் முகம் தெரிந்தபோது கழுத்துப்பட்டை எலும்பு துருத்திக்கொண்டு நின்றது. இரண்டு நாளில் ஒரு கேஜி குறைந்திருந்தது. பீதியில் எடை குறையும் என்று அவளுக்குத் தெரியாது. அவளுடன் வேலை செய்யும் மனீஷா போன வாரம் அலுத்துக்கொண்டாள். 'எத்தனை டயட் செஞ்சாலும் வெயிட் குறைய மாட்டேங்கிறது. VLCC-க்குப் போகலாமான்னு பார்க்கறேன்!'

"உன் பர்ஸ்தான் இளைக்கும்" என்று அவள் சிரித்தாள். அவளுக்குச் சொல்லவேண்டும். எதுக்காவது பயப்படு, உருகு -

உடம்பு உருகும். பரத்தின் வாயைத் துடைத்துவிட்டு அவன் கீழே விழுந்துவிடாமல் இருக்க ப்ளே பென்னில் உட்கார்த்திவிட்டுத் தனக்குக் காப்பி கலந்து சமையலறை மேடையைத் துடைக்கும்போது சிரிப்பு வந்தது. விவேக்கின் ஃபோன் செய்தி கேட்டதும், இந்தச் சமையலறை மேடைதான் அபத்தமாக நினைவுக்கு வந்தது. இரவு பத்து மணிக்குமேல் டெலிபோன் ஒலித்தபோது ஆஸ்பத்திரியிலிருந்துதான் போன் என்ற பீதி தன் நெஞ்சைக் கவ்வியதும், கால்களும் கைகளும் துணியாய்த் துவண்டதும், போனை எடுக்கவே தயங்கியதும் ஸ்பஷ்டமாக இப்பவும் நினைவில் நின்றது. விவேக்கின் குரல் என்று புரிந்தபோது பயத்தில் நாக்கு உலர்ந்தது. "ராஜாவுக்கு என்ன ஆச்சு?" என்றாள் முந்திக்கொண்டு.

"ராஜா அப்படியேதான் இருக்கான்" என்றான் விவேக். "இப்பத்தான் ராஜாவுடைய அப்பா மிஸ்டர் சரவணன் போன் செஞ்சார். நாளைக்குக் காலை ஃப்ளைட்லே அவங்க ரெண்டு பேரும் வராங்க."

"ரெண்டு பேருமா?" என்று திகைக்கும்போது, கடவுளே சமையலறை மேடையையெல்லாம் அதுக்குள்ள சுத்தப்படுத்தி ஒழுங்கா வைக்கணும் என்று நினைவு ஓடிற்று.

"பயப்படாதே, அவங்க மகாராணி பாக்லே ஒரு கெஸ்ட் ஹவுஸ்லே தங்கறாங்க."

சரசரவென்று ஒரு நிம்மதி உணர்வு படருவது கண்டு அவளுக்கு வெட்கமாக இருந்தது.

"நீயா ஏற்பாடு செஞ்சே?"

"இல்லே. அந்த மனுஷனுக்குத் தில்லி பழக்கமாம். அவரே ஏற்பாடு செய்திருக்கார், டஃப்பான ஆசாமின்னு நினைக்கிறேன்."

"எப்படிச் சொல்றே?"

"ராஜ்மோஹனுடைய ஃப்ரெண்ட் பேசறேன்னு ஆரம்பிச்சேன். ராஜ்மோஹன்ங்கறது யாருன்னார்."

அவள் சிரித்தாள்.

"அப்புறம் என்ன ஆச்சு?"

"ஆக்ஸிடெண்ட், டாக்டர் சொல்லச் சொன்னார்ன உடனே, குரல் மாறிட்டது. கொஞ்சம் பொறுத்து போன் பண்றேன், நம்பர் கொடுங்கன்னு வாங்கிக்கிட்டார் - வைஃபைக் கன்ஸல்ட் பண்ணியிருப்பார் போல இருக்கு."

"வேற ஏதாவது கேட்டாரா?"

"ஒண்ணுமே கேக்கல்லே. அதிகம் பேசமாட்டாரோ என்னவோ, வேற என்ன கேட்பார்னு எதிர்பார்த்தே?"

"ஒண்ணுமில்லே!"

"கெஸ்ட் ஹவுஸிலே தங்க முடிவு செஞ்சதினாலே, ராஜாவுடைய வீட்டிலே யாரும் இருப்பாங்கன்னு யோசனை வந்திருக்காது."

அவன் சொல்வது சரிதான் என்று அவள் நினைத்துக்கொண்டாள்.

"நீயா ஒண்ணும் சொல்லல்லியா?"

"இல்லே நேர சொல்றதுதான் சரி."

"யூ ஆர் ரைட்" என்றாள் அவள் யோசனையுடன்.

"அவங்க வர்றது ஒருவகையில் நல்லது" என்றான் அவன்.

"உனக்கு ஒரு துணை கிடைச்ச மாதிரி இருக்கும், மாரல் சப்போர்ட் தேவை உனக்கு."

"எனக்குத் தெரியல்லே, எப்படிப்பட்ட ஆதரவு கிடைக்கும்னு. ஒரு விஷயம், அவங்க இங்க தங்கல்லேங்கறது பெரிய நிம்மதியாயிருக்கு. மூணு நாளா வேலைக்காரி வேற வரல்லே. வீடு ஒரே களேபரமா இருக்கு, சமையலறையைப் பார்க்க எனக்கே சகிக்கலே. நல்லவேளை உடனடியாக க்ளீன் பண்ண வேண்டாம்!"

விவேக் சிரித்தான்.

"நல்ல கவலை!"

“அம்மாக்களைப் பத்தி உனக்குத் தெரியாது.”

அவன் மீண்டும் சிரித்தான்.

“நீ எப்ப வருவே ஆஸ்பத்திரிக்கு?”

“வழக்கம்போல.”

“ஓ.கே. அவங்களை நா கெஸ்ட் ஹவுஸிலே மீட் பண்ணி அழைச்சிட்டு வருவேன். பதினோறு மணி ஆகும்னு நினைக்கிறேன்.” அவர்கள் வருவது எந்த வகையிலோ விவேக்கிற்கு நிம்மதி என்று அவளுக்குத் தோன்றிற்று. அவளுக்குத்தான் நிம்மதி போயிற்று. இரவு முழுவதும் சரியாகத் தூக்கம் வராமல், அடிக்கடி நீர் குடிக்க எழுந்தாள். நீர் குடித்ததால் அரைமணிக்கொருமுறை கழிவறைக்குச் செல்ல வேண்டியிருந்தது. ராஜா அடிபட்டு நினைவில்லாமல் படுத்திருக்கும் தருணத்தில், இரண்டு ஆண்டுகளுக்கு மேல் அவனே தொடர்பு இல்லாமல் இருந்த, அவளுக்குப் பரிச்சயமில்லாத அவனது பெற்றோர்களைச் சந்திக்க வேண்டியிருக்கும் என்று எந்த கற்பனையிலும் அவள் நினைத்திருக்கவில்லை. தன்னை அவர்கள் எப்படி எதிர்கொள்வார்கள் என்று அவள் யோசித்தாள். விடியும் தருவாயில், இரவெல்லாம் தூக்கத்தைக் கெடுத்துக்கொண்டு யோசனை செய்தது அசட்டுத்தனம் என்று ஞானோதயம் ஏற்பட்டது. ராஜா அவர்களுக்கு மகன் என்ற காரணத்தால் அவர்கள் அவனைப் பார்க்க வருகிறார்கள். இரண்டு நாட்கள் இருந்துவிட்டுக் கிளம்பப்போகிறார்கள். இதில் அவளுடைய பங்கு எதுவுமே இல்லை. உறவு ஓட்ட வேண்டுமானால், அவர்களுக்கும் ராஜாவுக்குமிடையே சமாதானம் ஏற்பட வேண்டுமே தவிர அவள் செய்யக்கூடியது ஒன்றுமில்லை, அவர்களைப் பற்றி அவளுக்கோ, அவளைப் பற்றி அவர்களுக்கோ ஒன்றுமே தெரியாது என்பதால். அவளுக்கும், ராஜாவுக்கும் நடுவில் இருக்கும் உறவு நிலையில் எந்த மாறுதலும் இருக்கப்போவதில்லை.

காலையில் எழுந்து பல் துலக்கி, காபி சாப்பிட்டதும், ராஜாவின் அத்தனை உறவினர்களையும் சமாளித்துவிடலாம்

என்று தெம்பு ஏற்பட்டுவிட்டது - வீட்டை மட்டும் ஏதாவது ஒரு தேவதை வந்து சுத்தம் செய்துவிட்டால்.

பரத்தின் ப்ளே பென்னில் இன்னும் இரண்டு பொம்மைகளைப் போட்டு அவள் குளிக்கச் சென்றாள். குளியலறையின் கதவைத் திறந்து வைத்து பரத்துடன் பேச்சுக்கொடுத்தபடியே குளிக்கும்போது ராஜாவுக்கு இது தெரிந்தால் என்ன சொல்வான் என்று நினைத்துச் சிரிப்பு வந்தது. 'குழந்தைக்கு ஒண்ணும் தெரியாதுன்னு நினைக்காதே. கண்ணாலே பார்க்கறது, மனசிலே ஆழமாப் பதிஞ்சுபோகும். இந்த நினைவெல்லாம் மறக்காது' என்று ஃப்ராய்டியன் தத்துவம் பேசுவான். 'வேற எப்படிச் சமாளிச்சிருப்பேன் தனியா' என்று அவன் வீட்டுக்கு வந்ததும் கேட்க வேண்டும். 'உனக்குப் புரியுமா நா பட்ற கஷ்டம்? ஆஸ்பத்திரிக்கும், க்ரெஷ்ஷூக்கும், வீட்டுக்கும்னு நான் தட்டாமாலை சுத்தறது? நாசமாய்ப்போகிற வேலைக்காரி வேற மூணு நாளா மட்டம்.' சுயபச்சாதாபத்தில் மனசு கரைந்தது.

அவசரமாக பெட்ரூமிற்குள் வந்து பரத்தின் எதிரிலேயே உடையணிய ஆரம்பித்தாள். கிடக்கிறான் ஃப்ராய்ட். பரத் ப்ளே பென்னில் அமர்ந்து அவளைப் பார்த்துச் சிரித்தான். வாத்தை ஆராய்ந்த தீவிரத்துடன் அவளை ஆராய்ந்தான்.

"நீ ஞானப்பழம்" என்றாள் அவள். "போக்கிரியுடைய பார்வை இருக்க முடியாது உனக்கு" என்று நற்சான்றிதழ் கொடுத்தாள்.

வாசல்பெல் அடித்தது. அவள் திகைப்புடன் பரத்தைப் பார்த்து, 'உங்க தாத்தாவோ?' என்று கேட்டபடி விரைந்தாள். பரத் பட்பட்டென்று வாத்தை அடித்தான்.

கதவுக்கு வெளியில் வேலைக்காரி சமேலி நின்றிருந்தாள். கோபமும், நிம்மதியும் ஒரே சமயத்தில் ஏற்பட்டு சகுந்தலா ஏதும் கேள்வி கேட்குமுன் சமேலி, தன் புராணத்தை ஆரம்பித்தாள். குடிகார புருஷன் யாருடனோ சண்டை போட்டு உதை வாங்கியதில் ஆஸ்பத்திரியில் சேர்த்து, கூடவே போலீசுக்கும் பதில் சொல்ல வேண்டியதாகி,

"செத்துரலாம்போல இருக்கு தீதீ!"

"எனக்கு இங்க அதுக்கு மேல" என்றாள் சகுந்தலா சமாதானத்துடன். சுருக்கமாக ராஜாவுக்கு நேர்ந்த விபத்தையும், ஆஸ்பத்திரிக்கும் வீட்டுக்குமாகத் தான் அல்லாடுவதைப் பற்றியும் சொன்னாள். சொல்லும்போது துக்கத்தில் வார்த்தைகள் தடுமாறின. சமேலியின் அனுதாபத்தைப் பூரணமாகப் பெற்ற உணர்வில் ஒரு இலேசான நிம்மதி ஏற்பட்டது. சமேலி வீட்டைத் துப்புரவாக்கி விடுவாள். இரவுக்கும் சேர்த்து சமைத்து வைத்து விடுவாள். உண்மையிலேயே தேவதை வந்து இறங்கியது போலிருந்தது. 'நல்ல கவலை' என்று விவேக் சிரித்தது நினைவுக்கு வந்தது. சமையலறை ஃபிக்ஸேஷன் என்பது என்னுடைய மரபணுக்களில் இருப்பது என்றால் அவன் புரிந்துகொள்வானா என்று தெரியவில்லை. ராஜாவுக்குப் பதில், தான் ஆஸ்பத்திரியில் படுத்திருந்தால் ராஜாவுக்கு இந்தக் கவலை தோன்றியிருக்காது என்பது சமூகவியல் சமாசாரம் என்று அவனுக்கு விளக்க வேண்டும்.

கண்ணாடியில் தன்னைப் பார்த்துக்கொண்டு 'அம்மாவுடைய வேஷத்தைப் பாத்தியா?' என்றாள் பரத்திடம், ஜீன்ஸ், டீ-ஷர்ட்டுக்குப் பதில் இன்று சல்வார் கம்மீஸ் உடுத்தியிருந்தாள். நெற்றியில் ஸ்டிக்கர் பொட்டு. 'அவங்களுக்காக என் வேஷத்தை மாத்திக்க முடியாது' என்று விவேக், சுதீரிடம் நேற்று வீறாப்புப் பேசியது நினைவுக்கு வந்தது. இது வேஷமில்லை. ராஜதந்திரம். முன்பின் தன்னைப் பார்த்திராத, சென்னையைத் தாண்டியிராத பெண்மணியின் எதிரில் தனது வழக்கமான உடையுடன் நின்றால் ஒரு கலாச்சார அதிர்ச்சி ஏற்படலாம். தன் மகனுடன் அவளைச் சம்பந்தப்படுத்திப் பார்க்கவே அருவெறுத்துப் போகலாம். இப்போதிருக்கும் பிரச்னைகளுக்கு மேலாகப் புதிய மறைமுக சங்கடங்கள் ஏற்படுவதைத் தவிர்ப்பதே புத்திசாலித்தனம். மீண்டும் கண்ணாடியில் உருவத்தைப் பார்த்துக் கொள்ளும்போது பாட்டியின் குரல் கேட்டது. 'மூளிக்கழுத்தா நிக்கறியேடி!' எனக்கு நேரமாயிடுத்து என்று முணுமுணுத்தபடி, அலமாரியில்

தேடினபோது தங்கச் சங்கிலியை எங்கே வைத்தோம் என்று நினைவுக்கு வரவில்லை. கிடைத்த ஒரு பாசிமணி மாலையை அணிந்து, பரத்தைத் தூக்கியபோது மாலையை பரத் பிடித்து இழுத்ததில் அது கையோடு இரண்டாகப் பிளந்து மணிகள் சிதறிக் கீழே விழுந்தன. ஸெராமிக் டைலில் உருண்டு உருண்டு, ஒன்றன்பின் ஒன்றாக பாத்ரூமுக்குள் நுழைந்து, பால்கனி பக்கம் எட்டிப்பார்த்து, சமையலறைக்குள் நகர்ந்து, ஸிங்கில் இருந்த பாத்திரத்தைத் தேய்த்துக்கொண்டு நின்றிருந்த சமேலியின் வெடித்து சொறசொறத்துப் போன பாதங்களில் உரசி நின்றன.

சமேலி திரும்பிப் பார்த்து விளக்கம் கேட்குமுன் சகுந்தலா கிளம்ப ஆயத்தமானாள். “சமேலி கதவைச் சாத்திக்கோ. எல்லா வேலையும் சுத்தமா முடிச்சுட்டுச் சாவியை வழக்கம்போல் பக்கத்து வீட்டிலே கொடுத்திடு, நா கிளம்பறேன்!”

“அச்சா தீதீ!” என்று சமேலி கதவைச் சாத்த வந்தபோது வெளியில் கிளம்பும் குஷியில் பரத் காலை உதைத்து அவளைப் பார்த்துச் சிரித்தான்.

“ஆஸ்பத்திரிக்கா அழைச்சுட்டுப் போறீங்க முன்னாவை?” என்ற சமேலியைத் திரும்பிப் பார்க்காமல் படியிறங்கியபடி, “இல்லே, க்ரெஷ்லே விட்டுட்டுப் போவேன்” என்றாள் சகுந்தலா. குழந்தையை மிஸஸ் மல்ஹோத்ராவிடம் விட்டுவிட்டு ராஜாவைப் பற்றின கேள்விகளுக்குச் சோர்வுடன் பதிலளித்துவிட்டு ஆஸ்பத்திரியை நோக்கி வண்டி ஓட்டுகையில், காலையிலிருந்து தோன்றியிராத நிராசை மனத்தை அழுத்தியது. இன்றையப் பொழுது எப்படி நகரப்போகிறது என்ற கேள்விக்குறி விஸ்வரூபமெடுத்து கவனத்தைச் சிதறடித்தபடி இருந்தது. இன்று காலையில் ஆஸ்பத்திரியிலிருந்து பேசிய சுதீர், ராஜாவின் உடல்நிலையில் தனக்கு எந்த மாற்றமும் தெரியவில்லை என்றான். ஆனால் டாக்டர்கள் நம்பிக்கையுடன் இருப்பதாகச் சொன்னான். டாக்டர்களும் அமானுஷ்யமான கடவுளைத்தான் நம்பியிருப்பதாகத் தோன்றிற்று. ஆஸ்பத்திரி வளாகத்தில் இருக்கும் சாமிக்குமுன் அவர்களும் தங்களால் தூக்கமுடியாத சுமைகளை

இறக்கி விடுபவர்களாக இருக்க வேண்டும். சுமைக்கு மேல் சுமையால் அழுத்தப்பட்டு அமர்ந்திருக்கும் சாமிக்கு ஐ.ஸி.யுவில் நான்காவது படுக்கையில் பிரக்ஞையற்றுப் படுத்திருப்பவனை ஞாபகம் இருக்குமா?

'நம்பிக்கையுடன் இருக்கிறார்கள்.' அந்த வார்த்தைகள் அவளுள் சந்தேகத்தைக் கிளப்பின. 'இது நிஜம்' என்றால், பொய் என்பதும் உண்டு என்று பொருள்படும் தர்க்கம்போல. 'கடவுள் இல்லை' என்ற வாக்கியத்தில், 'கடவுள் இருக்கிறார் என்ற வாதம் அடங்குவது போல - நம்பிக்கை என்னும் பதத்திற்குள் அவநம்பிக்கை என்பதும் அடக்கம்.'

காரைப் பார்க் செய்துவிட்டு, கோவிலைப் பார்த்து ஏதும் பிரார்த்திக்கத் தோன்றாத பயத்துடன் அவள் ஐ.ஸி.யுவை நோக்கி நடந்தாள். அவள் உள்ளே நுழையப் போனபோது, வெளியில் அமர்ந்திருந்த ஆள் தடுத்தான். ஏற்கெனவே மூன்றுபேர் உள்ளே சென்றிருப்பதாகச் சொன்னான். அவள் கண்ணாடிக் கதவுக்கு அப்பால் நின்றபடி பார்த்தாள். ராஜாவின் பெற்றோர்களாக இருக்க வேண்டும். எதிரில் விவேக் ஏதோ மெல்லிய குரலில் பேசியபடி நின்றிருக்க, வைரமும் தங்கமுமாக இருந்த அந்த அம்மாள் வாயைப் பொத்திக்கொண்டு படுக்கையில் கண்மூடி இருந்த ராஜாவைப் பார்த்தபடி நின்றிருந்தாள். கண்ணீரைக் கஷ்டப்பட்டு அடக்குகிறாள் என்று தோன்றிற்று. ராஜாவின் அப்பாவின் முகம் இறுகியிருந்தது. இவர்கள் எனக்கு அன்னியர்கள் என்ற நினைப்பு சகுந்தலாவின் அடிவயிற்றில் ஒரு சங்கடத்தை எழுப்பிற்று. ராஜாவுக்குச் சுய நினைவு வராதவரை இவர்களுடன் உறவு ஏற்படுவது சிரமம் என்று பட்டது. இன்றைக்குள் அவனுக்குப் பிரக்ஞையேற்படணும் ஈசுவரா. அவர்கள் வெளியில் வந்தார்கள். இனிமேல் தன்னைக் கட்டுப்படுத்திக்கொள்ள இயலாது என்பதுபோல் அந்த அம்மாள் தலைப்பால் வாயைப் பொத்தியபடி அழ ஆரம்பித்தாள். அவளைச் சமாதானப்படுத்தத் தோன்றாமல் சரவணன், 'டாக்டர் எப்ப வருவார்?' என்று கேட்டார்.

'பன்னிரண்டு மணிக்கு' என்றாள் சகுந்தலா, தன்னிடம்தான் அந்தக் கேள்வி கேட்கப்பட்டதாக நினைத்தவள் போல. அழுகையை நிறுத்திவிட்டு அம்மாள் நிமிர்ந்தாள். இவர்களுக்குத் தன்னை அறிமுகப்படுத்தும்போது விவேக் ஏதும் உளறி வைக்கப் போகிறானோ என்றிருந்தது சகுந்தலாவுக்கு.

6

அத்தியாயம்

எதிர்த்தாற்போல் விரிந்த புல்வெளியில் இன்று சோட்டுவும், பீட்டுவும் காணோம். அவர்களை சைத்தான் என்று சொன்ன அம்மாளையும் காணோம். நோயாளி குணமாகி டிஸ்சார்ஜ் ஆகிப் போயிருக்க வேண்டும் - ஆனால் இன்று வேறு ஒரு குடும்பம் இருந்தது. முடிச்சு முடிச்சாகப் பெரியவர்கள் நிழல் திட்டுக்களில் அமர்ந்திருக்க, நடக்கப் பழகும் வயதுக் குழந்தைகள் தன்னிச்சையாக விளையாடிக் கொண்டிருந்தன. அவர்களைக் கண்காணிப்பது போல அவற்றைவிட சற்றே பெரிய குழந்தைகள் கூடக்கூட ஓடிச் சிரித்தன. இந்தப் புல்வெளியையும், அங்கு சிரித்து விளையாடிக்கொண்டிருந்த குழந்தைகளையும் முதல்முறையாகப் பார்த்தபோது, குழந்தைகளை ஏன் ஆஸ்பத்திரிக்கு அழைத்து வருகிறார்கள் என்று சகுந்தலாவுக்குக் கோபம் வந்தது. பிறகு யோசித்துப் பார்த்ததில் இந்தக் குழந்தைகள் பெரியவர்களுக்கு ஒருவகையில் ஜீவாதார உணர்வைத் தந்தார்கள் என்று தோன்றிற்று. அந்த ஐ.ஸி.யுவுக்கு வெளியில் வாழ்வு உயிர்ப்புடன் தொடர்வதை உறுதிப்படுத்தும் அடையாளமாக. அறிவிற்கப்பாற்பட்டதற்கும், அறிவிற்குட்பட்டதற்கும் உள்ள பாலமாக.

குழந்தைகளின் அண்மை பெரியவர்களுக்குத் தேவைப்பட்டதாகத் தோன்றிற்று. பரத் இப்போது அவளுக்குத் தேவைப்பட்ட மாதிரி. குழந்தையை அழைத்து வந்திருந்தால் இந்த நிமிஷத்தில் அவள் உணரும் சங்கடத்தை அதன் சிரிப்பில் புதைத்திருக்கலாம். விவேக் அவளைப் புதிதாய்ப் பார்ப்பவன் போல் பார்த்தான். பார்வையில் இலேசான சிரிப்புப் புலப்பட்டது. அப்பொழுதுதான் அவளுக்கு நினைவுக்கு வந்தது. அவள் வழக்கத்திற்கு மாறாக, ஜீன்ஸுக்கு பதில் சல்வார் கமீஸ், நெற்றிப்பொட்டுடன் வந்திருப்பது. இவன் பிறகு தன்னைப் பரிகாசம் செய்வான் என்ற நினைப்புடன்.

“ஹைய்!” என்றாள் அவள் மிக மெலிதாய்ப் புன்னகைத்து. “இவர்களுக்கு என்னை அறிமுகப்படுத்த மாட்டாயா?” என்றாள் ஹிந்தியில், அடிக்குரலில்.

“ஓ, ஆமாம் வா” என்று அவள் தோளைப் பிடித்து நகர்த்தி அவர்கள் அருகில் அழைத்துச் சென்றான். அந்த அம்மாளின் துளைக்கும் பார்வையில் தான் துளையுண்டு கந்தலாகிப் போய்விடுவோம் என்று சகுந்தலா நினைத்தாள்.

“மிஸ்டர் சரவணன், இதுதான் சகுந்தலா, ராஜாவின் மனைவி” என்று விவேக் அறிமுகப்படுத்தியபோது, அதை எதிர்பார்த்திராத திகைப்பு இருவர் முகத்திலும் தெரிந்தது. சரவணன் காமாட்சியைப் பார்த்துவிட்டு, சகுந்தலாவை ஒரு விநாடி பார்த்து, “ஓ?” என்றார்.

சகுந்தலா இருவருக்கும் கைகூப்பி ‘நமஸ்தே’ என்றபோது அது ஏதோ ஹிந்தி சினிமாக் காட்சிபோலத் தோன்றிற்று. திடீரென்று காற்றே கனத்துப்போயிற்று. இறுக்கம் எல்லார் குரல் வளையையும் நெருக்கிற்று. இருவரும் பதிலுக்கு நமஸ்தே சொல்லவில்லை என்பதை அவள் கவனித்தாள். அது அதிர்ச்சியினாலா அல்லது சுபாவமான அகம்பாவத்தினாலா என்று அவளுக்குக் குழப்பமேற்பட்டது. இங்கிதமற்றவர்கள் என்று உறுத்திற்று. தென்னிந்தியர்களே சினேகிதமற்றவர்கள் என்று விவேக் நினைத்தால் ஆச்சரியம் ஏதுமில்லை. காமாட்சியின் வைரமும், தங்கமும் நடுவில் ஒரு சுவரை எழுப்பியிருந்தது.

அவளுடைய வெற்றுக்கழுத்தைக் காமாட்சி பார்ப்பதன் அர்த்தம் புரிந்து சகுந்தலா மீண்டும் புல்வெளியைப் பார்த்தாள்.

“கல்யாணமாயிடுச்சா, இனிமேதான் ஆகப்போகுதான்னு கேளுங்க” என்று காமாட்சி மெல்லிய குரலில் சொல்ல, சரவணன் விடுவிடுத்தார்.

“வைஃப்னு சொல்றான், இது என்ன அசட்டுக் கேள்வி?”

புல்வெளியில் அமர்ந்திருந்த பெரியவர்கள் கும்பலில் ஒரு பரபரப்பு தோன்றிற்று. அங்கிருந்து இருவர் பீதி கவ்விய முகத்துடன் ஐ.ஸி.யுவை நோக்கி ஓடினார்கள். இரண்டு குழந்தைகள் ‘மம்மி மம்மி’ என்று பின்தொடர ஒரு வாலிபன் அவர்களை அலாக்காகத் தூக்கி அவர்கள் அலற அலற விரைந்து புல்வெளியைத் தாண்டி மறைந்தான்.

“எப்ப நடந்தது கல்யாணம்?”

அவள் திடுக்கிட்டுத் திரும்பிப் பார்த்தாள். சிறுவர்கள் அலறல் இன்னும் ஒலித்தது. விவேக் அவளை ஏறிட்டுப் பார்த்து அவள் வாயைத் திறப்பதற்குள், “ஒன்றரை வருஷத்துக்கு மேலாயிற்று. குழந்தை இருக்கிறது. ஏழு, எட்டு மாதம், இல்லை சகுந்தலா?” என்றான்.

“ஆமாம்” என்றாள் அவள் தன் பார்வையைப் புல் தரைக்குத் திருப்பி, சினேகிதமில்லாத நீதிபதியின் எதிரில் நிற்பதுபோல அவளுக்குக் கூசிற்று. சரவணனும், காமாட்சியும் வெகுநேரம் தீவிர யோசனையில் மௌனமாக நின்றார்கள், மேற்கொண்டு அவளைப் பற்றித் தெரிந்துகொள்ள எந்த ஆர்வமும் காண்பிக்காமல் அவளை எடைபோடுவது போல குற்றவாளியாக நினைப்பதுபோல அந்த மௌனம் அவளைச் சிறுமைப்படுத்திற்று. இவர்களுடைய சந்தேகங்களுக்கும், பயங்களுக்கும் நான் பொறுப்பில்லை என்று அவள் தனக்குள் சொல்லிக்கொண்டாள், விவேக்கிடம்.

“ராஜாவைப் பார்த்துவிட்டு வருகிறேன்” என்று ஆங்கிலத்தில் பொதுவாகச் சொல்லிவிட்டு அவள் உள்ளே சென்றாள். நேற்று

பார்த்த மாதிரிதான் ராஜா தெரிந்தான். இன்று புதிதாக காரணம் விளங்காத கோபமும், துக்கமும் அடிவயிற்றைச் சுழற்றிக்கொண்டு எழுந்தது. "எந்த நிலைமைக்கு நான் ஆளாகியிருக்கேன் பார்" என்று அந்தத் தோள்களை உலுக்க வேண்டும்போல இருந்தது. "எப்போ கண் திறப்பே?" என்று படிப்பறிவில்லாத பெண்போல வாய்விட்டுப் புலம்ப வேண்டும் போலிருந்தது. கண் திறக்காமலேயே போயிடுவியா? மனசிலிருக்கிற ரகசியங்களையெல்லாம் வெளியிலே கொட்டாமலே, கொட்டவேண்டிய அவசியமில்லேன்னு போயிடுவியா? எதையெல்லாம் சுமந்துண்டு போகப்போறே? இரண்டு வருஷத்துக் கோபம், காதல், கொள்கை, சித்தாந்தம், பரத் மேல இருக்கிற பாசம் - எத்தனைன்னு தூக்கமுடியும் உன்னாலே? வேண்டாம் - என்னை ஏமாத்தாதே. வாழணும்னு ஆசைப்படும். அப்பத்தான் பிழைப்பே. கண் திறந்துடு எனக்கு யாருமே இல்லே உன்னை விட்டா. பிழைக்க வேண்டிய கட்டாயம் இருக்கு உனக்கு. அது உன் கடமையா நினைச்சுக்கோ. பீறிட்டுக்கொண்டு மனசுக்குள் வார்த்தைகள் பொங்கிப் பொங்கிச் சீறின.

சினிமா வசனமில்லை இது என்பதால் எந்த மாயாஜாலமும் நிகழாது என்று அவளுக்குத் தெரியும். புல்வெளியில் அமர்ந்த கூட்டம் பதைத்து எழுந்து ஐ.ஸி.யுவை நோக்கி ஓடியதுபோல, வெளியில் அவள் சென்றதும் அவளையும் யாராவது உலுக்கி இங்கு அழைத்து வரலாம். தங்கள்மேல் இருந்த கோபம் தணியாமலே பிள்ளை போய்ச் சேர்ந்தான் என்கிற துக்கத்தோடு அவனுடைய அப்பா, அம்மா ஊர்போய்ச் சேர்வார்கள். அவளையும், பரத்தையும் குடும்பத்தின் அங்கத்தினர்களாக அங்கீகரிக்காமல். மகனே போய்விட்டான், அப்புறம் வேறே என்ன உறவு வைச்சிருக்கு என்று அந்த அம்மாள் சொல்லலாம். நட்பில்லாவிட்டால் உறவில்லை. உறவில்லாவிட்டால் நட்பு ஏற்படாது.

கல்யாணம் ஆயிடுச்சா, இனிமேதான் ஆகப்போகுதா?

அவள் ராஜாவின் முகத்தைப் பார்த்தாள். 'அதைச் சொல்லவாவது நீ கண் விழிக்கணும்.' ஓ கடவுளே, பிரச்னை இப்ப

அது இல்லே என்று அவள் தன்னைக் கட்டுப்படுத்திக்கொண்டாள். ஆனால் கண்ணீர் பிரவாகமாகப் பெருக்கெடுத்ததைக் கட்டுப்படுத்த முடியவில்லை. ஆஸ்பத்திரி கோவிலிலிருந்த சாமியின் தோளை உலுக்கி இரண்டு திட்டு திட்டமுடிந்தால், முட்டிமோத முடிந்தால் மனசில் பொங்கும் ஆவேசம் குறையலாம். ஐந்து வயதிலிருந்து பிரச்னைகளை எதிர்கொள்வதும், அதைச் சமாளிக்கும் வழிகளை வகுப்பதுமாகவே வாழ்வு அவளை நகர்த்திக்கொண்டு போவது ஏன் என்று கேட்க வேண்டும். 'ஒவ்வொருத்தருடைய ஜாதகம் அப்படி' என்பாள் பாட்டி. "நீ சீட்டுக்கட்டை மாத்திப்போடு. அசகாய சூரத்தனம் செய் - இங்கே என்ன எழுதியிருக்கோ அதுதான் நடக்கும்" என்று நெற்றியைக் காண்பிப்பாள். அப்ப சாமி எதுக்கு? அது ஓர் ஊன்றுகோல், கைத்தடி. இந்தா பிடித்துக்கொள். விழுந்தாலும் காயம் அதிகம் படாது. உள்ளத்தில் அதை வசியம் செய்யத்தான் அந்தக் கைத்தடி. பாட்டிக்கே கடைசியில் அந்த விளக்கத்தில் நம்பிக்கை இல்லை. மனித உறவுகளே நிரந்தரம் என்று நினைத்து உழைத்து ஓடாகிப்போனவள் விரக்தியின் பாதாளத்தில் விழுந்ததால் கண் மூடுகையில் சாமி பெயரை உச்சரிக்கவில்லை. சகுந்தலாவிடமும் பேசவில்லை. எந்த ஊன்றுகோலும் தேவைப்படவில்லை. கடந்த ஒன்றரை ஆண்டுகளில் அனுபவித்த சந்தோஷத்தைப் பாட்டிக்குத் தெரிவிக்க முடியாமற்போனது சோகம். ப்ரியம், நேசம், என்கிறது உண்மை பாட்டி. காதல் என்கிறது சத்தியம். அது ஒரு பஞ்சாபி டாபாவில் பூத்தாலும். சினிமாவிலே பேசற மாதிரி இருக்கு என்றிருப்பாள் காதலை அனுபவித்திராத பாட்டி. நா பேசறது சினிமா இல்லே. நிஜம், அன்புங்கறது நிஜம். அதை நம்பித்தான் இருக்கேன். ராஜா கண் திறந்துட்டா எல்லா கஷ்டமும் தீர்ந்துடும்னு நா நம்பறேன். வெளியிலே உட்கார்ந்திருக்கிறவர்களுடைய சந்தேகங்கள், கோபங்கள் உள்பட.

வெளியில் சென்று அவர்களைப் பார்க்க தெம்பில்லை இப்போது. ஐ.ஸி.யுவில் ராஜாவின் கட்டில் அருகிலேயே இருந்த ஸ்டூலில் உட்கார்ந்திருக்கலாம் போல் இருந்தது. எந்த நிமிஷத்திலும்

அவன் கண் திறக்கலாம். கண் திறந்ததும் அவன் என்னைத்தான் தேடுவான். இனிமேல் திருடனைப்போல் எந்த வியாதியும் உனக்குள் நுழைவதை நான் அனுமதிக்கமாட்டேன் என்று அவனிடம் சொல்லவேண்டும். உனக்குக் கவசமாக இருப்பேன். புராணகால சாவித்திரி மாதிரி - எனக்குப் புரியறது இப்ப, சாவித்திரி எப்படிப் பரிதவிச்சிருப்பாள்னு. நா டாக்டர் ஷர்ட்டைப் பிடிச்சு நேத்து உலுக்கின மாதிரி, எமனுடைய சட்டையை உலுக்க நினைச்சுதான் ஏழு லோகத்துக்கும் அவனைப் பின்தொடர்ந்து ஓடியிருப்பாள். ராஜாவுக்கு ஏதாவது ஆனால் கோர்ட்டுக்குக் கூட ஓட முடியாது நீதி கேட்க - டாக்டரே வேறு ஆளை நம்பியிருக்கிறார் - ஸாரி மிஸஸ் ராஜா - வி டிட் அவர் பெஸ்ட்.

சகுந்தலா பித்துப்பிடித்தது போல கண்களை மூடிக்கொண்டு தனக்குள் புலம்பிக் கொண்டிருந்தாள். பிழைச்சு எழுந்திடு, பரத்தைப் பார்த்துக்கற மாதிரி உன்னைப் பார்த்துப்பேன். இனிமேல் நீ கார் ஓட்ட வேண்டாம். டிரைவர் ஏற்பாடு செய்கிறவரை நானே உன்னை ஆபீஸ்லே விடுவேன். கொஞ்சம் உனக்குத் தெம்பு வந்ததும் எங்கேயாவது ஹாலிடே போகலாம். போகணும்னு நாம ரொம்ப நாளா ப்ளான் பண்ணின கோவாவுக்குப் போகலாம். நிலா வெளிச்சத்திலே கடற்கரையிலே விடிய விடிய கூச்சமில்லாம கட்டிப்பிடிச்சு டான்ஸ் ஆடலாம். வாழ்க்கையுடைய ஒவ்வொரு விநாடியையும் இனிமே அனுபவிக்கணும். ஒரு விநாடிகூட வீணாகிப் போகக்கூடாது. சட்டென்று உடைந்து போனவளாய் இரு கைகளாலும் முகத்தை மூடிக்கொண்டு விசித்து விசித்து அவள் அழ ஆரம்பித்தாள்.

யாரோ தோளைத் தொட்டார்கள். “உஷ், பேஷன்டுக்கு தொந்தரவு ஆகும். இங்கே உட்காரக்கூடாது, எழுந்திருங்கள்” என்றாள் நர்ஸ்.

“ப்ளீஸ் இங்கேயே இருக்கிறேன் சிஸ்டர்” என்று அவள் கெஞ்சினாள். “தொந்தரவு செய்யமாட்டேன்.”

“கூடாது மேடம். டாக்டர் வந்தால் கோபிப்பார்.”

அவளுடைய கஞ்சிபோட்ட வெள்ளை மார்பில் முகத்தைப் புதைத்து அழவேண்டும் போலிருந்தது. இவரை விட்டால் எனக்கு உலகில் யாருமேயில்லை சிஸ்டர் - சிஸ்டரின் கை இன்னும் அவள் தோள்மேல் இருந்தது. அவள் பேசாமல் எழுந்தாள்.

வெகுநேர மௌனத்திற்குப் பிறகு, சரவணன் நிதானமாக வார்த்தைகளைக் கோர்த்து விவேக்கைப் பார்த்துக் கேட்டார்.

"ஸோ ராஜாவுக்குத் திருமணம் ஆகியிருக்கிறது. குழந்தையும் இருக்கிறது."

குற்றச்சாட்டைப் போல் தொனித்த அந்தக் கேள்வியின் உள் அர்த்தம் என்னவாக இருக்கும் என்று யோசித்தவனாய், "யெஸ் ஸார்" என்றான் விவேக்.

"வேடிக்கை!" என்றார் சரவணன் அதே த்வனியுடன். "எங்களுக்கு அவன் தெரிவிக்கவேயில்லை. இந்தக் காலத்துப் பையன்களை என்னால் புரிந்துகொள்ள முடியவில்லை."

இதற்குத் தன்னிடமிருந்து என்ன பதில் இவர் எதிர்பார்க்கிறார் என்று குழப்பத்துடன் விவேக் நின்றான். காமாட்சி தமிழில் முணுமுணுத்தாள்.

"முகத்திலே முழிக்காதேன்னீங்க. உங்களுக்கு எதுவும் தெரிவிக்க வேண்டிய அவசியமில்லேன்னு இருந்துட்டான் போல இருக்கு. உங்களாலே என்னையும் இல்லே ஒதுக்கி வைச்சுட்டான்?" அவள் மீண்டும் அழுதுவிடுவாள் போலிருந்தது.

"இப்ப என்ன அதைப்பத்திப் பேச்சு?" என்றார் சரவணன் சற்று அதட்டலான குரலில். விவேக்கைப் பார்த்து,

"ராஜாவின் ஆபீஸில் வேலை செய்கிறாளா?" என்றார்.

"இல்லை. சகுந்தலா ஒரு விளம்பர நிறுவனத்தில் வேலை செய்கிறாள்."

"அப்போது குழந்தையை யார் பார்த்துக் கொள்கிறார்கள்?"

"க்ரெஷ்ஷில் விடுகிறாள்."

"ஓ?" என்றார் சரவணன் அதை நம்ப முடியாதவர்போல். "அவளுடைய பெற்றோர்கள் எங்கே இருக்கிறார்கள்?"

"அவளுக்கு யாருமில்லே" என்றான் விவேக் சுருக்கமாக.

சரவணன் காமாட்சியைப் பார்த்து, "ஒரு அநாதை அந்தப் பொண்ணு" என்றார்.

"நான் நினைச்சேன் அப்பவே. உருவிவிட்ட மாதிரி அது நிக்கறதைப் பார்த்து" என்றாள் காமாட்சி.

இவர்கள் பிரச்னை என்ன என்று புரியாமல் விவேக் திகைத்தான். இவர்களுக்கு ராஜாவைப் பற்றின தகவலைத் தெரிவித்ததே புதிய பொறுப்புகளை அவர்கள்மேல் சுமத்த என்று அவர்கள் நினைக்கலாம் என்று சட்டென்று அவனுக்குப் புரிந்தது. எத்தனை வினோதமான, அவன் நினைத்துப் பார்க்காத கோணம் இது என்று சங்கடமேற்பட்டது. அவர்கள் அப்படிச் சந்தேகப்படுவதில் நியாயம் இருந்ததாக நினைக்கத் தோன்றிற்று.

"சகுந்தலாவும் மதராஸிதான்" என்றான் அவன் சமாதானப்படுத்தும் முயற்சியில், "தமிழ் பேசுபவள்."

"தமிழ்ப் பெண்ணாம் அது!" என்றார் சரவணன் மனைவியிடம்.

"பார்த்தா வடக்கத்திப் பொண்ணு மாதிரி இருக்கு" என்றாள் காமாட்சி.

விவேக் இலேசாக ஒரு பெருமூச்சு விட்டான். டாக்டர் சென்குப்தா நான்கைந்து இளம் இன்டர்ன்களுடன் வந்து கொண்டிருந்தார். விவேக் சற்றுமுன்னால் நகர்ந்து வணக்கம் தெரிவித்து, "டாக்டர் ராஜ்மோஹனுடைய பெற்றோர்கள் வந்திருக்கிறார்கள்" என்றான்.

சரவணனை அவருக்கு அறிமுகப்படுத்தியதும், டாக்டர் அவரது கையைக் குலுக்கினார்.

"நீங்கள் வந்தது எனக்கு சந்தோஷம். ராஜ்மோஹனுடைய உடல்நிலை சீராக இருக்கிறது. இன்று இரவுக்குள் பிரக்ஞை

வந்துவிடும் என்று நம்புகிறேன். வருவதற்கான அறிகுறிகள் இருக்கின்றன. ஆனால், விபத்தைப் பற்றி உங்களுக்குத் தெரிவிக்காமல் இருக்கக்கூடாது என்று நினைத்தேன். உங்கள் குடும்பத்து ஹெல்த் ஹிஸ்டரியும் தேவைப்பட்டது."

"ஆமாம், விவேக் சொன்னார்" என்றார் சரவணன். "எனக்கு, என் அப்பா, தாத்தாவுக்கு எல்லாம் மாரடைப்பு வந்திருக்கிறது. ஆனால் 45 வயதுக்கு மேல். ராஜாவுக்கு 35கூட ஆகவில்லை."

டாக்டர் சிரித்தார். "நீங்கள் எல்லாரும் அனுபவிக்காத அழுத்தங்கள், வேலையில் நெருக்கடிகள் இந்தக் காலத்து இளைஞர்கள் அனுபவிக்கிறார்கள் என்பதை நீங்கள் மறக்கக் கூடாது."

சரவணனுடன் பேசிக்கொண்டே டாக்டர் நடந்தார். "உங்கள் மகனைக் கடைசியாக எப்பொழுது பார்த்தீர்கள்?"

"இரண்டு வருஷத்துக்கு மேலாயிற்று."

டாக்டர் வியப்புடன் அவரைப் பார்க்க, சொல்வது அவசியமா என்ற கேள்வி சரவணனுக்குள்ளே தோன்றும்போதே வாய் தானாகப் பேசிற்று.

"எங்களுடன் சண்டை போட்டுக்கொண்டு போனான்."

டாக்டர் அவரது தோளைச் சிநேகிதமாகத் தட்டினார்.

"எல்லா குடும்பத்திலேயும் நடக்கிறதுதான் அது. செய்தி கிடைத்ததும் பறந்து வந்தீர்கள். பிரக்ஞை வந்ததும் ராஜ்மோஹனுக்கு பழைய கோபம் மறந்துபோகும் - டோண்ட் ஒர்ரி. என்னுடைய அஸிஸ்டெண்ட் கொடுக்கிற சில கேள்விகளுக்குப் பதில் எழுதிக் கொடுங்கள், கேஸ் ஹிஸ்டரிக்குத் தேவை."

டாக்டரின் அலுவலகத்துக்குச் சென்று சரவணன் எழுதிக் கொடுத்துவிட்டுக் காமாட்சி உட்கார்ந்திருந்த இடத்துக்கு வந்தபோது மனசு சற்று இலேசாகி இருந்தது.

"ராஜாவுக்குப் பழைய கோபம் மறந்துபோகும்." அது சாத்தியமா? சாத்தியமென்றால் அவரும் மறக்க வேண்டும். சற்றுமுன் ராஜாவை

ஐ.ஸி.யு. படுக்கையில் பார்த்தபோது, தன்னில் ஓர் ஆதாரப்பகுதி வீழ்ந்ததுபோல துணுக்குற்றது. வாழ்வின் அநித்தியத்துக்கு முன் தான் தூசாகிப் போனதுபோல் உடல் கூசிற்று.

"என்ன சொல்றாங்க டாக்டர்?" என்றாள் காமாட்சி.

"உயிருக்கு ஆபத்தில்லேங்கறாரு. இன்னிக்குள்ள பிரக்ஞை வந்துரும்கறாரு. வா, இங்க கேண்டீன் இருக்கும். காபி டிபன் சாப்பிடலாம். பசிக்குது" என்றார் சரவணன். காமாட்சி வியப்புடன் அவரைப் பார்த்தாள். அவருடைய குரலில் ஒரு வித்யாசம் இருந்த மாதிரி இருந்தது. என்னவாக இருக்கும் என்று அவளால் ஊகிக்க முடியவில்லை. அவள் தயக்கத்துடன் சொன்னாள்.

"அந்தப் பெண் உள்ளே போனது; இன்னும் வரல்லே."

"அதும்பாட்டுக்கு இருக்கட்டும் - முன்னே பின்னே தெரியாதவங்க நாம."

"அதுவும் சரிதான்" என்று அவள் எழுந்தாள். சற்று எட்டி நின்றிருந்த விவேக்கிடம் சரவணன் தாங்கள் இருவரும் கேண்டீனுக்குப் போவதாகச் சொல்லிக் கிளம்புகையில் அவர்கள் சகுந்தலாவைப் பற்றி ஏதும் பேசாததை அவன் கவனித்தான்.

சகுந்தலா ஐ.ஸி.யுவின் வாசலுக்கு வெளியில் வந்தபோது அவளுடைய அழுது சிவந்திருந்த முகத்தைப் பார்த்து அவனுக்கு வருத்தமேற்பட்டது.

விவேக்கைப் பார்த்து, "அவர்கள் எங்கே?" என்றாள்.

"கேண்டீனுக்குப் போயிருக்கிறார்கள்" என்றான் அவன் இலேசாக.

"என்னை அவர்களுக்குப் பிடிக்கல்லே?" என்றாள் அவள் மெல்லச் சிரித்து.

"இது, அசட்டுத்தனம்" என்றாள் அவன் ஆறுதலாக. "உன்னைப் பத்தி எந்த அபிப்ராயமும் உருவாக முடியாத சமயம் இது."

"அதுவும் உண்மைதான்" என்றாள் அவள் தலை குனிந்து. பிறகு நிமிர்ந்து இலேசாகச் சிரித்து இந்தியில் தொடர்ந்தாள்.

“என் பாட்டி ஞாபகம்தான் எனக்கு எப்பவும் வருது. கஷ்டமான சமயங்கள்லே, சாமிதான் கண் திறக்கணும்னு சொல்லுவா. எனக்கு ராஜா கண் திறந்தாலே போதும்!”

அன்று இரவு பரத்தைத் தூங்கச் செய்துகொண்டிருந்த போது ஆஸ்பத்திரியிலிருந்து சுதீர் போன் செய்தான், ராஜா கண் திறந்துவிட்டதாக.

7

அத்தியாயம்

கேண்டீனின் பளீரென்ற சுத்தம் புலன்களைத் தாக்கிற்று. ஸ்டெயின்லெஸ் ஸ்டீல் சாப்பாட்டு ட்ரேக்களும், வரிசையாக உள்ளேயிருந்து வந்த பதார்த்தங்களும், சலவை செய்த மடிப்புக் கலையாத ஒழுங்கை நினைவுபடுத்தின. ஆஸ்பத்திரி கேண்டீனுக்குப் பொருந்தாத ஒரு மெல்லிய சந்தோஷக் கலகலப்பு இருந்தது. இளசுகள் இரண்டு மேஜையில் அமர்ந்து சிரித்தபடி கோக்கை உறிஞ்சுவது காரணமாக இருக்கலாம்.

"என்ன இருக்கிறது?" என்று சரவணன் கேட்டார் ஆங்கிலத்தில்.

கம்ப்யூட்டரில் பில்லைத் தட்டிக்கொண்டிருந்த ஆள், "நார்த் இண்டியன் மீல்ஸ், சவுத் இண்டியன் மீல்ஸ், உப்புமா, இட்லி, பூரி, பாஜி" என்று அடுக்கினான்.

சரவணன் காமாட்சியைப் பார்த்து, "என்ன சாப்பிடறே? சவுத் இண்டியன் சாப்பாடு கிடைக்குமாம். சாப்பாட்டை முடிச்சுக்குவமா? ஒரு மணி ஆகப்போகுது" என்றார்.

"இங்கெல்லாம் எப்படியிருக்குமோ சாப்பாடு!" என்று அவள் மூக்கைச் சுளித்தாள்.

“கிடைச்சதைச் சாப்பிட வேண்டியதுதான். இங்கே சாதமும், சாம்பாரும் கிடைக்கும்.”

“சரி சொல்லுங்க” என்று அவள் காலியாக இருந்த மூலைக்குச் சென்று அமர்ந்துகொண்டாள். எதிர்த்தாற்போல் இருந்த மேஜையில் ஜீன்ஸும், இறுக்கமான டீ-ஷர்ட்டில் விம்மிய மார்புமாக மூன்று இளம்பெண்கள் அதே வயது ஆண்களுடன் உட்கார்ந்திருந்தார்கள். கூச்சமில்லாமல் ஒருவரையொருவர் தொட்டுப் பேசிச் சிரித்தார்கள். ஆஸ்பத்திரிக்கு வந்த நினைவு இல்லாதவர்கள் போல. ப்ரெட் ஸாண்ட்விச்சும், கோக்குமாக மாறிமாறி சாப்பிட்டார்கள். பெண்கள் மொழுமொழுவென்று வெளேரென்று மெழுகு பொம்மைகள்போல் இருந்தார்கள். நகை நட்டு போடாவிட்டாலும் பணக்காரப் பூச்சு மினுமினுத்தது. காமாட்சிக்கு அந்தப் பெண்ணின் முகம் நினைவுக்கு வந்தது. என்னவோ பெயர் சொன்னான் அந்தப் பிள்ளை. ஞாபகத்துக்கு வரவில்லை. பெயரைக் கேட்டபோது என்ன காரணத்தாலோ மகாபாரதம் நினைவுக்கு வந்தது. திரெளபதியா? இல்லை. அப்படிக் காதில் விழுந்ததாகத் தோன்றவில்லை. பார்க்க மூக்கும் முழியுமாகத்தான் இருந்தாள். இந்தப் பெண்ணைப்போல வெளுப்பு இல்லாவிட்டாலும், நல்ல நிறம்தான். எந்த மாநிலத்தைச் சேர்ந்தவள் என்று அறுதியிட்டுக் கூற முடியாத முகவெட்டு. அதற்குத் தகுந்தாற்போல் அலங்காரம். கழுத்தும் காதும் கையும் மூளியாக இருப்பது ஃபேஷனோ என்னவோ. அதுக்காகக் கழுத்துமா வெறிச்சோடியிருக்கணும்? தாலியே கட்டாத ரெஜிஸ்டர் கல்யாணமா? க்ரிஸ்டியானோ என்னவோ. ‘தமிழ் பேசற பொண்ணு.’ தமிழ் பேசினா ஆச்சா? யாருமில்லாத அநாதை ‘உருவி விட்டாப்பலே ஒளியா நிக்குது, என் மருமகள்!’ காமாட்சிக்கு இலேசாக மனசு அதிர்ந்தது. அடிவயிற்றைச் சங்கடப்படுத்தியது. ராஜா தங்களுக்குத் தெரிவிக்காமல் திருமணம் செய்துகொண்டிருக்கிறான் என்கிற விஷயம் இதுவரை அவளுக்கு ஏற்பட்டிராத அவமானம்போலத் தோன்றிற்று. நாபியிலிருந்து துக்கம் பந்தாகச் சுருண்டு எழுந்தது. ‘அவர்தான் உன்னோட சண்டை போட்டார். நா என்னடா செஞ்சேன் உனக்கு? எனக்கு

நீ ரகசியமா போன் பண்ணிச் சொல்லியிருக்கலாமில்லே? உன்னைப் பெத்தவ, நா உனக்கு அன்னியமாயிட்டனா? உயிரோட இருக்கையிலேயே சமாதி கட்டிட்டியா?'

"யாரு யாருக்குச் சமாதி கட்டினாங்க?" ராஜா கேட்டதுபோல் அவள் திடுக்கிட்டு நிமிர்ந்தாள். பளபளவென்று மின்னிய மேடையில் அடுக்கப்பட்டிருந்த எவர்சில்வர் ட்ரே இரண்டை ஏந்திப் பிடித்தபடி சரவணன் பதார்த்தங்களை வாங்கிக் கொண்டிருந்தார். எழுந்து சென்று ஒரு ட்ரேவை வாங்கிக் கொள்ளலாமா என்று யோசித்தபடி அவள் எழுந்தாள். அதற்குள் சரவணன் சாப்பாடு அடங்கிய ஒரு ட்ரேயை எடுத்து வந்து அவளிடம் கொடுத்தார். திருமணமாகி இந்த முப்பத்தி ஏழு ஆண்டுகளில் அவர் அவளுக்குச் செய்யும் முதல் சேவை என்று தன்னிச்சையாக எண்ணம் ஓடியது. ராஜா இவரை மாதிரி இருக்கமாட்டான். என்ன மாதிரி ஓட்டம் ஓடறானோ, அதான் முப்பத்து அஞ்சு வயசிலே மாரடைப்பு வந்து படுத்திருக்கான். அந்தப் பொண்ணு ஜாதகத்திலே என்ன தோஷமோ? குழந்தை பிழைச்சு எழுவானா? கண்ணில் பெருகிய நீரை அவள் அவசரமாகத் துடைத்துக்கொண்டாள். தம்ப்ளரில் இருந்த குளிர்ந்த நீரை ஒரு மடக்கு விழுங்கினாள். சரவணன் வந்து அமர்ந்தார். இலேசான திருப்தியுடன் சொன்னார்.

"பரவாயில்லே. மெட்ராஸ்காரரர் கட்டின ஆஸ்பத்திரிங்கறதனாலே, மெட்ராஸ் சாப்பாடு ஏற்பாடா கிடைக்குது. உப்புமா இட்லிகூட பார்த்தா நல்லாத்தான் இருக்கு. ராத்திரிக்கு வேணா டிபன் சாப்பிடுவோம்."

பிள்ளை சாகக்கிடக்கிறான் என்பதையே இவர் மறந்துபோனாரா என்று அவள் யோசித்தாள்.

ஆனால் இன்று ப்ளேனில் காலை உணவை இருவருமே சாப்பிடாததால் அவளுக்கும் பசித்தது. இரண்டு வருஷமாகப் பிள்ளையின் நினைவே இல்லாமல்தானே வேளா வேளைக்கு வயிற்றுக்குக் கொட்டிக்கொண்டோம் என்று நினைத்தபடி.

"ஏன் கெஸ்ட் ஹவுஸிலே ஒண்ணும் கிடைக்காதா?" என்றாள்.

"கிடைக்கும். வடக்கத்தி சமையலா இருக்கும். உனக்கு அது பரவாயில்லேன்னா சரிதான்..."

"ஏதோ பசிக்குச் சாப்பிடணும். எதுவா இருந்தா என்ன?"

"அப்ப சரி."

சாம்பாரும், பொரியலும் ருசியாகவே இருந்தன. சாதமும் மிருதுவாக இருந்தது வீட்டில் செய்வதுபோல. சரவணன் சுற்றுச்சூழலை மறந்தவர்போல் சாப்பாட்டில் லயித்திருந்தார்.

"சாப்பாடு நல்லாயிருக்கு இல்லே?"

"ஆமாம். மோசமில்லே" என்றாள்.

சரவணன் அவளை நிமிர்ந்து பார்த்து இலேசாகச் சிரித்தார்.

"இந்த இடத்திலே யாராவது உன்னை மாதிரி நகையும், பட்டுப்புடவையுமா வந்திருக்காங்களான்னு பாரு."

அவளுக்குச் சுரீரென்று கோபம் வந்தது. "நா தினசரி போட்டுக்கறதைத்தான் போட்டுக்கிட்டு வந்திருக்கேன். இங்கே வரதுக்காக நா வேஷத்தை மாத்திக்க முடியுமா? நம்ம பழக்கத்தைத்தான் விட்டுட முடியுமா? கழுத்து மூளியா அந்தப் பெண் ராஜாவுடைய பெண்டாட்டின்னு நிக்கறதைப் பார்த்து எனக்கென்னவோ சொரேல்னுதான் ஆயிடுச்சு."

சரவணன் பதில் ஏதும் சொல்லாமல் சாப்பாட்டைத் தொடர்ந்தார். கிண்ணத்தில் இருந்த ரஸத்தைச் சாதத்தில் விடும்போது சகுந்தலாவின் முகம் அதில் மிதந்தது. லட்சணமான முகம் என்பது மட்டுமே ஞாபகம். மூளிக் கழுத்தா, மூளிக் காதா என்று நினைவில்லை. ராஜாவின் மனைவி என்று விவேக் சொன்னதும் தனக்குள் மூண்ட கோபம் நினைவுக்கு வந்தது. இப்போது யோசித்துப் பார்க்கும்போது கோபம் ஏன் வந்தது என்று புரியவில்லை. 'எனக்கும் உனக்கும் உறவு இல்லே இனிமே' என்று கைகழுவிய பிறகு, அவனுடைய நினைவையே

வலுக்கட்டாயமாக ஒதுக்கிய பிறகு, அவன் யாரைக் கல்யாணம் செய்துகொண்டால் நமக்கு என்ன என்று இன்று காலைவரை வீம்புடன் இருந்த மனசு, வீம்பை மீறி எகிறிய போதெல்லாம் நினைப்பை, 'எனக்கு மகன் இல்லே அவன்' என்று ராட்சஸ ஹுங்காரமிட்டு அடக்கிய, ரௌத்திரம் பழகிய மனசு. அதை ஒரு குரூரத் திருப்தியுடன் திருப்பித் திருப்பி வெளிப்படுத்திய வாய் இது.

அவருக்கும், ராஜாவுக்கும் ஏற்பட்ட மனஸ்தாபத்தைப் பற்றி அறியாமல் கிராமத்திலிருந்து வந்த மணியக்காரர் ஜம்புலிங்கம், "நம்ம ராஜாவுக்கு அருமையான வரன் பார்த்திருக்கேன்" என்று சாப்பாட்டுக் கூடத்தை ஒட்டிய ரேழியில் இருந்த ஊஞ்சலை நெம்பியபடி, காமாட்சி கொடுத்த காபியைக் குடித்துவிட்டு வெற்றிலைக் காவிப்பல்லைக் காட்டிச் சிரித்தபோது,

"ராஜாவா?" என்றார் சண்முகம் இறுகிய முகத்தோடு. "அவன் செத்து ஒரு வருஷமாகிறது."

ஊஞ்சலை நெம்பிய கால் சரேலென்று நின்றது. நின்ற அதிர்ச்சியில் ஜம்புலிங்கத்தின் அங்கவஸ்திரம் நழுவியது.

"என்னது?" என்றார் விழிகள் பிதுங்க. "என்னம்மா என்ன சொல்றாங்க அண்ணன்?"

காமாட்சி, "என்னை ஒன்றும் கேட்காதே" என்று வலது கையால் தலையில் அடித்துக்கொண்டு, இடது கையால் புடவைத் தலைப்பைப் பிரித்து கண்ணைக் கசக்கினாள்.

சரவணன் கோபத்தை வரவழைத்தார். உணர்வுபூர்வமாகக் குரலை உயர்த்தினார்.

"ஏண்டா ஜம்பு, நா சொல்றேன், காதில் விழல்லியா? அவளை என்ன கேள்வி? ராஜா செத்தாச்சு."

"சிவ சிவா!" என்றார் ஜம்புலிங்கம், காமாட்சி செய்த ஜாடையில் விஷயத்தைப் புரிந்துகொண்டு. "அப்படியெல்லாம் சொல்லப்படாது, ஆகாது."

“அடேய், நீ பேசாதே. ஆகிறதும் ஆகாததும் எனக்குத் தெரியும்.”

மறுபடியும் காமாட்சி ஏதோ ஜாடை செய்ய, ஜம்புலிங்கம் மௌனமாகச் சற்றுநேரம் உட்கார்ந்திருந்தார்.

“வேற ஏதாவது பேச இருந்தா பேசு. எனக்கு வேலை இருக்கு.”

ஜம்பு குனிந்தபடியே, “வேற ஒண்ணும் இல்லே” என்று தலையாட்டினார். சரவணன் வீம்புடன் தன் அறைக்குச் சென்று காதைத் தீட்டிக்கொண்டு உட்கார்ந்தார். காமாட்சி ஏதாவது சொல்லாமல் இருக்கமாட்டாள் என்று காத்திருந்தார். ஆனால் ஜம்புவின் குரல்தான் பிசுபிசுத்துக் கேட்டது.

“இதென்னம்மா அநியாயம்? எத்தனை சந்தோஷமா வந்தேன்ங்கறீங்க? அருமையான வரன். பொண்ணு சொக்கத்தங்கம். உண்மையிலேயே தங்கத்தாலே இழைக்கற இடம். படிச்ச பொண்ணு, ஒரே வாரிசு அத்தனை ஆஸ்திக்கும். அண்ணன் என்னடான்னா இப்படிப் பேசறாங்க?”

சரவணன் விருவிருவென்று ஊஞ்சலுக்கருகில் சென்று நின்றார். நெற்றி நரம்பு புடைத்திருந்தது. கன்னங்கள் பளபளத்தன. ஜம்பு சப்தநாடியும் ஒடுங்கியவராய், எதிரில் நின்றவரின் கண்ணில் தெரிந்த வெறுப்பைக் கண்டு அதிர்ந்தவராய் வாயை மூடிக்கொண்டார்.

“ஜம்பு, கிளம்பு!” என்றார் சரவணன். “சொக்கத்தங்கத்தை வேற எங்கேயாவது கொண்டுபோய்க் கொடு. இங்கே பிள்ளையே இல்லேங்கறேன். வரனைப்பத்தி பேசறது அபத்தமாயில்லே? பொம்பளைக்கிட்டப் பேசி, வத்தி வைக்காதே. பிள்ளைக்குத் தகனம் பண்ணி, தண்ணி வார்த்தாச்சு.”

“ஈசுவரா!” என்றார் ஜம்புலிங்கம்.

“ஈசுவரா” என்றார் சரவணன். கிண்ணத்திலிருந்த தயிரை எடுத்துச் சோற்றில் விட்டபடி பிசையும்போது விரல்கள் இலேசாக நடுங்கின. கவளத்தை வாயில் போடத் தோன்றாமல் தன்னைச் சுற்றி ஒரு பார்வை பார்த்தார். இத்தனை குரூரமாக இங்கிருப்பவர்

யாராவது பேசியிருப்பார்களா என்று யோசித்தார். அந்த இளசுகளைத் தவிர மற்றவர்கள் ஏதோ சுமை தூக்கியவர்கள் போலத் தலை குனிந்திருந்தார்கள். ஒருவர் சாகக்கிடக்கையில் அவருடன் சம்பந்தப்பட்டவர்கள் எல்லோருக்குமே ஏதாவது ஒருவகையில் குற்ற உணர்வு இருக்கும் என்று தோன்றிற்று. அப்பனுக்கும், பிள்ளைக்குமான சண்டை மனுஷன் ஜனிச்ச காலத்திலிருந்து வருவது.

சரவணன் கம்பீரமாக நிமிர்ந்தார். ஆனால் காமாட்சிக்கு மறக்காது. குத்திக்காட்டாமல் அவளால் இருக்க முடியாது. அவளைச் சமாளித்தாக வேண்டும். அவர்கள் இருவருக்குமிடையேயான உறவுநிலை இன்னும் மோசமாகலாம் என்று ஆயாசமேற்பட்டது. இரண்டு பேரும் ஒருத்தரையொருத்தர் வெறுத்துக்கிட்டே சாகப்போறோம். தனக்குத் தெரிவிக்காமல், பிள்ளை கல்யாணம் செய்துகொண்டான் என்பதை காமாட்சியால் ஏற்க முடியவில்லை என்று அவருக்குப் புரிந்தது. சொக்கத்தங்கம் கை நழுவிப்போன ஆத்திரத்தில் இருப்பவள் அவள்.

"ஏதாவது சொன்னியா என்ன?"

"இல்லையே!" என்றாள் அவள் ஏதோ ஞாபகத்தில்.

"அந்தப் பெண் சகுந்தலாவைப் பத்தி ஏதோ சொன்ன மாதிரி இருந்தது."

"சகுந்தலாவா? ஓ, அதுதான் அந்தப் பெண்ணோடப் பேரா? எனக்கு மறந்துபோச்சு. மகாபாரதத்திலே வர்ற பேருன்னு ஞாபகம் இருந்தது. திரௌபதியா சுபத்ராவான்னு யோசிச்சுக்கிட்டிருந்தேன். அவளைப்பத்தி என்ன?"

"நீதான் ஏதோ சொல்லிக்கிட்டிருந்தே!"

"என்னத்தைச் சொல்றது? ஒரு வார்த்தை பேசிக்கிடல்லியே? அவனா பிடிச்சிருக்கான். நினைவில்லாம அவன் படுத்திருக்கையிலே அது அந்நியமாத்தான் படுது. என்ன ஜாதி ஜனம் ஒண்ணும் தெரியல்லே."

அவள் குரலில் அசூயைத் தொனிப்பதாக அவர் நினைத்தார்.

"குழந்தை இருக்கு. மறந்துராதே."

அவள் பேசாமல் ஏதோ யோசனையில் ஆழ்ந்தவள்போல சாப்பிட்டாள்.

அவருடைய மகன் ஒரு பெண்ணைக் காதலித்துக் கல்யாணம் செய்து கொண்டிருக்கிறான் என்பது ஒரு விநோதமான உணர்வை அவருள் ஏற்படுத்தியது. அத்தகைய பந்தம் வித்தியாசமானதாக இருக்க வேண்டும் என்று நினைத்துக்கொண்டார். அந்தப் பெண்ணின் பரிதவிப்பில் புரிந்தது. அவளும் ராஜாவுமே அடங்கும் உறவு வட்டம். அதில் அவருக்கோ, காமாட்சிக்கோ இடமில்லை.

"அவன் நாளைக்கே கண்முழிச்சு நல்லா ஆயிட்டான்னா நாம கிளம்பப்போறோம், வந்த காரியம் முடிஞ்சதுன்னு. அவனாச்சு அவன் குடும்பமாச்சு."

காமாட்சி பதிலே பேசவில்லை. ஆனால் கண்களிலிருந்து நீர் வந்தது. மூக்கிலிருந்து நீர் வழிவதை அவள் நாப்கின் அளவுக்குக் கொண்டு வந்திருந்த சின்னத் துண்டால் ஆக்ரோஷமாகத் துடைத்துக் கொள்ளும்போது வைர மூக்குத்திகள் நட்சத்திரங்களைத் தெறித்தன. அவளது அழுகை அவரைச் சங்கடப்படுத்தியது. 'ராஜாவுக்கு ஏதாவது நேர்ந்துவிட்டால்' என்ற கேள்வி தயக்கத்துடன் எட்டிப் பார்த்தது. 'தகனம் செஞ்சு தண்ணி வார்த்தாச்சு' என்ற கேடுகெட்ட ஆங்காரம் பலித்துப்போகலாம். பிறகு, அந்தப் பெண்ணை என்ன செய்வது? அந்தக் குழந்தை, அவருடைய ஜீன்களைச் சுமக்கும் குழந்தையை என்ன செய்வது? தனக்குத் தகவல் தெரிவித்ததற்கு உள்ளார்ந்த காரணங்கள் இருக்கலாம். அந்தப் பெண் அநாதை. அவளே முன்யோசனையுடன் தகவல் தெரிவிக்கச் சொல்லியிருக்கலாம்.

"இதப்பார் காமாட்சி" என்றார் சரவணன் தெளிவாக. "சும்மா உணர்ச்சிவசப்படறதிலே ஒரு பிரயோசனமும் இல்லே. பெத்த

கடனுக்கு வந்து பார்த்துட்டோம். அவன் நம்பளைக் கூப்பிடச் சொல்லலே. நாளைக்குக் கண் முழிச்சான்னா ஏன் வந்தீங்கன்னு அவன் கேக்கலாம். பழைய கசப்பெல்லாம் திரும்பி வரும். இனிமே பயமில்லேன்னு தெரிஞ்சதும் கிளம்பி போயிடணும் வந்த மாதிரியே. அந்த பெண்ணுக்கும், நமக்கும் இடையே எந்த ஒட்டுறவும் இல்லே. செலவுக்கு ஏதாவது பணம் கொடுத்துட்டுப் போகலாம். அதுக்குமேல எங்கிட்டேந்து எதையும் எதிர்பார்க்காதே."

ராஜாவின் உயிருக்கு ஆபத்து ஏற்பட்டால் என்ன செய்வது என்கிற கேள்வியை இருவரும் தவிர்த்தார்கள். அதற்கு என்னிடம் திட்டம் இருக்கு என்பதுபோல அவர் சொன்னார்.

"உனக்குக்கூட தெரிவிக்க வேண்டிய அவசியமில்லேன்னு, தானே பார்த்து கல்யாணம் பண்ணிக்கிட்டிருக்கான். நமக்கும், அந்த உறவுக்கும் சம்பந்தமில்லேன்னு முகத்திலே அறைஞ்ச மாதிரி, நாம ஒட்டிக்கவேண்டிய தேவையில்லை. வயசான காலத்திலே எந்தப் பொறுப்பையும் எடுத்துக்க வேண்டிய அவசியமில்லே."

காமாட்சி ஏதும் பேசவில்லை. சொந்தக் கருத்து ஏதும் உதிக்காத குழப்பத்தில் இருந்தவள்போல் இருந்தாள். இவளுக்கு ஏற்கெனவே அந்தப் பெண்ணிடம் விரோதம் ஏற்பட்டுப்போனதாகப் பட்டது. பெயர்கூட நினைவில் தங்காத அளவுக்கு... திரௌபதியா சுபத்ராவா என்று குழம்பும் அளவுக்கு. ஏதோ ஒரு பெயர். மகாபாரதத்தில் வரும் பெயர். நல்ல பெண்கள். அவருக்குச் சிரிப்பு வந்தது. 'சகுந்தலா' என்று விவேக் சொன்னதும், அவருக்குக் காளிதாசனின் நினைவு வந்தது. விநாடித் துகள்களில் கணவரின் ஆசிரமமும், மான்களும், மலர்களும், தேன் உறிஞ்சும் வண்டுகளும் காட்சியளித்தன. கல்லூரியில் சமஸ்க்ருதத்தில் படித்து காதல் காவியத்தில் கிறங்கியதும், கனவு கண்டதும், காமாட்சியைக் கைப்பிடித்த பிறகு யதார்த்தத்துக்கு விழித்துக்கொண்டதும் நினைவுக்கு வந்தன. அந்த விநாடித் துகள்களில் விளக்கமுடியாத ஒரு அசூயை, தன்னுள் படர்ந்ததை இப்போது உணர முடிந்தது.

அவர்கள் நிதானமாகச் சாப்பிட்டார்கள், திரும்பிச் சென்றால் சகுந்தலாவைச் சந்திக்க நேரும் என்று தயங்கியவர்கள் போல. சர்க்கரைப் பாகில் பிசறிய சோம்பை மென்றபடி கிட்டதட்ட ஒரு மணி நேரத்துக்குப் பிறகு அவர்கள் ஐ.ஸி.யு. இருந்த இடத்திற்கு வந்தபோது சகுந்தலா கிளம்பிப் போயிருந்தாள். விவேக்கையும் காணவில்லை.

"நாம் கெஸ்ட் ஹவுஸுக்குப் போவம்" என்றார் சரவணன். "சாயந்திரம் வரலாம்."

"ஒருதடவை ராஜாவைப் பார்த்துட்டு வந்துடறேன்" என்று காமாட்சி கிளம்பினாள். அவர் தயங்கியபடி அவளைப் பின்தொடர்ந்தார். வெளியில் ஒரு புது ஆள் உட்கார்ந்திருந்தான். "யாரும் உள்ளே போகக்கூடாது" என்றான் ஹிந்தியில்.

"காலையில் விட்டார்களே?" என்றார் சரவணன்.

"அதான் தப்பு. நாலு நாட்களா நா லீவிலே போயிருந்தேன். பதிலுக்கு வந்த ஆள் புதுசு. டாக்டர்கள் இப்ப சப்தம் போடுறாங்க."

அங்கு வந்த நர்ஸ் அதை ஆமோதித்தாள். "நீங்கள் காலை டாக்டர் வரும்போது வந்தா போதும். உங்கள் டெலிபோன் நம்பரைக் கொடுத்துவிட்டுப் போங்கள். ஏதாவது தகவல் இருந்தா தெரிவிக்கிறோம்" என்றாள்.

"சே, இவங்க பேச்சே வயித்தைக் கலக்குது" என்றாள் காமாட்சி.

கெஸ்ட் ஹவுஸின் ஏ.ஸி. அறையில் அமர்ந்து, எட்டு மணி ஸ்டார் நியூஸ் கேட்கும்போது ஆஸ்பத்திரியிலிருந்து தகவல் வந்தது. ராஜாவின் நண்பன் சுதீர் பேசினான்.

"ராஜாவுக்கு பிரக்ஞை வந்திருக்கு" என்றான். "குட்!" என்றார் அவர் அவரையறியாமல் பெருக்கெடுத்த நிம்மதியுடன்.

"யா!" என்று தயங்கிய சுதீரின் குரலில் சுரத்தில்லை என்று தோன்றிற்று.

“ஏதாவது ப்ராப்ளமா?” என்று கேட்க நினைத்த சரவணன், “நாங்கள் காலையில் வந்தால் சரிதானே?” என்றார்.

“சரிதான்” என்றான் சுதீர்.

“டாக்டரையும் பார்க்கலாம்.”

8

அத்தியாயம்

சுதீர் போனில் செய்தி சொன்னபோது இன்னும் கொஞ்சம் விவரமாக அவனிடம் விசாரித்திருக்கலாம் என்று சகுந்தலா பிறகு நினைத்துக்கொண்டாள். ஆனால் பேசவிடாமல் பரத் தடுத்துவிட்டான்.

"ராஜாவுக்குப் பிரக்ஞை வந்துவிட்டது. சற்று முன்னால் கண் திறந்தான்" என்று சுதீர் செய்தி சொன்னதும், அவள் திக்குமுக்காடிப் போனாள். ஒரே சமயத்தில் சிரிக்கவும், அழவும் தோன்றிற்று. ஒரே சமயத்தில் அறிந்த அறியாத எல்லா தெய்வங்களுக்கும் நன்றி சொல்ல வேண்டும் போலிருந்தது. முக்கியமாக மிஸஸ் மல்ஹோத்ராவின் சாய் பாபாவுக்கும், ஆஸ்பத்திரிக் கோவில் பிள்ளையாருக்கும்.

"ஓ, க்ரேட், சுதீர்! உன்னை அணைத்துக்கொள்ள வேண்டும்போல் இருக்கிறது!" என்று சிரித்தாள். 'எதிரில் நீ இருந்திருந்தா ராஜாக்கள் ஸ்டைலில் கழுத்திலேருந்து முத்துமாலையை உனக்குக் கழற்றிக் கொடுத்திருப்பேன்' என்று தன் ஜோக்கைத் தானே ரசித்துச் சிரித்தாள்.

"என்ன சொன்னான் கண் முழிச்சதும்?"

"எங்கே இருக்கேன்னானாம்!"

அது ஹாஸ்யம்போல் அவள் சிரித்தாள். "பூலோகத்திலேதான் இருக்கே பத்மாஷ்னு நாம் சொல்வோம்!" என்று அவள் ஹிந்தியில் சொல்லிச் சிரித்தபோது பரத் தூக்கத்திலிருந்து விழித்துக்கொண்டு பெரிய குரலிட்டு அழ ஆரம்பித்தான். அவள் அவசரமாக, "நாளைக்குக் கொஞ்சம் சீக்கிரமே ஆஸ்பத்திரிக்கு வந்துவிடுவேன். அவன்கிட்டேச் சொல்லு, பை!" என்று ரிசீவரை டொக்கென்று வைத்து பரத்தை சமாதானப்படுத்த விரைந்தாள். மனத்தில் இருந்த மிகப்பெரிய பாரம் குறைந்ததுபோல உடம்பு காற்றில் மிதந்தது. பரத் தூங்கி வழியாவிட்டால் அவனை உலுக்கி முத்தமாரி பொழிந்து, தன் சந்தோஷத்தை வெளிப்படுத்தியிருப்பாள். அயர்ந்த உறக்கத்தில் குழந்தை ஆழ்ந்துபோனதும் போர்வையைப் போர்த்தி கன்னத்தில் இலேசாக அதரங்களைப் பதித்து 'உனக்காகத்தான் உங்கப்பா பிழைச்சிருக்கணும்' என்றபோது துக்கம் தொண்டையை அடைத்து கண்களில் நீர் முள்ளாய்க் குத்திற்று.

சின்ன வயசிலேந்து துரதிர்ஷ்டம் என்னைத் துரத்தி வந்திருக்கு. இப்பவும் என்னை அது விடாதுன்னு பயந்துபோனேன். உங்கப்பா பிழைச்சது எனக்காக இல்லே. அது மட்டும் நிச்சயம்... காரணம் எதுவாக இருந்தால் என்ன? ராஜாவுக்குப் பிரக்ஞை வந்துவிட்டது என்றால் பிழைத்துவிட்டான் என்று அர்த்தம். இனிமேல் பயமில்லை என்று அர்த்தம். அப்படித்தான் டாக்டர் சொன்னார். அவளிடம் எந்த மருத்துவ வார்த்தைகளையோ, விளக்கங்களையோ அவர் கொடுக்கவில்லை. அவளுடைய உணர்ச்சிவசப்பட்ட நிலையில் எதுவும் மண்டையில் ஏறாது என்ற எண்ணமாக இருக்கலாம். சொன்னால் எந்த லாபமும் இல்லை என்று நினைத்திருக்கலாம். சில சமயங்களில் மிக சாதாரணத் தொந்தரவுகளுக்குச் சொல்லப்படும் மருத்துவ வார்த்தைகள் விபரீத தாக்கங்களை ஏற்படுத்தும் என்று அவளுக்குத் தெரியும்.

அவள் சிறுமியாக இருந்தபோது அவளுடைய சித்தி திருச்சியில் இருந்தாள். அவளுடைய புருஷன் சரியான பெண்டாட்டிதாஸன். சித்தி சிவப்பாக லட்சணமாக இருந்தது

காரணமாக இருக்கலாம். சித்திக்கு ஒரு சின்ன தலைவலி வந்தாலும் சித்தப்பா மாய்ந்துவிடுவார். ஒருமுறை பாட்டியை உடனே திருச்சிக்கு வரமுடியுமா என்று கேட்க போன் செய்தார். 'ஜானகிக்கு ரொம்ப உடம்பு சரியில்லே' என்று அவர் டெலிபோனில் விசித்து விசித்து அழுதார். எதுவும் விளக்கமுடியாமல் அவர் அழுவதைக் கண்டு பாட்டி பதறிக்கொண்டு திருச்சிக்குக் கிளம்பினாள், சகுந்தலாவைத் துணைக்கு அழைத்துக்கொண்டு. திருச்சி ரயிலடிக்கு வந்த சித்தப்பா முகம் வாடி சோர்ந்திருந்தார். "ஜானகி ஆஸ்பத்திரியிலே இருக்கா" என்றார் சோகமாக. "என்ன சொல்றார் டாக்டர்?" என்று பாட்டி பீதியுடன் வினவ,

"என்னவோ சொல்றா, நமக்கு என்ன புரியறது?" என்றார். "ஸர்வைக்கல் ஸ்பாண்டிலோஸிஸ், லம்பார் ஸ்பாண்டிலோஸிஸ் என்கிறார் டாக்டர். கழுத்தை ஒரு கொக்கிலே மாட்டி இழுத்து நிறுத்தி வைக்கிறா பாருங்கோ, ராட்சஸ வைத்தியம்! அதே மாதிரி இடுப்புக்கு டிராக்ஷன்னு பேர் சொல்றா."

"ஐய்யய்யோ!" என்று பாட்டி பதறினாள்.

"உசிருக்கு ஒண்ணும் ஆபத்தில்லையே?"

"அந்த உச்சிபிள்ளையாரைத்தான் நம்பிண்டிருக்கேன்!" என்று சித்தப்பா கண்கலங்கினார்.

திருச்சியை விட்டுக் கிளம்புவதற்குள் சித்தி செத்துப் போய்விடுவாள் என்று சகுந்தலாவுக்குத் தோன்றிற்று. ஆஸ்பத்திரிக்குப் போய்ப் பார்க்கும் வரை பாட்டி புலம்பினாள். "ஏற்கெனவே ஒருத்தி என்னை ஏமாத்திட்டுப் போயிட்டா, என்மேலே பொறுப்பை சுமத்திட்டு. ஈசுவரா இன்னும் என்னவெல்லாம் நான் அனுபவிக்கணுமோ!"

"சித்திக்கு நல்லவேளை குழந்தைகள் இல்லே" என்றாள் சகுந்தலா சமாதானமாக. கற்பனை பீதியில் மூழ்கியிருந்த பாட்டிக்கு அது காதில் விழவில்லை. இப்போது சித்தியின் நினைவு வந்து சகுந்தலாவுக்குச் சிரிப்பு வந்தது. ஸர்வைக்கல் ஸ்பாண்டிலோஸிஸ்

என்கிற வார்த்தை ஏதோ பெரும் வியாதிபோல வெகு காலத்துக்கு அவளுள் பயத்தை ஏற்படுத்தியது.

சென்ற ஆண்டு சதாசர்வகாலமும் கம்ப்யூட்டரில் வேலை பார்க்க ஆரம்பித்ததும் தோன்றிய கழுத்து வலிக்கு சிகிச்சை பெற டாக்டரிடம் சென்றபோது அவர் எக்ஸ்ரே எடுத்துப் பார்த்து, இது ஸர்வைக்கல் ஸ்பாண்டிலோஸிஸ் என்றார். திருச்சி ஞாபகம் வந்தது. 'உச்சிப் பிள்ளையாரைத்தான் நம்பிண்டிருக்கேன்' என்று சித்தப்பா விசித்தது நினைவுக்கு வந்தது. டாக்டர் டிராக்ஷனில் அவளை உட்கார்த்தியபோது பழைய ஞாபகத்தில் பயந்ததும், எழுந்தபோது சுகமாக உடல் தளர்ந்து இருந்தது ஆச்சரியத்தை ஏற்படுத்தியதும் புதிய தரிசனம் கிடைத்த மாதிரி இருந்தது. சித்தப்பாவைப் பற்றி ராஜாவிடம் சொல்லிச் சொல்லிச் சிரித்ததை நினைத்து இப்பவும் சிரிப்பு வந்தது.

நல்லவேளை இந்த டாக்டர் அவளைக் குழப்பவில்லை. 'பிரக்ஞை வருவதற்கான அறிகுறிகள் இருக்கின்றன. நிலைமை சீராக இருக்கிறது' என்று மந்திரிகள் ஆஸ்பத்திரியில் படுத்தால் விடப்படும் அதிகாரபூர்வமான அறிக்கை போலச் சொன்னார். அதுபோலவே பிரக்ஞை வந்துவிட்டது ராஜாவுக்கு. இரண்டு கைகளையும் உயரத் தூக்கி சின்னப் பெண்போல "வி மேட் இட்!" என்றாள், சுதீர் எதிரில் நிற்பதுபோல. சுதீர் என்ன சொன்னான்?

"ராஜா கண் திறந்துவிட்டான்." கடவுள் கண் திறந்து விட்டார் என்பதுபோல. ஒருமுறை அவள் தஞ்சாவூர் சென்றிருந்தபோது தஞ்சாவூர் ஓவியம் வரையும் ஓவியர் ஒருவர் சொன்னது அவளுக்குத் திடீரென்று சம்பந்தமில்லாமல் நினைவுக்கு வந்தது. ஓவியத்தில் கண் வரைவது மிக முக்கியமான கட்டம் என்றார். 'கண் திறக்கிற நாள் நாங்க விரதம் இருப்போம்.'

வரலக்ஷ்மி விரதத்திற்கு முந்தைய நாள் பாட்டி அப்படித்தான் மடியுடுத்தி பூஜையறையில் ஏகாந்தமாக அமர்ந்து வெள்ளிச்செம்பில் அம்மனின் முகத்தை ஈர்க்குச்சியில், பஞ்சைச் சுருட்டி செம்மண் குழம்பில் தோய்த்து ப்ரஷ்ஷில் வரைவதுபோல லாகவமாகத்

தீட்டுவாள். எட்டியிருந்து சகுந்தலா பார்த்திருக்கிறாள். கண்களை வரைகிற வரை தட்டையாக இருக்கும் கோடுகள் கண்ணின் பாப்பாவை போட்டதும் உயிர் பெற்றுவிடும். வெள்ளிச்செம்பில் அம்மன் கண் மலர்ந்து சிரிப்பாள். 'பக்தி சிரத்தையோடு போடணும்' என்பாள் பாட்டி. 'இல்லேன்னா கண் ஏறுமாறாப் போயிடும்.'

"ராஜம் பாட்டியுடைய அம்மனுக்கு எப்பவும் ஒண்ணரைக் கண்!" என்று சகுந்தலா விமர்சிப்பாள்.

"ராஜம் ஒரு அவசரக் குடுக்கை" என்று பாட்டி தன் தங்கையைச் செல்லமாகக் கடிந்துகொள்வாள். "நம்பிக்கையிருந்தா பொறுமையிருக்கும்."

நம்பிக்கையோ, பொறுமையோ தனக்கு இருந்ததாக அவளால் நினைக்க முடியவில்லை. யார் செய்த புண்ணியமோ, யார் செய்த பிரார்த்தனையோ. ராஜாவின் அம்மாவின் பிரார்த்தனையாக இருக்கலாம். எப்படிப் பிரார்த்திருத்திருப்பாள்? என் பிள்ளையை எனக்குத் திருப்பிக் குடு என்றா? அந்தப் பெண்ணை ஏமாத்திடாதேடா, கண் தொறந்துடு என்று வேண்டியிருப்பாளா? அந்த அம்மாள் தன்னுடன் பேசவேயில்லை என்பது அவளுக்கு நினைவுக்கு வந்தது. அவள் எப்படிப் பேசுவாள் என்று இன்று சமாதானமேற்பட்டது. அவளுக்குத் தமிழ் தெரியாது என்று அந்த அம்மாள் நினைத்திருக்கலாம். நமஸ்தே என்று அவள் கைகூப்பியது குழப்பியிருக்கலாம். அவர்களிடம் வலியச் சென்று தமிழில் பேசாதது தன்னுடைய தப்பு என்று சகுந்தலா நினைத்துக்கொண்டாள். எனக்கும், உங்களுக்கும் சம்பந்தமில்லை என்பது போலவும், உள்ளே பிரக்ஞையில்லாமல் உயிருக்குப் போராடிக் கொண்டிருக்கும் அந்த ஜீவன் மட்டுமே எனக்குச் சொந்தம் என்பது போலவும் விருக்கென்று உள்ளே சென்று மறைந்தது தவறு என்று இப்போது தோன்றிற்று. பேசியிருந்தால் அவர்களுக்குச் சற்று சமாதானமாகியிருக்கும்.

இதெல்லாம் வீண் யோசனை என்று நினைத்தபடி அவள் படுக்கச் சென்றாள். ராஜாவுக்கு இனி ஆபத்தில்லை என்று அறிந்ததும் நாளைக்கே அவர்கள் சென்னைக்குத் திரும்பினாலும்

திரும்புவார்கள். ராஜா அவர்களைப் பார்த்து உணர்ச்சிவசப்பட்டால் சங்கடம் என்கிற யோசனை அவர்களுக்கு இருக்கும். அவர்கள் கிளம்பிச் சென்றால் இங்கும் பல சங்கடங்களைத் தவிர்க்கலாம்.

ஏதோ ஒரு லாகிரியில் மிதந்த மனசு, கடைசியில் களைத்து கண் மூடியபோது சிதறல் சிதறலாகக் கனவுகள் சுழன்றன. நிஜச் சித்திரம்போல வண்ணவண்ணமாக விரிந்தன. ஆரஞ்சு கலர் ஸில்கில் தழையத் தழைய வேஷ்டியும், தொங்கத் தொங்க ஜிப்பாவுமாக தலையைச் சுற்றி தொப்பிபோல சுருண்ட கரிய முடியுமாக சாய்பாபா வந்தார். 'நான்தான் அனுப்பினேன்' என்றாள் மிஸஸ் மல்ஹோத்ரா. சாய்பாபா வலது கையைத் தூக்கி ஆசிர்வதித்தார். கன்னத்துத் தோல் சுருக்கம் சுருக்கமாகக் கழுத்தில் விரிந்து ஜிப்பாவுக்குள் பதுங்கியது. 'சாயி போலோ, ஜெய் சாயி போலோ' என்று மிஸஸ் மல்ஹோத்ரா பாட, ராஜாவின் அம்மா ஓடோடி வந்தாள். பாபாவின் கால்களைப் பிடித்துக்கொண்டு "எம் புள்ளையைக் கொடுத்துடுங்க" என்று அழுதாள். பாபா அவளுடைய வைர மூக்குத்திகளை ஆராய்ந்தபடி நின்றார்.

காலையில் கண் விழித்ததுமே அதரங்களில் புன்னகை அரும்பிற்று. பெல் அடிக்கும் ஓசை கேட்டு விரைந்து வாசல்கதவைத் திறந்தபோது சௌக்கிதார் ராம்சிங், பால்பாக்கெட்டை வாசலில் வைத்துவிட்டுத் திரும்பிக் கொண்டிருந்தான். அவனைக் கூப்பிட்டுச் சொல்ல வேண்டும் போலிருந்தது. "ராம்சிங்! ஸாஹப் ஹோஷ் மே ஆகாயேன்!" ராம்சிங் தொலை தூரம் போய்விட்டிருந்தான். பரத் எழுந்ததும் அவனை அவனது கம்மோடில் உட்கார்த்தி வைத்து, "அப்பாவுக்கு நினைவு வந்துடுத்து" என்றாள். பரத் அது காதில் விழாமல் தனது காரியத்தில் தீவிரமாக இருந்தான். அவளுக்கு இன்றைக்கு எல்லாவற்றிற்கும் சிரிப்பு வந்தது. சமேலி வந்ததும் சிரித்துக்கொண்டே சொன்னாள்.

"பரத்துடைய அப்பாவுக்கு நினைவு வந்துவிட்டது!"

"அச்சா தீதீ?" என்று சமேலி அவளது உற்சாகத்துக்கு ஈடுகொடுத்து சந்தோஷத்துடன் கண்களை விரித்தாள். "எப்ப வீட்டுக்கு வருவார்?"

“இப்பவே எங்கே?” என்றாள் சகுந்தலா. “நினைவு இப்பத்தான் திரும்பியிருக்கு. நானே இனிமேத்தான் பார்க்கப்போறேன். கொஞ்சநாள் ஆஸ்பத்திரியிலே இருக்கணும். பிழைச்சதே பெரிய காரியம் சமேலி!”

வாக்கியத்தை முடிப்பதற்குள் துக்கம் தொண்டையை அடைத்தது. கண்களில் நீர் நிரம்பிற்று.

“இந்த நான்கு நாளா நா படற வேதனை உனக்குத் தெரியுமா சமேலி?”

“எனக்குத் தெரியும் தீதீ!” என்று அருகில் வந்து தோளைத் தொட்டாள் சமேலி. “நாலு நாள்லே நீங்க எப்படி இளைச்சுட்டீங்கன்னு சௌக்கீதார் கூடச் சொன்னான். வீட்டுக்கு ஸாஹப் வந்தப்புறம் உங்களுக்கு தினம் ஆலுபராட்டா பண்ணிப் போட்டு குண்டாக்கப் போறேன்!”

ராஜா வீட்டிற்குத் திரும்பிய பிறகு, அவனுக்குச் சௌகர்யமாக அறையை எப்படி மாற்றி அமைப்பது என்பது பற்றி இருவரும் சற்றுநேரம் பேசி திட்டம் போட்டார்கள். தோழிகள்போல சிரித்துப் பேசியபடி நாஷ்டா சாப்பிட்டார்கள். பரத்தைக் குளிப்பாட்டி க்ரெஷ்ஷுக்குத் தயார் செய்தார்கள். சகுந்தலா கவனமாகத் தன்னை அலங்கரித்துக் கொண்டாள். ராஜாவுக்குப் பிடித்தமான இளரோஜா நிற காட்டன் சுடிதார் ஸெட் அணிந்து முத்துத்தோடு அணிந்தாள். ‘இது பதினைஞ்சு ரூபாய்க்கு வாங்கினதுன்னு பாட்டிகிட்டே சொல்லாதே’ என்றாள் பரத்திடம். தங்கச் சங்கிலியைத் தேட இன்றும் நேரம் இருக்கவில்லை. வழக்கம்போல் வீட்டைச் சுத்தம் செய்து வேலையெல்லாம் முடிந்தபிறகு சாவியைப் பக்கத்து வீட்டில் கொடுக்கும்படி சமேலியிடம் சொல்லிவிட்டு அவள் பரத்தைத் தூக்கிக்கொண்டு லிஃப்ட்டில் புகுந்து, வெளிப்பட்டு கார் பார்க்கிங் லாட்டுக்கு வந்தாள். எங்கேயோ நின்றிருந்த ராம்சிங் ஓடி வந்தான்.

“குழந்தையை எங்கிட்ட கொடுங்கள்” என்று வாங்கிக்கொண்டான். “ஸாஹப் எப்படி இருக்கார் மேடம்?” என்றான்.

"பரவாயில்லே ராம்சிங். நினைவு வந்துவிட்டது."

"பகவான் கா க்ரூபா மேடம்" என்று ராம்சிங் ஆகாசத்தைக் காட்டினான். க்ரெஷ்ஷுக்குக் கார் ஓட்டிச் செல்லும்போது சகுந்தலாவுக்கு மனசு நிறைந்திருந்தது. இந்த தருணத்தில் எதை வேண்டுமானாலும் நம்பலாம் போலிருந்தது. உலகத்துத் தொன்மங்களையெல்லாம், கட்டுக்கதைகளையெல்லாம் நிஜம் என்று நம்பக்கூடிய எளிமை பொங்கியது மனசில். கிரெஷ்ஷில் மிஸஸ் மல்ஹோத்ரா வேறு ஓர் அறையில் இருந்தாள். அவளைத் தேடிச்சென்று அவள் கைகளைப் பற்றி, "மிஸஸ் மல்ஹோத்ரா, அவருக்கு இப்பத் தேவலை" என்றபோது குரல் தழுதழுத்தது. கண்களில் நீர் கோர்த்தது.

"அச்சா? இது ரொம்ப நல்ல சேதி பெஹன்" என்றாள் மிஸஸ் மல்ஹோத்ரா.

"நீங்கள் பிரார்த்தனை செய்தீர் அவருக்காக. உங்களுக்கு நன்றி சொல்லணும்."

"எனக்கு எதுக்கு? எல்லாம் சாயி க்ருபா பெஹன்."

ஆஸ்பத்திரியை நோக்கிக் கார் நகர்கையில் உண்மையிலேயே உலகமே ஏதோ ஒரு கருணை மழையில் நனைந்திருப்பதாகத் தோன்றிற்று. ஏதோ ஓர் அருள் மூலைமுடுக்கெல்லாம் வியாபித்திருப்பதுபோல நன்றி பெருக்கெடுத்தது. மகாராணி பாகைத் தாண்டி ஆஷ்ரம் ஸிக்னலில் டிராஃபிக் ஜாம் நெரித்தது. டிராஃபிக் இளகி தில்லி மதுரா ரோடுக்கு வருவதற்குள் அவளுக்குப் பொறுமை நழுவிப் போயிருந்தது. ராஜாவின் பெற்றோர்கள் முந்திக்கொண்டு அவனைக் காணச் சென்றிருந்தால், நாசூக்கான அவனுடைய நிலையில் எப்படிப்பட்ட பாதிப்பை அது ஏற்படுத்துமோ என்றிருந்தது.

ஆஸ்பத்திரி வளாகத்தில் காரை நிறுத்தி அவள் விரைந்தாள். ஐ.ஸி.யு. வாசலில் விவேக் நின்றிருந்தான். "ஹாய்!" என்று அவள் பிரகாசமாகச் சிரித்தாள். அவன் பதிலுக்கு 'ஹை!' என்று

அளவாகப் புன்னகை செய்தான். "இப்ப ராஜா ஐ.ஸி.யுவிலே இல்லை. வார்டுக்கு எடுத்துக்கொண்டு போயிருக்கிறார்கள்" என்றான்.

"குட்!" என்று அவள் கண்கள் பளபளக்கப் புன்னகை செய்தாள். "இதுக்காக நான் காத்திண்டிருந்தேன் விவேக்!"

"ஐ நோ" என்றான் அவன் மெல்ல.

"ஹௌ இஸ் ஹீ?"

"நான் இன்னும் பார்க்கல்லே. நா போனபோது தூங்கிண்டிருந்தான்."

"அவனுடைய அப்பா அம்மா? பார்த்தாச்சா?"

"இல்லே. வர்ற நேரம்தான். நா உனக்கு வார்டைக் காண்பிச்சுட்டு அவங்களை அழைச்சிட்டு வரேன்!"

"ஃபைன்" என்று சிரித்தபடி சகுந்தலா ஒரு துள்ளலுடன் நடந்தாள்.

வார்டில் எட்டுக் கட்டில்கள் இருந்தன. தடுப்புக்காக நடுவில் திரை போட்டிருந்தார்கள். இரண்டாவது கட்டிலில் ராஜா படுத்திருந்தான். இன்னும் ட்யூப்புகளில் சிக்கியிருந்தான். கண்மூடிப் படுத்திருந்ததைப் பார்த்தபோது எத்தனை பலவீனமாகத் தோன்றுகிறான் என்று அவளுள் பிரவாகமாகக் காதல் பொங்கிற்று. விவேக் சென்றுவிட்டான். அவள் சற்றுநேரம் ராஜாவின் முகத்தையே பார்த்துக் கொண்டிருந்தாள். அவனது முக தசைகளில் அசைவு தெரிந்தது. கண்களை மெல்லத் திறந்தான்.

அவள் "ஹை!" என்று புன்னகைத்தாள். மேற்கொண்டு எதுவும் பேச முடியாமல் தொண்டை அடைத்தது. 'ராஜா' என்றுகூட சொல்ல முடியவில்லை.

அவன் அவளையே பார்த்தான். சலனமே இல்லாமல், எந்தப் பதிவும் தென்படாமல். அவன் கண்களில் ஏதாவது கோளாறா

என்று கவலைப்பட்டாள். மெல்ல அந்தக் கண்களில் ஓர் அசைவு தென்பட்டது. அவளைத் தாண்டி பார்வை நிலைத்தது.

சகுந்தலா திரும்பிப் பார்த்தாள். ராஜாவின் அப்பாவும், அம்மாவும் நின்றிருந்தார்கள். இனம்புரியாத கவலை உள்ளே அரித்தது.

9

அத்தியாயம்

இவர்கள் வருவதற்கு அரை மணி முன்னதாக தான் வந்திருக்க வேண்டும் என்று அடுக்கடுக்காய் எண்ணங்கள் அந்தத் தருணத்தில் சகுந்தலாவுக்குத் தோன்றின. இவர்களது வருகைக்கு ராஜாவைத் தயார் செய்திருக்க முடிந்திருக்கும். அதைவிட முக்கியமாக தனது அடிமனத்தில் தேங்கி உறைந்து போயிருந்த பீதியும், கலக்கமும் தெளிவடைந்துபோன சந்தோஷத்தை அவனிடம் தெரிவிக்க, அந்தரங்கமான நேரம் தேவைப்பட்டது. அவன் கையைப் பிடித்துக் கண்ணீர்விட, அவனது கன்னத்தில் முத்தமிட்டுத் தாபத்தை வெளிப்படுத்த சமயம் வேண்டியிருந்தது. அதை அவர்களது வருகையால், தான் தவறவிட்டதாகத் தவிப்பேற்பட்டது. அவளது முகம் அவனது பார்வையில் பதிவதற்குமுன் அவர்கள் நுழைந்தது அவர்களது தவறல்ல. அவள் உள்ளே அப்போதுதான் நுழைந்தாள் என்று தெரிந்தும் இங்கிதமில்லாமல் அவர்களை உள்ளே அழைத்து வந்துவிட்ட விவேக்கின் மேல் அவளுக்குக் கோபம் ஏற்பட்டது.

அவள் சொல்லத் தெரியாத பரிதவிப்புடன் ராஜாவைப் பார்த்தாள். ஆக்ஸிஜன் கருவி

வாயையும் மூக்கையும் கவ்வியிருக்க, கண்கள் மட்டுமே திறந்திருந்தன. அவளை அந்தக் கண்கள் கவனிக்கவில்லை என்பது வினோதமாக இருந்தது. அவை அவளைத் தாண்டி பின்னால் இருந்தவர்களை மட்டுமே கவனித்தன. அந்த விழிகள் சென்ற திசையில் அவளும் திரும்பினாள். சரவணன் சற்று பின்னாலும், அவருக்கு முன்னால் முந்திக்கொண்டு நிற்பவள்போல காமாட்சியும் நின்றிருந்தார்கள். அவர்களது பார்வை வட்டத்துக்குள்ளும் தான் இல்லாததை அவள் உணர்ந்தாள். சரவணனின் முகத்தின் இறுக்கம் தளர்ந்து வருவது நம்ப முடியாததாக இருந்தது. காமாட்சியின் முகம் துக்கம், தவிப்பு, ஆற்றாமை என்ற பலவகை உணர்வுகளைப் பிரதிபலித்தது. திடீரென்று புன்னகையில் விரிந்து கண்டத்திலிருந்து "ராஜா!" என்ற வார்த்தை ஒலித்தது.

உச்சரிக்கப்பட்ட ஒவ்வொரு அட்சரமும் உயிர்பெற்று ஜீவாதார மந்திரம் போல ஆஸ்பத்திரியின் அந்த வார்டின் சுவர்களை முட்டிமோதி மீண்டும் மீண்டும் ஒலித்து நாடி நரம்புகளை உசுப்பிவிட்டது. சரசரவென்று ஜீவனுள் இறங்கி கருமையத்தில் உறங்கும் குண்டலினியை தட்டியெழுப்பும் சக்தி கொண்டதாக. உறைந்த நிலையிலிருந்து சகுந்தலா விழித்தெழுந்து ராஜாவின் பக்கம் திரும்பினாள். வாயை பிளாஸ்டிக் குமிழ் மூடியிருந்தாலும் அம்மாவைக் கண்டு ராஜாவின் கண்கள் சிரிப்பதை உணர முடிந்தது. வாயை அசைத்து 'அம்மா' என்று சொன்னது தெரிந்தது. காமாட்சியின் அந்த அகண்ட புன்னகைக்கான காரணம் புரிந்தது. ராஜாவின் சுமுக வரவேற்பை எதிர்பாராத அதிர்ச்சியில் காமாட்சியின் கண்களில் நீர் ஆறாகப் பெருகிற்று. சரவணன் சற்றுத் தயங்கி முன்னால் வர, ராஜாவின் கண்களில் பரிவான பார்வை அவர்மீது படர்ந்தது. சரவணன் கனவில் நடப்பவர்போல சற்று அருகில் வந்து நின்று ராஜாவின் வலது தோளை ஆசுவாசமாகத் தட்டினார். உணர்ச்சிக் கொந்தளிப்பில் இருப்பவர்போலத் தவித்தார். ராஜா ஏதோ சொல்வதுபோல இருந்தது. கண் இமைகள் களைப்புடன் மூடி மூடித் திறந்தன.

சகுந்தலா அருகில் செல்வதற்குள் காமாட்சி அவன் வாயருகில் குனிந்தாள்.

“என்னடா ராஜா? என்ன கண்ணு சொல்றே?” ராஜா சிரமப்பட்டு சொன்ன வாக்கியத்தைக் கேட்ட பிறகு நிமிர்ந்து பாசத்துடன் அந்த மூடும் கண்களை வருடியபடி தலையை வருடியபடி சொன்னாள்.

“இப்ப அப்பாவுக்கு ஒண்ணுமில்லே. அஞ்சு வருஷமா கடவுள் புண்ணியத்திலே நல்லா இருக்காரு. நீயும் நல்லா ஆயிடுவே. ஏழுமலையான்கிட்டே பிரார்த்தனை பண்ணிண்டுதான் வந்திருக்கேன்.”

ராஜா களைப்பில் அல்லது நினைவு தப்பி கண் மூடினான். மீண்டும் நினைவு போய்விட்டதோ தன்னிடம் பேசுவதற்குள் என்று சகுந்தலா பதைத்து வெறிக்கையில், சரவணன்,

“என்ன சொன்னான்?” என்றார்.

“அப்பா ஏன் வந்தாங்க? ஹார்ட் அட்டாக் வந்த உடம்பிலேன்னான்!” கண்களை கர்சீப்பால் துடைத்தபடி பேசிய காமாட்சியின் குரலில் ஒரு பிடிகொள்ளாத பெருமை தொனித்தது.

அவர்கள் அவளைக் கவனித்ததாகவே தெரியவில்லை. தான் எந்த வகையிலோ ஏமாற்றப்பட்டதாக சகுந்தலாவுக்குத் துக்கம் குமுறிற்று. ராஜாவின் முழு கவனமும் அந்த சொற்பநேர பிரக்ஞை நிலையில் அவர்கள் மீது மட்டுமே பதிந்திருந்ததாகப்பட்டது. இரண்டு ஆண்டுகாலமாக முகாலோபம் செய்யாத, செய்ய மறுத்த கோபத்தில் அவனும் அவர்களும் இருந்தது, அந்த மகத்தான தருணத்தில் மகா அற்பமாக அவனுக்குப் புலப்பட்டிருக்க வேண்டும். அது மிகப்பெரிய விஷயம் என்று அவள் தன்னைச் சமாதானப்படுத்திக் கொண்டாள். ஆனால் அந்தத் தருணத்தில் அவளையும் அல்லவா அவன் நினைத்துப் பார்த்திருக்க வேண்டும்? அவளை அல்லவா அவனுடைய கண்கள் தேடியிருக்க வேண்டும்? ஏன் தேடவில்லை? தான் எதிரில் நின்றும் அவளைக்

கவனிக்காதவன் போல அவர்களையல்லவா பார்த்துச் சிரிக்கிறான், ஏதோ காலங்காலமாக அவர்களுக்காகக் காத்திருந்தது போல? தனக்கு உண்மையில் அவர்கள்மேல் எந்த மனஸ்தாபமும் இல்லை என்று வெளிப்படுத்தவா? உங்களுக்கு இவளைப் பற்றித் தெரிவிக்காததற்கு என்மேல் கோபப்படாதீர்கள் என்கிற சமாளிப்பா அது? அவளைப் பற்றின நினைப்பே அவனுக்கு இருந்ததாகத் தெரியவில்லை என்று அடிவயிற்றைக் கலக்கிற்று.

"கொஞ்சம் விலகி நில்லுங்கள்" என்று பரபரப்புடன் நர்ஸ் நுழைந்தாள். விவேக் அவளை அழைத்து வந்திருக்க வேண்டும் என்று சகுந்தலா நினைத்தாள். ராஜாவின் நாடியைப் பிடித்தபடி, "பேஷண்டுக்குத் தொந்தரவு கொடுக்காதீர்கள். அவருக்கு ஓய்வு தேவை" என்றாள். சரவணனைப் பார்த்து, "உங்களைப் பார்த்தாரா? அடையாளம் தெரிந்ததா?" என்றாள். "ஆமாம்" என்றார் சரவணன். "ஒரு வாக்கியம்கூடப் பேசினான்."

"குட்!" என்ற நர்ஸ் விவேக்கை அர்த்த புஷ்டியுடன் பார்த்தாள். "இப்ப ஓய்வெடுக்க விடுங்கள்." சரவணனும், காமாட்சியும் அவள் சொல்லுக்குக் கட்டுப்பட்டவர்கள் என்று காண்பித்துக்கொள்ளும் விதமாக இலேசான புன்னகையுடன் வெளியில் சென்றார்கள்.

சகுந்தலா தனது ஏமாற்றத்தை மறைக்கமுடியாமல் நர்ஸின் தோளைப் பிடித்து, "மறுபடியும் நினைவு போய்விட்டதா அவருக்கு?" என்றாள்.

நர்ஸ் சில விநாடிகள் மௌனமாக ராஜாவின் நாடியைப் பிடித்துப் பார்த்தபடி நின்றாள். பக்கத்தில் இருந்த மானிட்டரை நோட்டம் விட்டாள். பிறகு நிமிர்ந்து மென்மையாகச் சொன்னாள்.

"களைப்பினால் வந்த தூக்கமாக இருக்கலாம். நினைவும் வந்துவந்து போகலாம். ஆனால் கவலைப்பட வேண்டாம். மறுபடியும் நினைவு வந்து கண் திறப்பார். கொஞ்சமாப் பேசுங்க. பேஷண்டுக்குத் தொந்தரவு ஏற்படக்கூடாது."

சகுந்தலா சோர்வுடன் அவளைப் பார்த்துச் சொன்னாள்.

“என்னை அவர் பார்க்கவேயில்லை. அதற்குள்ளே நினைவு போய்விட்டது.”

நர்ஸ் சமாதானமாக அவள் கையை அழுத்தினாள்.

“இப்ப வார்டுக்கு வந்துவிட்டாரே? நீங்கள் ஒருத்தர் பக்கத்திலே இருக்கலாம். நினைவு மறுபடி வரும்போது பார்த்துப் பேசுவார். டோண்ட் வொர்ரி.”

விவேக்கைப் பார்த்து, “கவலைப்படும் படியாக ஒன்றும் இல்லை” என்று சொல்லிவிட்டுக் கிளம்பினாள். ‘தாங்க்ஸ்’ என்று முணுமுணுத்த விவேக், சகுந்தலாவின் தோளைத் தொட்டு “வா நாம் வெளியில் இருப்போம்” என்று மெல்லிய குரலில் சொன்னான். சொல்லத்தெரியாத ஏமாற்றத்தில் அவளுடைய கண்களில் நீர் கோர்த்து விளிம்பு கட்டியது. வெளியில் வந்தபோது சரவணனும், காமாட்சியும் அங்கு இல்லாதது சற்று நிம்மதியளித்தது.

“என்னை ராஜா கவனிக்கவேயில்லை விவேக்!” என்றாள் அவள் ஆதங்கத்துடன். “அதற்குள்ளே நீ அவங்களை அழைச்சுட்டு வந்துட்டே. கொஞ்சம் பொறுத்து கூட்டிட்டு வந்திருக்கக் கூடாதா?”

விவேக் ஏதோ யோசனையில் இருப்பவன்போல மௌனமாக இருந்தான்.

சகுந்தலா தொடர்ந்தாள்.

“நீ கொஞ்சம்கூட யோசிக்கல்லே. எனக்கு உன்மேல ரொம்ப கோபம். அவன் கண் திறக்க மாட்டானா, எப்ப நினைவு வரும்னு தவிச்சுண்டிருக்கேன். அவனோட பேசணும், சிரிக்கணும்னு எத்தனை ஆசைப்பட்டு வந்தேன்! எல்லாத்தையும் கெடுத்துட்டே.”

“ஸாரி” என்று விவேக் முணுமுணுத்தான். “உண்மை தான். எனக்குத் தோணல்லே. அவங்க அம்மா ராஜாவை உடனே பார்க்கணும்னு அவசரப்பட்டதாலே யோசிக்காம அழைச்சிட்டு வந்தேன். ராஜா அவங்களைப் பார்த்துப் பேசினது ரொம்பப் பெரிய விஷயம் சகுந்தலா!”

“ஆமாம்” என்றாள் அவள் யோசனையுடன். “அவர்களைப் பார்த்து ராஜா எங்கே அப்ஸெட் ஆயிடுவானோன்னு பயந்தேன். எதுவுமே நடக்காத மாதிரி அவங்ககிட்டே பேசினதை என்னாலே நம்ப முடியல்லே.”

“ஆச்சரியமாத்தான் இருக்கு” என்றான் விவேக் இலேசாக. “நல்லதுதானே?”

“நல்லதுதான்” என்றாள் சகுந்தலா. “என்னையும் பார்த்து ஒரு வார்த்தை பேசியிருந்தா சமாதானமாயிருந்திருக்கும்” என்று மெலிதாகச் சிரித்தாள்.

“வா கேண்டீனுக்குப் போய் சூடாகக் காபி சாப்பிட்டுவிட்டு வரலாம்” என்றான் விவேக்.

“ராஜா முழிச்சுக்கிட்டான்னா?”

“அவ்வளவு சீக்கிரம் மாட்டான். இப்பத்தான் தூங்க ஆரம்பிச்சிருக்கான்.”

“தூக்கம்தானா அது?”

விவேக் அவளை இலேசாக அணைத்தபடி நடந்தான். “கமான், இப்படி எல்லாத்துக்கும் கவலைப்படக் கூடாது.”

மீண்டும் அசட்டுப்பிசட்டென்று கண்ணில் நீர் தளும்பிற்று.

“இன்னிக்குக் காலையிலே நீ என்னைப் பார்த்திருந்தா இப்படிச் சொல்லியிருக்கமாட்டே. நேத்து ராத்திரி சுதீர் ஃபோன் பண்ணினான். ராஜாவுக்கு நினைவு வந்துடுத்து, கண் திறந்து ‘நா எங்கே இருக்கேன்னு கேட்டான்’ன்னான். அதைக் கேட்டதிலேருந்து எனக்குச் சந்தோஷத்திலே நிஜம்மாவே மூளை கிறுகிறுத்துப்போச்சு. சரியா தூங்கக்கூட முடியல்லே. இன்னிக்குக் காலையிலேந்து நா யாரைப் பார்த்தாலும் அவங்களை இழுத்து வெச்சு பைத்தியம் பிடிச்ச மாதிரி ராஜாவுக்கு இப்பத் தேவலை தேவலைன்னு சொல்லிண்டிருக்கேன்.”

விவேக்கும் அவளுமாகப் பல தாழ்வாரங்களைத் தாண்டி எதிரும் புதிருமாகச் சென்ற டாக்டர்களையும், நோயாளிகளைப் பார்க்க வந்த விசிட்டர்களையும் கடந்து சென்றார்கள்.

விவேக் சுற்றுமுற்றும் பார்த்து, "கேண்டீன் போற ரூட்டை விட்டுட்டோம். இங்க 'நத்தூஸ்' ஒரு கேண்டீன் வெச்சிருக்கு. அங்க போகலாம் வா" என்றான்.

கேண்டீனில் மிதமான கூட்டம் இருந்தது. சமோசா, ப்ரெட், பக்கோடா வாசனை வந்தது. இருவரும் இரண்டு காபி கோப்பைகளையும், ஒரு ப்ளேட் சமோசாவையும் வாங்கிக்கொண்டு காலியாக இருந்த ஒரு மேஜைக்குச் சென்றார்கள். மேஜைமேல் இருந்த டொமாட்டோ கெச்சப்பை சமோசாவில் கொஞ்சம் ஊற்றி அதில் தோய்த்து இருவரும் சாப்பிட்டார்கள். சமோசாவின் சூடு நாக்கைச் சுட்டது. அவளுக்கு வேண்டியிருந்தது. ஏமாற்றத்தை அதனுடன் விழுங்க முடிந்தது.

காபியை உறிஞ்சியபடி அவள் சிரித்தாள். "வேடிக்கை தெரியுமோ? நா ராஜாகிட்ட என்ன பேசணும்னு ஒத்திகையெல்லாம் பண்ணிண்டு வந்தேன்!"

"போயிட்டு போகிறது" என்றாள் தொடர்ந்து சமாதானமாக. "மறுபடி அவன் கண்ணைத் திறக்கும்போது அந்தம்மா நுழையறதுக்கு முந்தி நா பேசிடணும்!" என்று சிரித்தாள்.

"உன்னை ராஜா பார்த்தானா?" என்றான் விவேக் யோசனையுடன்.

"பார்க்க ஆரம்பிச்சான். அதுக்குள்ளே அந்தம்மா முந்திக்கிட்டாங்க."

"சுதீர் உங்கிட்ட என்ன சொன்னான்?"

"அதான் சொன்னேனே. ராஜா கண் திறந்தான்னான்."

"வேற ஒண்ணும் சொல்லல்லியா?"

அவள் யோசனையுடன் விவேக்கைப் பார்த்தாள். "இல்லையே? வேற என்ன? எனக்கு அதிகம் பேச முடியல்லே. பரத் அழ ஆரம்பிச்சுட்டான். என்ன விவேக்?"

விவேக் குனிந்து சமோசாவின் உள்பாகத்தை ஆராய்ந்தான். அதிலிருந்த பட்டாணியைப் பிரித்து முந்திரிப்பருப்பை வாயில் போட்டு மென்றபடி,

"ஒன்றுமில்லை" என்றான் ஆங்கிலத்தில். "நினைவு வந்தபோது சுதீர் அங்கே இருந்தான். அவனை ராஜா அடையாளம் புரிந்து கொள்ளவில்லைன்னான்."

சகுந்தலா டொக்கென்று கையிலிருந்த கோப்பையைக் கீழே வைத்தாள். வைத்த வேகத்தில் அதிலிருந்த காபி தளும்பி ஸாஸரில் விழுந்தது.

"வாட்? இதை நீ ஏன் சொல்லல்லே? ஆனால் அவனுடைய அப்பா அம்மாவை அடையாளம் தெரிஞ்சுண்டானே?"

"ஆமாம். அதனாலதான் நானும் சமாதானமாயிட்டேன். நேத்து சுதீர் டாக்டர்கிட்ட சொன்னானாம், தன்னை அடையாளம் தெரிஞ்சுக்கல்லேன்னு. சிலசமயம் சில ஞாபகங்கள் இந்த மாதிரி கேஸ்கள்லே மறந்துபோகும். திரும்ப அது மெள்ள வரும், அதைப்பத்திக் கவலைப்பட வேண்டாம்னு டாக்டர் சொன்னாராம். அவனுடைய அப்பா அம்மாவை உடனடியா தெரிஞ்சுண்டது நல்ல அறிகுறின்னு ட்யூட்டி டாக்டர் சொன்னார்."

சகுந்தலா திகைப்பு மாறாமல் அவனைப் பார்த்தாள். தான் வார்டில் நுழைந்ததும், ராஜா கண்ணைத் திறந்ததும், தான் எதிரில் நின்றபோதும் கண் விழிகள் சலனமற்று நிலைத்ததும் நினைவுக்கு வந்தது. தன்னையும் அடையாளம் தெரியாமல் போயிருக்குமா அவனுக்கு? இது நினைத்துப் பார்க்க முடியாத அபத்தமாகப்பட்டது.

"சே! ஐ காண்ட் பிலீவ் இட்!" என்று அவள் தயக்கத்துடன் சிரித்தாள். "சினிமாவிலேதான் இந்த மாதிரி கதைகள் வரும்."

"என்ன மாதிரி?"

"அம்னீஷியா அது இதுன்னு. கதைக்குச் சுவாரஸ்ய திருப்பம் கொடுக்க கதாசிரியர்களுக்கு ஒண்ணும் கிடைக்கல்லேன்னா, அம்னீஷியா கைகொடுக்கும்."

"ராஜாவுக்கு அம்னீஷியான்னு யார் சொன்னது? அவங்க அப்பா அம்மாவைத் தெரிஞ்சுண்டானே? உன்னை அவன் கவனிச்சிருக்க

மாட்டான். நீ ஒண்ணு ஞாபகம் வெச்சுக்கணும். அவன் ரொம்ப பலவீனமான நிலையிலே இருக்கான். இன்னும் முழுசா நினைவு வரல்லே. அவசரப்பட்டு எந்த முடிவுக்கும் வரக்கூடாது."

"எதை ஞாபகம் வெச்சுக்கணும்னு விருப்பம் இருக்கோ, அதைத்தான் மனசு நினைவு வெச்சுக்குமாம். சுதீரோட ஏதாவது அவனுக்கு மனஸ்தாபமா இருந்திருக்கும்" என்று அவள் ஜோக்கடிக்க முயன்றாள்.

"இருக்கலாம்" என்று விவேக் சிரித்தான். அவளை உற்சாகப்படுத்துகிற மாதிரி, "அநாவசியமா குழப்பிக்காதே. இனிமே படிப்படியா ராஜா குணமாயிடுவான்."

"அப்படித்தான் நானும் நம்பறேன். எனக்காக வேண்டாம். அவங்க அம்மாவுக்காகவாவது பிழைக்கட்டும்னு பிரார்த்தனை பண்ணேன். எனக்குன்னு கேட்டா அந்தப் பொல்லாத கடவுள் என்னிக்குமே கொடுத்ததில்லை."

"தட் இஸ் ப்ளேயிங் ஸில்லி!" என்று செல்லமாக விவேக் அவள் கையில் ஒரு அடி வைத்தான்.

"நிஜம்மாத்தான் சொல்றேன். என் கதையைக் கேட்கறியா?"

"வேண்டாம் வேண்டாம் தாங்க்யூ" என்றான் விவேக் அவசரமாக.

அவள் சிரித்தாள்.

"எனக்கு ஒரு அவசர வேலை இருக்கு சகுந்தலா. நா கிளம்பணும். நீ வழக்கம்போல கிளம்பிப் போ. இங்க மறுபடி சாயந்திரம்தான் யாரும் வந்து பார்க்க முடியும். சுதீர் வருவான். உனக்கு அடிக்கடி தகவல் சொல்வான்."

"ஓ.கே." என்று அவளும் எழுந்தாள்.

"டாக்டரைப் பார்க்க வேண்டாமா இன்னிக்கு?" என்றாள்.

"டாக்டர் இன்னிக்கு ரொம்ப பிஸி. ரெண்டு மேஜர் ஆபரேஷன் இருக்காம். நாளைக்குத்தான் பார்க்க முடியும். அவசர தேவைக்கு ட்யூட்டி டாக்டர் இருக்கார். நீ கவலைப்படாதே."

சகுந்தலா சமாதானமாகாதவளாய் வார்டை நோக்கி நடந்தாள். ஏதோ ஒரு அசாதாரணம் நிகழ்ந்திருப்பதான ஒரு அச்சம் மனத்தில் புகுந்து அடிவயிற்றில் பாரமாய் இறங்கியிருந்தது. ராஜாவின் பெற்றோர்கள் நடந்துகொள்ளும் விதத்தை அவளால் புரிந்துகொள்ள முடியவில்லை. ராஜா பழசையெல்லாம் மறந்த சுமுகத்தோடு பேசியது அவர்களுக்கு அவளிடத்தில் சுமுகத்தை ஏற்படுத்தவில்லை. அவளை அவர்கள் உணர்ந்தே ஒதுக்குவதுபோல இருந்தது. எங்கள் பிள்ளை அதிகாரபூர்வமாக உன்னை எங்களுக்கு அறிமுகம் செய்து வைத்த பிறகே நாங்கள் உன்னை ஏற்போம் என்று நினைக்கும் சம்பிரதாயக்காரர்களாகப் பட்டது.

காலையில் கண் விழித்தபோது இன்றைய பொழுது இப்படியாக முடியும் என்று நிச்சயம் அவள் நினைத்திருக்கவில்லை. எந்த அற்ப சந்தோஷத்தையும் பற்றின கனவோ, எதிர்பார்ப்போ அவள் வரையில் பலித்ததே இல்லை என்று அவள் நினைத்துக்கொண்டாள். ஆனால் இன்றைய எதிர்பார்ப்பு அற்பமானதில்லை. அது வெறும் கனவல்ல. ஒரு பிரார்த்தனை. அல்லும் பகலும், ஒவ்வொரு விநாடியும் தூங்கும் நேரத்திலும் அவளை முழுசாக ஆக்கிரமித்த வேண்டுதல். அந்த உருவமற்ற அருவத்தின் சன்னிதானத்தில் நெடுஞ்சாண்கிடையாக விழுந்து விடுத்த பிரார்த்தனை. அவளைச் சந்தித்தவர்கள் எல்லாம் அவளோடு கைகோர்த்து விடுத்த பிரார்த்தனை. பாபாக்களும், பிள்ளையார்களும், ஏழுமலையானும் அந்த உருகலுக்குக் கசிந்து இளகிய தன் விளைவாக ஏற்பட்ட கண் திறப்பு. அது உண்மையாக இருக்குமா என்று அவளுக்கு இப்போது சந்தேகம் ஏற்பட்டது. உலகத்தில் ஏற்படும் மரணம் எல்லாம் போதிய அளவு பிரார்த்தனை செய்யப்படாததால் என்று நினைப்பது அபத்தம். பாட்டி நெற்றியைச் சுட்டிக்காட்டி 'இங்க என்ன எழுதியிருக்கோ அதுதான் நடக்கும்' என்பாள். அந்த ஒரு சமாதானத்தைத் தவிர நிகழும் அபத்தங்களுக்கு எந்த விளக்கமும் யாரும் கொடுக்க முடியாது என்று அவள் நினைத்துக்கொண்டாள்.

பாட்டியின் வார்த்தைகள் இன்று குரூரத்துடன் தாக்கின. அவள் மீண்டும் ராஜா படுத்திருந்த வார்டில் நுழைந்தாள். கட்டில் அருகில் இருந்த ஸ்டூலில் அமர்ந்து அந்த மூடிய இமைகள் திறப்பதற்காகக் காத்திருந்தாள். சம்பந்தமில்லாமல் அவளுக்கு வேலைக்காரி சமேலியின் நினைவு வந்தது. சமேலி நேபாளத்திலிருந்து வந்தவள். அவர்கள் ஊர் சாலை வழியாக நேபாள ராஜா வரப்போகிறார் என்று கேள்விபட்டு, சமேலியை அழைத்துக்கொண்டு ஊர் ஜனங்களோடு அவளுடைய அம்மா வெயிலில் நாள் முழுவதும் காத்து நின்றதையும், கடைசியில் ராஜா வராமலே போனதையும், ஏமாற்றப்பட்டது போல அவள் அழுததையும் சமேலி சொல்வாள்...

சகுந்தலா கிளம்ப எத்தனிக்கும் சமயத்தில் ராஜா கண் திறந்தான். முதலில் விட்டத்தைப் பார்த்தான். பிறகு அறையைச் சுற்றிப் பார்த்தான். அவள் துள்ளிக்கொண்டு அருகில் சென்றாள். பெரிதாகப் புன்னகைத்து அவன் கையைத் தொட்டு, 'ராஜா' என்றாள் காதல் பொங்க. அவன் அவளை வெறித்துப் பார்த்தான். அவளது ஸ்பரிசத்தால் கூசியதுபோல தன் கையை விலக்க முயன்றான்.

"ராஜா, நாதான் சகுந்தலா, தெரியல்லே?" எனும்போது கண்ணில் நீர் நிறைந்தது. மனத்தாங்கலுடன் குரல் வெடித்தது.

"எனக்கு உங்களைத் தெரியாது" என்றான் ராஜா ஆங்கிலத்தில் தெளிவாக.

அதிர்ச்சியில் அவளுக்கு அபத்தமாக சிரிப்பு வந்தது - "இல்லே, இது நியாயமில்லே" என்றாள் ஆங்கிலத்தில்... தலையை அசைத்து.

ஆப்பரேஷன் தியேட்டருக்குள் புகுந்து, டாக்டரின் சட்டையைப் பிடித்து இழுத்து வர வேண்டும்போல இருந்தது.

10

அத்தியாயம்

"எனக்கு உங்களைத் தெரியாது."

சினேகிதமில்லாமல் வெறித்த அந்தக் கண்களை அவள் திகைப்புடன் பார்த்தாள். அந்தத் தோள்களைப் பிடித்து 'ஏய் என்னாச்சு உனக்கு, சரியாப் பாரு!' என்று உலுக்க வேண்டும் போலிருந்தது. ஆனால் கைகளை அவனருகே எடுத்துச்செல்ல தயக்கமேற்பட்டது. அந்தப் பார்வை தடுத்தது. ஒருமுறை ராஜா, தன் நண்பர்களுடன் 'ஆண்கள் மட்டும்' காக்டெயில் விருந்துக்குப் போய்விட்டுப் போதையேறின நிலையில் வீட்டிற்கு அழைத்து வரப்பட்டபோது, "இது யார் வீடு, இந்தப் பொம்பளை யாரு?" என்று கேட்டதும், அவள் ஆத்திரம் தாங்காமல் அவனைக் குளியலறையில் ஷவருக்கடியில் நிறுத்திப் போதையைத் தெளிவித்ததும், பிறகு இருவரும் அதை நினைத்துச் சிரித்ததும் நினைவுக்கு வந்தது. இது போதையில்லை. ஜோக்கடிக்கிறானா? அவளை ஆழம் பார்க்கிறானா? அவளுக்குப் பொறுமை நழுவி எரிச்சல் ஏற்பட்டது.

"ராஜா இது ஜோக்கடிக்கிற நேரமில்லே" என்றாள் தமிழில். "உனக்கு ஆக்ஸிடெண்ட் ஆன

நாள்லேந்து நா எவ்வளவு பெரிய டென்ஷன்லே இருக்கேன்னு உனக்குப் புரியணும்! எனக்கு உன்னைத் தெரியாதுன்னா என்ன அர்த்தம்? நா உன்னுடைய குழந்தையுடைய அம்மா, டாமிட்!"

ராஜாவின் கண்களில் குழப்பம் தெரிந்தது. பரிச்சயம் தெரியவில்லை.

படுக்கையை மறைத்த ஸ்க்ரீனுக்கு அப்பால் ஒரு முகம் தெரிந்தது.

"தயவுசெய்து மெதுவாகப் பேசுங்கள்" என்றாள் ஒரு அம்மாள் ஹிந்தியில்.

"ஸாரி" என்று முணுமுணுத்தபடி சகுந்தலா, ராஜாவின் பக்கம் திரும்பினாள். திடீரென்று நினைவு வந்தவள் போல, இலேசாகப் புன்னகைத்து மெல்லிய குரலில் சொன்னாள். "இது உங்கம்மா அப்பாவுக்காக போட்ட வேஷம்! அதனாலேதான் உனக்கு அடையாளம் தெரியல்லே போலிருக்கு."

ராஜா அவள் பேசுவதை உற்றுக்கேட்டு, சோர்வுடன் கண்ணை மூடிக்கொண்டு கண்டிப்புடன் சொன்னான்.

"ப்ளீஸ், லீவ் மீ அலோன். எனக்கு மனைவி இல்லை. குழந்தையும் இல்லை. எனக்குக் கல்யாணமாகவில்லை" அவன் தமிழில் பேசாமல் ஆங்கிலத்தில் பேசினான். "லீவ் மீ அலோன்."

அவள் சற்றுநேரம் அந்த மூடிய கண்களையும், சோர்ந்த முகத்தையும் பிரமை பிடித்தவள்போல பார்த்தபடி நின்றாள். உண்மையிலேயே இது ஒரு மருத்துவப் பிரச்சனையா அல்லது இவன் வேண்டுமென்றே அடாவடித்தனம் செய்கிறானா என்று புரியவில்லை. அடாவடித்தனம் செய்கிற அளவுக்கு அவனிடம் சிறுபிள்ளைத்தனம் இருக்க முடியாது. அவளுடைய தவிப்பைப் புரிந்துகொள்ள முடியாத மூர்க்கன் இல்லை அவன். சுதீரை அடையாளம் தெரியவில்லை. ஆனால் அவனுடைய அப்பாவையும், அம்மாவையும் தெரிந்து கொண்டானே? எதை நம்புவது? எதை நம்பாமல் இருப்பது என்கிற திகைப்பு

அவளை ஆட்கொண்டது. கண்களைத் திறந்தால் அவளைப் பார்க்க நேரிடும் என்பதற்காகவே அவன் கண் மூடியபடியே இருக்கிறான் என்று அவள் சந்தேகப்பட்டாள்.

"எனக்கு உங்களைத் தெரியாது. எனக்கு மனைவியுமில்லை. குழந்தையுமில்லை." எத்தனைத் தெளிவாகச் சொல்கிறான்! இதை அவன் நிச்சயமாக சுயநினைவோடு சொல்லவில்லை.

இரண்டு வருஷங்கள் காதலுடன் வாழ்ந்தது, குழந்தை பெற்றது எல்லாம் பொய்யாகிப் போகுமா? அப்படிப்பட்ட அபத்தமான ஒரு நிலைமை வரும் என்பது கற்பனையில் கூட சாத்தியமில்லை என்று தோன்றிற்று. ஏதோ சைத்தான் அவனுள் புகுந்து பேசுவது போலிருந்தது. அவளையும், பரத்தையும் அங்கிருந்து விரட்டப் பார்க்கும் சைத்தான் அது. நடக்காது என்று தனக்குள் தீவிரமான ஆக்ரோஷத்துடன் அவள் சொல்லிக்கொண்டாள். மறுபடியும் அவனுடன் பேச முற்பட்டால் அவன் கலவரமடையலாம் என்று அவளுக்குக் கவலையேற்பட்டது. நர்ஸைக் கூப்பிட்டு இந்தப் பெண்ணைப் போகச் சொல்லுங்கள் என்று சொன்னாலும் சொல்வான். அவள் மெள்ள வெளியேறினாள். இன்று டாக்டரைக்கூடப் பார்க்க முடியாது என்பது அவளை பலவீனப்படுத்திற்று. வார்டை அடுத்த காபினில் ட்யூட்டி டாக்டரின் முகம் தெரிந்தது. சின்னப்பையன் போலத் தெரிந்தார். இரண்டு நர்ஸ்களுடன் ஏதோ சிரித்துப் பேசிக்கொண்டிருந்தார். சகுந்தலா உள்ளே நுழைந்தாள். டாக்டரின் வெள்ளை அங்கியில் 'பிரகாஷ்' என்ற பெயர் பொறித்த பாட்ஜ் இருந்தது.

"யூ ஆர் மிஸஸ் ராஜ்மோஹன் - ரைட்?" என்றார் பிரகாசமாக.

"ஆமாம்" என்றாள் அவள். "அவரிடம் ஏதோ கோளாறு தெரிகிறது."

"என்ன? அப்படியொன்றும் தெரியவில்லையே? நன்றாக முன்னேறி வருகிறாரே?"

"உடல்ரீதியாக இருக்கலாம். ஆனால் என்னை அவருக்கு அடையாளம் தெரியவில்லை."

டாக்டர் சரளமாகப் புன்னகைத்தார். "ஓ அதுவா? கவலைப்படாதீர்கள். மெல்ல மெல்ல நினைவு வந்துவிடும்."

"இப்பொழுது ஏன் வரவில்லை?"

"நாளைக்குக் காலையில் டாக்டர் சென்குப்தா வருவார். அவர் உங்களுக்கு விளக்குவார். நீங்கள் நம்பிக்கை வையுங்கள். ராஜ்மோஹன் உடல்நிலையில் மிக நல்ல திருப்பம் ஏற்பட்டிருப்பதற்காகச் சந்தோஷப்படுங்கள். நினைவும் பழையபடி வந்துவிடும்."

"நிச்சயமாக?"

"நிச்சயமாக!"

பிரகாஷ் வரிசைப்பல் தெரிய சிரித்தபோது, நர்ஸ்களும் சிரித்தார்கள் ஒரு அசட்டுக் குழந்தையைச் சமாதானப்படுத்துவது போல.

தான் பலவீனப்பட்டு, அவமானப்பட்டு நிற்பதாக அவளுக்குக் கூச்சமேற்பட்டது.

"தாங்க்யூ" என்று முணுமுணுத்தபடி அவள் கிளம்பினாள்.

"ரிலாக்ஸ், ஹி வில் பி ஓ.கே.!"

அது ஒரு சம்பிரதாயப் பேச்சு என்றாலும், இதமாக இருந்தது.

ரிலாக்ஸ்.

எப்படி என்று அந்த வரிசைப் பல்காரனிடம் கேட்டிருக்க வேண்டும். மூணு நாளா அவன் பிழைப்பானா, கண் திறப்பானா என்று நான் பட்ட வேதனையும், தவிப்பும் உனக்குத் தெரியாது. ராஜாவுக்கும் எனக்குமிடையே இருக்கிற உறவைப் பற்றி உனக்குத் தெரியாது. அந்த உறவும் அதிலே இருக்கிற பரஸ்பர நம்பிக்கையும் எங்களுக்கு மட்டுமே புரியக்கூடியது. இப்ப அவனுக்கே அதை நான் விளக்க வேண்டிய நிலைமை ஏற்பட்டால் நான் எங்கேயிருந்து தொடங்க முடியும்? பஞ்சாபி டாபாவிலிருந்தா? கோடைக்கால இரவுகள்லே இந்தியா கேட் புல்தரையிலே

உட்கார்ந்து ஸார்த்துக்கும், ஸிமோன் தெபூவாவுக்கும் நடுவே இருந்த காதலை அசைபோட்ட தருணத்திலேர்ந்தா? எல்லா உறவுகளும் நம்பிக்கையின் அடிப்படையில் நீடிப்பவையே; வேறு எந்தப் புனித அங்கீகாரத்தினாலேயும் அல்ல என்கிற ஆன்ம தரிசனம் கிடைத்த நேரத்திலேர்ந்தா?

பார்க்கிங் லாட்டுக்கு வந்து காரைக் கண்டுபிடிக்கவே அவளுக்குத் தடுமாற்றம் ஏற்பட்டது. காரைக் கிளப்பும்போது பிரகாஷ் சொன்னது நினைவுக்கு வந்தது.

“மெள்ள மெள்ள நினைவு வந்துவிடும்.”

“வரணும்” என்றாள் அவள் மெள்ளச் சிரித்து. “வராமல் போனால் அந்த உறவுக்கு அர்த்தமில்லாமல் போகும்.” ஆச்சரியமாக இப்போது துக்கம் குமுறிக்கொண்டு வரவில்லை. கண்களில் நீர் நிரம்பவில்லை. மனசு மோன நிலையை எட்டிவிட்டதோ, சோம்பிவிட்டதோ, அல்லாட மறுத்தது. ராஜா பழையபடி ஆகிவிடுவான் என்று மூலையில் முடங்கிக்கொண்டு ஜபித்தது. கார் தானாக நகர்ந்தது. ட்ராஃபிக் சிக்னலில் இங்கிதத்துடன் நின்றது. ஆஷ்ரம் வெட்டில் எச்சரிக்கையுடன் திரும்பிற்று. மகாராணி பாகை ஆர அமர தாண்டிற்று. அதிர்ச்சியின் எல்லையைத் தொட்டுவிட்ட ஆயாசத்தில் அவள் இருந்தாள். அவளது முயற்சிக்கு உட்பட்ட ஒரு செயலும் இல்லை என்று மிக நெடிய பெருமூச்சு விட்டாள்.

விரக்தியின் விளிம்பைத் தொட்டிருந்த ஒருநாளில்தான் ராஜா அவள் வாழ்வில் புகுந்தான். யாரும் சொல்லாமலே நாடகப் பாத்திரத்தை ஏற்க வந்த மாதிரி. நேற்றுத்தான் வந்ததுபோல இருந்தது. அதற்குள் வசனம் மறந்துவிட்டது. ‘எனக்கு உங்களைத் தெரியாது’ நம்பக்கூடிய கதையா இது?

ஸார்த் இப்படி நினைவு தப்பி ஸிமோனைப் பார்த்து, ‘எனக்கு உங்களைத் தெரியாது’ என்று (ஃப்ரெஞ்சில்) சொல்லியிருந்தால் ஸிமோன் என்ன செய்திருப்பாள் என்று யோசித்தாள். ஃப்ரெஞ்சு இலக்கிய உலகம் திரண்டு வந்திருக்கும் ஸிமோனுக்கு உதவ. நான் அநாதை.

திடீரென்று நினைவு வந்தவள்போல அவள் செல்போனை எடுத்து, ஸ்டியரிங் வீலைப் பிடித்தபடி லாவகமாக விவேக்கின் எண்ணைத் தட்டினாள்.

"விவேக், ராஜா எங்கிட்டப் பேசினான்" என்றாள்.

"குட்!" என்றான் விவேக் உற்சாகமாக. "கவலைப்பட்டியே?"

"இன்னும் படறேன், எனக்கு உன்னைத் தெரியாதுன்னான்."

விவேக் நிதானித்து பதில் சொன்னான். "பொறுமையாயிரு சகுந்தலா" என்றான் கனிவுடன்.

அவள் இலேசாகச் சிரித்தாள். "பொறுமையாயிருக்கிறதைத் தவிர எனக்கு வேற வழியில்லே தெரியுமோ?"

"யூ ஆர் ரைட்" என்றான் விவேக். "ரொம்பப் பெரிய ஆபத்திலேர்ந்து ராஜா மீண்டு வந்திருக்கான்."

"ஐ நோ, ஐ நோ" என்றாள் அவள் பொறுமையில்லாமல். "ட்யூட்டி டாக்டரும் அதைத்தான் சொன்னார்."

"உன்னுடைய ஏமாற்றம் எனக்குப் புரிகிறது சகுந்தலா."

அவளுக்குப் பதில் சொல்ல முடியாமல் தொண்டை அடைத்தது.

"ரிலாக்ஸ் சகுந்தலா" என்றான் விவேக் கனிவுடன். "நாளைக்கே அவனுக்கு நினைவு வந்துவிடும் பார்."

"வரணும். வரலேன்னா அவனுக்கு ஞாபகப்படுத்த ஒரு மோதிரம்கூட இல்லே எங்கிட்ட."

"நீ என்ன சொல்றே?"

"துஷ்யந்தன் கதை தெரியாது?"

விவேக் சிரித்தான். "சியர் அப் சகுந்தலா. ரொம்ப குழப்பிக்காதே. ஒரு காம்போஸ் போட்டுண்டு தூங்கு இன்னிக்கு."

விவேக்குடன் பேசியதில் மனசு சற்று இலேசாகியிருந்தது. அவர்களுடைய சினேகிதவட்டம் பெரிது. பாசாங்குத்தனமில்லாத

நெருக்கம் கொண்டது. அவளுக்காக ராஜாவிடம் பேச நிறைய பேர் இருக்கிறார்கள். ஆனால் இது சிபாரிசு செய்ய வேண்டிய விஷயமில்லை. நினைவூட்டல் விஷயம். மூடிவிட்ட மனச்சாளரங்களைத் தட்டித் திறக்க வேண்டிய விஷயம். அதிக அழுத்தம் கொடுத்துத் தட்டாமல் தட்ட வேண்டும். நண்பர்கள் நிச்சயம் செய்வார்கள். ராஜாவின் நினைவுப்பெட்டகம் கண்டிப்பாகத் திறக்கும். எனக்குப் பொறுமை வேணும். துஷ்யந்தன் கதை தனக்கு ஞாபகம் வந்ததை நினைத்துச் சிரிப்பு வந்தது. இப்போது ராஜா, அவளுடைய குழந்தையின் தந்தையாகப் பட்டவன், அவளைப் பார்த்து "எனக்கு உங்களைத் தெரியாது" என்றதற்கும், அவள் பெயரைக்கொண்ட புராண காலத்து சகுந்தலையின் கதைக்கும் விசித்திரமான ஒற்றுமை இருந்தது. சகுந்தலா என்ற பெயர் சபிக்கப்பட்ட பெயராக இருக்கலாம். குழந்தை பிறந்தபோது, பரத் என்ற பெயர் வெகு இயல்பாக இருவருக்கும் தோன்றிற்று. குழந்தையை அலாக்காகத் தூக்கி நண்பர்களிடம் - "பரத் பாரதத்தின் நம்பிக்கைக்குரிய பிரஜை" என்று ராஜா முழங்கியது நினைவுக்கு வந்தது. அவள் சகுந்தலா என்பதால், பரத் நீ துஷ்யந்தனா? என்ற கேள்வியை யாரும் அன்று கேட்கவில்லை. ஷாம்பேய்ன் க்ளாஸைத் தூக்கி எல்லோரும் "சியர்ஸ்! பாரத பிரஜைக்கு!" என்று கரகோஷித்த போது பாரதமே காலடியில் அமர்ந்ததுபோல் சிலிர்த்தது. அன்று எடுத்த புகைப்படங்கள் கூட இருந்தன. பதினைந்து நாள் குழந்தையை அவன், அப்படித் தூக்குகிறானே என்று கவலைப்பட்ட அவளது பார்வைகூட அதில் பதிவாகியிருந்தது.

சகுந்தலா கைக்கடிகாரத்தைப் பார்த்தாள். பன்னிரண்டே முக்கால் ஆகியிருந்தது. மாலைவரை மிஸஸ் மல்ஹோத்ரா பரத்தைப் பார்த்துக் கொள்வாள். விவேக் சொன்னதுபோல வீட்டிற்குச் சென்று ஒரு காம்போஸ் போட்டுப் படுத்தால்தான் சற்று தெளிவு பிறக்கும் என்று தோன்றிற்று. சமேலி சமைத்து வைத்திருப்பாள்.

பகல் வேளையில் காமாட்சி அப்படித் தூங்கி சரவணன் பார்த்ததில்லை. ஆஸ்பத்திரியில் இன்று ராஜாவைப் பார்த்துவிட்டு

கெஸ்ட் ஹவுஸுக்குத் திரும்பும்போது, ஏதோ சாம்ராஜ்யத்தை வென்றுவிட்ட திருப்தி தெரிந்தது அவளுடைய முகத்தில். முகவிலாசமே மாறிப்போனது ஆச்சரியமாக இருந்தது. காமாட்சி அழகி இல்லை. அதுவும் கடந்த இரண்டு வருடங்களாக, முகத்தில் ஒரு சவக்களை படிந்து அவலட்சணமாக தோற்றமளித்தது. எண்ணெய் தேய்த்துக் குளிக்கும் நேரத்தைத் தவிர, எல்லா காலத்திலும் அவள் அணிந்துகொள்ளும் வைரத்தோடும், வைர மூக்குத்தியும் கூட முகத்தைப் பிரகாசமாக்கும் தகுதியை இழந்திருந்தன. இப்போது ஏதோ மாயக்கோல் பட்டதுபோல் மாற்றம் ஏற்பட்டிருந்தது. வைரம் ஜொலித்தது. முகம் லட்சணமாகியிருந்தது. கெஸ்ட் ஹவுஸ் வட இந்திய சாப்பாடு ருசித்தது. புலாவும், கடியும், ரொட்டியும், மட்டர் பன்னீரும் மூக்குச் சுளிப்புக்கு ஆளாகாமல் உள்ளே இறங்கின. அதரங்களில் புன்னகை மலர, அவரைப் பார்த்து 'நா சித்த படுக்கறேன்' என்றபோது அதில் தெரிந்த நெருக்கம் அவருள் இனம்புரியாத கனிவை ஏற்படுத்திற்று. கடந்த இரண்டு ஆண்டுகளில் இவள்தான் அதிகக் கஷ்டப்பட்டவள் என்று மின்னலாய் எண்ணம் தோன்றி மறைந்தது. படுத்த சடுதியில் அவள் தூங்கிப்போனதை அவர் கவனித்தார். ராஜாவைப் பற்றிய சேதி கேட்டதிலிருந்து அவள் தூங்கியிருக்க மாட்டாள் என்று நினைத்துக்கொண்டார். அவருக்குத்தான் வழக்கமாக மதியம் வரும் தூக்கம் வரவில்லை. நேற்றைக்கு இருந்த மனநிலைக்கும், இன்றைக்கும் கற்பனை செய்திராத மாறுதல் நிகழ்ந்திருப்பதை அவரால் உணர முடிந்தது. இரண்டு ஆண்டுகளாக வதைத்து வந்த பரிதவிப்பும், கொந்தளிப்பும் அலைகள் அடங்கிவிட்ட கடலாய் மௌனமாகிப் போனதுபோல பிரமையேற்பட்டது. நிறைவான மௌனம் அது என்பதுதான் அவர் எதிர்பார்த்திராத ஒன்று. அவர் மீதிருக்கும் கோபம் தணியாமலே பிள்ளையின் உயிர் பிரியக்கூடும் என்ற ஐயத்துடன் அவர் மேற்கொண்ட பயணம் இது. ஐ.ஸி.யுவில் பேச்சு மூச்சற்றவனாய், நிராதரவாய் பல ட்யூப்களின் பிணைப்பில் கிடந்த அவனைப் பார்த்தபோது மனமும், தேகமும் தன்னிச்சையாக அதிர்ந்தன. ஆனால் அவனுக்கு நினைவு

திரும்பியதும் அவரிடம் அவன் காண்பித்த பாசம் அவரை நிலைகுலைய வைத்தது. "அப்பா ஏன் வந்தாங்க, ஹார்ட் அட்டாக் வந்த உடம்பிலே?" அவரிடம் பரிவு காண்பிக்கிறான்! 'நீ எனக்கு மகனில்லே' என்றவரிடம். 'அவன் செத்துப்போயாச்சு, தண்ணி தெளிச்சாச்சு' என்று சொன்னவரிடம். கசையடி கிடைத்ததுபோல ஒரு விநாடி பதைத்து தேகமே கூசிப்போயிற்று அவருக்கு. மனசு தூசாகிக் கசிந்து உருகிற்று. காமாட்சியை நிமிர்ந்து பார்க்கத் தெம்பில்லாமல் போயிற்று.

அந்தப் பெண் சகுந்தலா அங்கு நின்றிருந்தது வெளியில் வந்த பிறகுதான் நினைவுக்கு வந்தது. அவள்தான் ராஜாவைத் தயார்செய்து வைத்தாளோ என்னவோ, இரண்டு வார்த்தை அவளோடு பேசியிருக்கலாம். இதைக் காமாட்சியிடம் சொல்ல நினைத்து பிறகு மௌனமாகிப் போனார். அப்போது இருந்த மனநிலையில் பேசாமல் இருப்பதே உகந்ததாகப்பட்டது. அவர் உடம்பைத் தளர்த்திப் படுத்தார். ராஜா பழசை மறந்ததற்குக் காமாட்சியிடம் அவனுக்கு இருக்கும் நஞ்சுக்கொடி பிணைப்பே காரணம் என்று தோன்றிற்று. 'இவங்களுக்குத்தான் வடகத்திலேயும், முறுக்கிலேயும் பிரியத்தைக் காட்டத் தெரியுதே' என்று சபாபதி சொன்னது நினைவுக்கு வந்தது. இந்தப் பிணைப்பை அத்தனை எளிமையாக்கக் கூடாது என்று அவர் தனக்குள் சொல்லிக்கொண்டார்.

மாலையில் பார்வையாளர் நேரத்தில் மறுபடி ராஜாவை சென்று பார்க்கவேண்டும் என்று காலையிலேயே தீர்மானித்தபடி அவருக்கு முன்னால் எழுந்திருந்து காமாட்சி தயாரானாள். ஆஸ்பத்திரியை நோக்கி வண்டி செல்லும்போது அவள் சின்னப் பெண்ணைப்போல சுற்றுப்புறத்தைப் புதிய சுவாரஸ்யத்துடன் பார்த்துக் கேள்வி கேட்டது அவருக்கு விநோதமாக இருந்தது. ஆஸ்பத்திரியை அடைந்ததும் அவள் வெகு வேகமாக வார்டை நோக்கி நடந்தபோது சலவைக்கல் தரை வழுக்கலாம் என்று அவர் கவலைப்பட்டார். பார்வையாளர்களினால் வார்டு கலகலப்பாக இருந்தது.

காமாட்சி பிரசன்ன முகத்துடன் ராஜாவின் படுக்கையருகில் சென்றாள். ராஜா விழித்திருந்தான். அவர்களுக்காகக் காத்திருந்தவன்போலப் பெரிதாகப் புன்னகைத்தான். காமாட்சி அவன் நெற்றியில் கையை வைத்து, “எப்படியிருக்கே கண்ணு?” என்றாள். ராஜா அவரையும் புன்னகையுடன் பார்த்துவிட்டு, அவளிடம் சொன்னான்.

“நல்லாயிருக்கேன். நீங்க ஏன் கிளம்பிப் போயிட்டீங்க?”

அவள் சிரித்தபடியே சொன்னாள்.

“இங்கே உட்கார விடமாட்டேங்கறாங்க ராஜா. நீ வேற களைச்சு தூங்கிட்டே! நர்ஸம்மா வந்து விரட்டிடுச்சு.”

ராஜா இலேசாகப் புன்சிரிப்புச் சிரித்தான்.

“ஏதாவது வேணுமா கண்ணு? ஏதாவது சாப்பிடக் கொடுத்தாங்களா?”

ஆமாம் என்பதுபோல அவன் தலையசைத்தான். “யாரு?” என்றாள் காமாட்சி எச்சரிக்கையுடன்.

“நர்ஸ்” என்றான் அவன். “இங்க ஒரு பொண்ணு வந்து வந்து நிக்குது. நாதான் அவ புருஷன்ங்கறா. எனக்குக் கல்யாணமே ஆகல்லேன்னு சொன்னா நம்பமாட்டேங்கறா.”

அவன் சொல்வதைக் கிரகித்துக்கொள்ளச் சரவணனுக்குச் சற்றுநேரம் பிடித்தது. நிம்மதியா, ஏமாற்றமா என்று புரியாத ஓர் உணர்வு ஏற்பட்டது. நாளைக் காலை முதல் வேலையாக டாக்டரைப் பார்க்க வேண்டும் என்று எண்ணம் எழுந்தது.

11

அத்தியாயம்

டாக்டர் சென்குப்தா தன் கையில் இருந்த கண்ணாடி பேப்பர் வெயிட்டை கனகாரியமாக ஆராய்பவர்போல அதைத் தீவிரமாகப் பார்த்தபடி உருட்டிக் கொண்டிருந்தார். நீலக் கடலுக்குள் உலகம் மிதந்தது. டாக்டரின் கையசைவுக்கு ஏற்றபடி நீர் கொப்புளங்கள் எழும்பி எழும்பிச் சுழன்றன.

சகுந்தலாவுக்குப் பொறுமை நழுவிப்போயிற்று. தன்னை அவர் தவிர்க்கிறார் என்ற சந்தேகம் வந்தது. “சொல்லுங்கள் டாக்டர்” என்றாள் அவள் ஆயாசத்துடன். பேப்பர் வெயிட்டைப் பார்த்தபடி, “என் உலகம் இப்போது ஸ்தம்பித்துப்போன மாதிரி இருக்கிறது” என்றாள்.

தன் கையிலிருப்பதன் நினைவு அப்போதுதான் வந்ததுபோல சென்குப்தா பேப்பர் வெயிட்டை மேஜைமேல் வைத்துவிட்டு அவளைப் பார்த்து இலேசாகச் சிரித்தார்.

“உங்கள் ஏமாற்றம் எனக்குப் புரிகிறது. ஆனால் நீங்கள் நம்பிக்கை இழக்கக்கூடாது. இது கொஞ்சம் அபூர்வமான கேஸ் தான். நீங்கள் பிரச்னையைத் தெரிவித்த பிறகு நாங்கள் பல சோதனைகள் செய்து பார்த்துவிட்டோம். மாரடைப்பு வந்த

சமயத்தில் மூளையில் ஞாபகங்களைத் தேக்கி வைக்கும் மெமரி செல்கள் சிலவற்றுக்கு ரத்த ஓட்டமும், ஆக்ஸிஜனும் போவது நின்று டேமேஜ் ஆகியிருப்பதாகத் தெரிகிறது. பல சமயங்களில் இப்படி நேரும். ஆனால் சொற்பகால நினைவுகளே மறையும். ராஜாவுக்குச் சோதித்துப் பார்த்ததில் ஐந்து ஆண்டுகால நினைவு போய்விட்டிருப்பது தெரிகிறது."

ஏற்கெனவே சுதீரும், விவேக்கும் அவளிடம் தெரிவித்திருந்த தகவல் இது என்றாலும் சகுந்தலாவுக்குப் புதிதாக வயிற்றைக் கலக்கியது. பக்கத்தில் அமர்ந்திருந்த விவேக்கைப் பார்த்துவிட்டுத் தன்னைச் சமாளித்துக்கொண்டு, "நினைவு திரும்புமா?" என்றாள். கேள்வி மிக அபத்தமாகப்பட்டது. நினைவு வராமல் போகக்கூடிய உறவில்லை அது என்று மனசு ஆத்திரத்துடன் ஹுங்காரமிட்டது. இத்தனைக் குரூரமாக விதியால்கூட தன்னைச் சோதிக்க முடியாது என்று காரணம் புரியாத சீற்றம் ஏற்பட்டது.

"நம்பிக்கை வையுங்கள். திரும்பும்" என்றார் சென்குப்தா ஜாதகத்தைப் பார்த்து தோஷத்துக்குப் பரிகாரம் சொல்லும் ஜோதிடர் போல.

"மருத்துவரீதியாக, உங்களுடைய அனுபவம் என்ன, சொல்லுங்கள்." சகுந்தலாவின் குரலில் பிடிவாதம் தொனித்தது.

"நினைவு திரும்பும். எத்தனை சீக்கிரத்தில் என்று சொல்ல முடியாது. அந்த நினைவுச் செல்களுக்கு ரத்த ஓட்டம் மறுபடி பரவும்போது மெல்லமெல்ல நினைவு வரும்."

"நினைவைத் திரும்ப வைக்க, துரிதப்படுத்த மருந்து ஏதும் இல்லையா?"

டாக்டர் மறுபடி பேப்பர் வெயிட்டை எடுத்து உருட்ட ஆரம்பித்தார். உலகம் உருள ஆரம்பித்தது. சகுந்தலா காத்திருந்தாள்.

மிக நிதானமாக டாக்டர் அளந்து பேசினார். "இருப்பதாகச் சிலர் சொல்லலாம். எனக்குத் தெரிந்தவரை அதெல்லாம் சமாதானத்துக்காகச் சொல்வது. ரத்த ஓட்டம் சரிபடும்போது

நினைவு திரும்பும் என்கிற நம்பிக்கையில் நாங்கள் செயல்படுகிறோம். அல்ஜைமர் வியாதிக்குத்தான், அதற்கும் இதற்கும் சம்பந்தமில்லை."

"நினைவு திரும்பாமலே போக வாய்ப்பிருக்கிறதா?"

"சகுந்தலா!" என்று விவேக் ஆயாசத்துடன் அவளைப் பார்த்தான்.

"நோ, நோ. சகுந்தலா அப்படிக் கேட்பதில் ஒன்றும் தவறு இல்லை" என்றார் சென்குப்தா அவனைப் பார்த்து. "அதற்கும் வாய்ப்பிருக்கிறது" என்றார் சகுந்தலாவின் பக்கம் திரும்பி.

"ஆனால் நீங்கள் ராஜ்மோஹனுடைய மனைவி, குழந்தை வேறு இருக்கிறது. நினைவு திரும்புவதற்கு வலுவாக சாத்யக்கூறுகள் இருக்கின்றன. வராவிட்டாலும் உறவைப் புதுப்பித்துக் கொள்ளலாம்."

டாக்டர் இலேசாகச் சிரித்தார்.

"புதிதாகக் காதல் மலரலாம்."

விவேக் அது ஹாஸ்யம்போல் சிரித்தான். சகுந்தலா ஒப்புக்குச் சிரித்தாள்.

"என்னைக் கண்டாலே, ராஜா முகத்தைச் சுளிக்கிறான். லீவ் மீ அலோன் என்கிறான்."

"அவர் அரண்டு போயிருக்கிறார். அவருடைய நிலையைப் பற்றி நீங்கள் யோசிக்க வேண்டும். என்னைக் கேட்டால், அவருடைய நினைவு திரும்புவதற்கு நீங்கள் எந்த நிர்பந்தத்தையும் ஏற்படுத்தக்கூடாது. உடல்ரீதியாக அது அவரை பாதிக்கும். நல்லவேளை அவருடைய பெற்றோர்களை அவருக்குத் தெரிகிறது. இரண்டு வருஷத்துக்கு முன் சண்டை போட்டுக்கொண்டு பிரிந்துவிட்டோம் என்றார் அவருடைய அப்பா. நினைவு திரும்பியதும் சண்டையெல்லாம் அவருக்கு மறந்துபோகும் என்று, அன்று நான் விளையாட்டாகச் சொன்னேன். உண்மையிலேயே அவருக்குச் சண்டை போட்டதே நினைவில்லை. அந்த வகையில் இது நல்லது."

சகுந்தலாவுக்கு அவரது பேச்சின் மேம்போக்குத் தனத்தைக் கண்டு அலுப்பேற்பட்டது.

"ஆனால் அவருக்கு என்னை நினைவில்லாமல் போனது, என்னை எப்படி பாதிக்கும் என்று உங்களுக்குப் புரியுமா?" என்றாள் இலேசான படபடப்புடன். "அவருக்குப் பழைய கோபம் நினைவிலிருந்தாலும், அவருடைய பெற்றோர்களுக்கு எந்தப் பாதிப்பும் இருந்திருக்காது. ஆனால் என் வாழ்வும், எதிர்காலமும் அவருடைய நினைவில்தான் இருக்கிறது."

"எனக்குப் புரிகிறது சகுந்தலா" என்றார் டாக்டர் நிதானமிழக்காமல். 'அவர் நினைவிழந்ததற்கு நாங்கள் காரணமில்லை' என்று நினைவுபடுத்தினார். அவள் சோர்வுடன் தலைகுனிந்தாள். சென்குப்தா எழுந்து வந்து அவள் தோளைத் தொட்டார். "இப்பவும் ஒன்றும் மோசமில்லை. மறுபடி அன்பு மலர முடியும். ஆனால் அவசரப்படாதீர்கள். சட்டப்படி நீங்கள் அவரது மனைவி. உங்களுக்கு ஒரு குழந்தை இருக்கிறது என்பது தெரிய வரும்போது அரண்ட மனசு சமாதானமாகி யதார்த்தத்தை ஏற்றுக்கொள்ளும்."

அவள் சற்றுநேரம் ஏதும் பேசத் தோன்றாமல் மௌனமாக இருந்தாள். முதல்முறையாக நிலைமையின் விபரீதத்தின் தாக்குதலில் தான் அரண்டுபோனது தனக்கு மட்டுமே விளங்கக்கூடிய ஒன்றாகத் தோன்றிற்று. 'மறுபடி அன்பு மலரும்.' சாத்தியமா அது? இப்போது அந்த வார்டில் 4 ஆம் நம்பர் கட்டிலில் படுத்திருக்கும் ராஜ்மோஹன் அவளுக்குப் பரிச்சயமில்லாதவன், அவனுக்கு இப்போது அவள் பரிச்சயமில்லாத மாதிரி. ஐந்து ஆண்டுகளுக்கு முன் இருந்த அவனுடைய மனநிலை எண்ணங்கள், கொள்கைகள் என்ன என்று அவளுக்குத் தெரியாது. அவளை அவன் சந்தித்தபோது விரக்தியின் எல்லையில் இருந்தான் அவளைப் போல. ஸ்தாபனங்களை எட்டி உதைக்கும் வெறியில் இருந்தவன் அவளைப் போல. எனக்கு நேற்றும் இல்லை, நாளையும் இல்லை என்றான் அவளைப்

போல். நான் இன்றைக்கு வாழ்பவன். அவளும் அப்படியே. இதைவிட ஜோடிப்பொருத்தம் வேறு என்ன வேண்டும்?

ஆனால் நேற்றைப் பற்றி அவன் மறந்துபோனது அவளுக்கு நாளை பற்றிய கவலையை ஏற்படுத்துகிறது. இன்றைய நிலைக்காகப் பீதி கவ்வுகிறது.

'சட்டப்படி நீங்கள் அவர் மனைவி' என்று தெரிய வரும்போது - ஒரு பாராங்கல் நெஞ்சில் மெல்லியதாக இறங்கிற்று. மகாபாரதக் காலத்துக்கு இழுத்துச் சென்றது. புரு வம்சத்து அரசன் துஷ்யந்தனுக்கு எதிரில் சகுந்தலை நிற்கிறாள், காலை சூரியனைப்போல மின்னும் தன் மகனை ஏந்தியபடி.

"இது உன் மகன் அரசனே" என்றாள் சகுந்தலா கம்பீரமாக. "ஏற்றுக்கொண்டு உன் வாக்கை காப்பாற்று. கனவரின் ஆசிரமத்தில் வெகு காலத்துக்கு முன், நாம் இருவரும் சேர்ந்து படுத்தபோது நீ கொடுத்த வாக்கு நினைவிருக்கிறதா?"

துஷ்யந்தன் தலையசைக்கிறான். "எனக்கு நினைவில்லை. யார் வீட்டுப் பெண் நீ? உன்னுடன் எனக்கு எந்த உறவும் இருந்ததாக நினைவில்லை. போய்விடு! லீவ் மீ அலோன்!"

"சகுந்தலா!"

டாக்டரின் கண்களில் மித மிஞ்சிய கருணை தெரிந்தது. "நான் சொல்வதை நீங்கள் நம்ப வேண்டும்!"

அவள் பதில்பேசாமல் தலை குனிந்து கொண்டாள். தன்னுடைய துக்கம் பல யுகத்து துக்கம் என்றால் இவருக்குப் புரியாது.

விவேக்தான் பேசினான்.

"இன்னும் எத்தனை நாட்கள் ஆஸ்பத்திரியில் இருக்க வேண்டியிருக்கும்?"

"ஒரு வாரத்திலிருந்து பத்து நாட்கள் இருக்க வேண்டியிருக்கும். சிக்கல் ஏதும் இல்லையென்றால் இரண்டு நாள் முன்னதாக அனுப்பலாம். அதற்குள் நினைவுகள் சீராகலாம். அதுவரை..."

சகுந்தலா நிமிர்ந்தாள். 'அதுவரை?'

டாக்டர் அப்போதுதான் ஞாபகம் வந்தவர் போலச் சொன்னார்:

"நீங்கள் வருவதற்கு முன் ராஜ்மோஹனுடைய பெற்றோர் வந்திருந்தார்கள். அவர்களை மட்டுமே அவருக்கு ஞாபகம் இருப்பதால் அவர்களைக் கொஞ்ச நாள் தில்லியில் இருங்கள் என்றேன். ஏற்கெனவே அதை அவர்கள் தீர்மானித்து விட்டதாகச் சொன்னார்கள்."

சரசரவென்று ஏதோ உள்ளே கழண்டுக்கொள்வது போல அவளுக்குத் தோன்றியது. ராஜாவிடமிருந்து அவளை உறுதியாக விலக்க எல்லாரும் ஒட்டுமொத்தமாக சதிசெய்வது போலிருந்தது.

"நான் இங்கே ராஜாவைப் பார்க்க வரத் தேவையில்லை என்று சொல்கிறீர்களா?"

"நோ!" என்றார் சென்குப்தா சாந்தமாக. "கொஞ்சம் விட்டுப் பிடியுங்கள் என்கிறேன். பெற்றோருடன் அவர் சகஜமாக, அமைதியாக இருக்க ஆரம்பித்த பிறகு அவர்களே உங்கள் நிலையைப் பற்றி எடுத்துச் சொன்னால் அவரால் சுலபமாகப் புரிந்துகொள்ள முடியும்."

டாக்டர் அசம்பாவிதமாகச் சிரித்தார்.

"வேடிக்கை இல்லை? உங்கள் பெயர் சகுந்தலா என்று இருப்பது?"

விவேக் சிரித்தான். "அவளுடைய பெற்றோர்கள் தீர்க்க தரிசிகள்."

"எங்கே இருக்கிறார்கள்?"

"எனக்கு யாருமில்லை" என்றாள் அவள் சிரிக்காமல், சென்குப்தாவை நேரிடையாகப் பார்த்து, "அதாவது ராஜாவைத் தவிர" என்றாள்.

அவளுக்காகப் பரிதாபப்படுபவர்போல டாக்டர் ஒரு விநாடி பார்த்து மறுபடி அவளது தோளைத் தட்டினார் சமாதானமாக.

"கவலைப்படாதீர்கள். சகுந்தலையின் கதையில் சோதனை உண்டே தவிர, சோக முடிவு இல்லை. தவிர அவளுக்கு

இருந்த மாதிரி சிக்கல்கள் உங்களுக்கு இருக்காது. பாவம், மோதிரத்தைக்கூடத் தொலைத்துவிட்டுத் தவித்தாள். துஷ்யந்தன் குழந்தை இது என்பதை அவனை எப்படி நம்ப வைப்பது என்று தவித்தாள். இப்பொழுது உங்களுக்கு ஸயன்ஸே சாட்சி சொல்லும். டி.என்.ஏ. டெஸ்ட் எடுத்துவிடலாம்...!"

டாக்டரின் அறையை விட்டு வெளியே வந்தபிறகு சகுந்தலா, "அந்த டாக்டருடைய மென்னியைத் திருக வேண்டும்போல் இருக்கு எனக்கு" என்றாள் ஆத்திரத்துடன்.

"ரிலாக்ஸ்" என்றான் விவேக் வழக்கம்போல.

"நான் ஒன்று சொன்னால் தப்பாக நினைக்காதே. நிஜம்மாவே இரண்டு நாள் ஆஸ்பத்திரிக்கு வராதே. கொஞ்சம் டென்ஷன் குறையும். ஆபீசுக்குப் போ. ஒரு மாறுதல் உனக்குத் தேவை. டாக்டர்கிட்ட நீ ஆத்திரப்பட்டு எந்தப் பலனும் இல்லே. அவர் என்ன செய்வார்? அவர் சொல்ற மாதிரி ராஜாவுடைய மறதிக்கு அவர் பொறுப்பில்லே" அவள் பதில் பேசாமல் அவனுடன் நடந்தாள்.

ராஜாவை எட்டி நின்று இன்று பார்த்ததோடு சரி. தொலைவில் அவள் உருவம் கண்ணில் பட்டதுமே ராஜா கண்ணை மூடிக்கொண்டு விட்டதாகப் பட்டது. எல்லாக் குழாய்களையும் நீக்கிவிட்டார்கள். படிப்படியாக, நினைத்ததைவிட துரிதமாக உடல் சீராகி வருவதாக வரிசைப்பல் ட்யூட்டி டாக்டர் சொன்னார். ஆனால் தயவுசெய்து அவரைத் தொந்தரவு செய்யாதீர்கள். அவருடைய பெற்றோர்கள் பார்த்துப் பேசிவிட்டுப் போனார்கள். டோண்ட் ஒர்ரி.

விவேக் அவளைக் கேண்டீனுக்கு அழைத்துச் சென்று காபி வாங்கிக் கொடுத்தான். காபி உள்ளே இறங்கியதும் தெம்புடன் சிரிக்கத் தோன்றிற்று.

"விவேக், நீ சொன்ன மாதிரி எங்க அம்மா அப்பா தீர்க்கதரிசிகள்தான் இல்லே? எத்தனையோ பெயரை விட்டுச் சகுந்தலான்னு வைப்பானேன்?"

“டாக்டர் சொன்னதுபோல அது சோகக் கதை இல்லே. ரொம்ப மிஞ்சிப்போனா இருக்கவே இருக்கு டி.என்.ஏ. டெஸ்ட்...”

“நோ!” என்றாள் அவள் வேகமாக. “நோ! அப்படி என்னுடைய உரிமையை நிரூபிக்கிறது எனக்கு அவமானம். ராஜாவுக்கும், எனக்கும் இருக்கிற அன்பைக் கேவலப்படுத்தற மாதிரி அது. நா அதுக்கு உடன்பட மாட்டேன்.”

விவேக் சங்கடத்துடன் வேறு திசையில் பார்வையைப் பதித்தான்.

“ஸாரி” என்று முணுமுணுத்தான். “அதுக்கு அவசியமிருக்காதுன்னுதான் நினைக்கிறேன்.”

“அவசியமிருக்காது. நாம் நம்பறேன். ராஜாவுக்கு நினைவு திரும்பிடும்” என்றாள் அவள் அழுத்தமாக. அவள் சட்டென்று விவேக்கின் கையைப் பற்றினாள். “நீயும், சுதீரும்தான் அதுக்கு உதவணும்.”

“சகுந்தலா!” என்று அவன் சிரித்தான் ஆயாசப்படுபவன் போல. “நீ இதைச் சொல்லணுமா?”

ஆஸ்பத்திரியிலிருந்து வீட்டிற்குப் போய் சேர்வதற்குள் மனசு கிட்டத்தட்ட சமாதான நிலைக்கு வந்துவிட்டது. டாக்டர் அநாவசியமாக பயமுறுத்தி விட்டதாகத் தோன்றிற்று. விவேக் சொன்னதுபோல நாளைக்கு ஆபீசுக்குச் சென்றால் ஒரு மாறுதல் ஏற்படும். இரண்டு நாள் கழித்து ராஜாவைப் பார்க்கப் போகலாம். “எங்கே போயிட்டே சக்கு என்னை விட்டுட்டு” என்று ராஜா கேட்பதை ரசிக்கலாம். நினைவு வராமல் எப்படிப் போகும்?

மாலையில் க்ரெஷ்ஷுக்குச் சென்று பரத்தை அழைத்து வரும்போதே குழந்தை தூங்கிப்போனதால், அவள் வீட்டுக்கு வந்ததும் பாதியில் நிறுத்தியிருந்த கதைப் புத்தகத்தைப் படிக்க அமர்ந்தாள். தூக்கத்திலேயே பாட்டில் பாலை பரத் குடித்தவுடன் சமேலி செய்து வைத்திருந்த சாப்பாட்டைச் சூடாக்கிச் சாப்பிட்டாள். இதுவரை ராஜாவின் அப்பாவோ, அம்மாவோ பேரக் குழந்தையைப் பார்க்க வேண்டும் என்று ஆசைப்படவே

இல்லை என்பதும், அவளுடன்கூட ஒரு வார்த்தையும் பேச முயற்சி செய்யவில்லை என்பதும் விநோதமாகத் தோன்றிற்று. சிந்தையை விடாமல் துரத்தி சஞ்சலப்படுத்திற்று. அவளைப் பற்றி எதுவுமே தெரியாதபோது அவர்கள் காட்டும் விரோதம் விசித்திரமாக இருந்தது. முழு விவரம் தெரிந்தால் என்ன செய்வார்கள் என்ற கற்பனை அதிக சங்கடத்தை ஏற்படுத்திற்று. தான் பழகி, அறிந்து, நேசித்த ராஜ்மோஹனுக்கும், இவர்களுக்கும் கலாச்சார வித்தியாசம் இருந்ததாகத் தோன்றிற்று. அவன் வெளிப்படையானவன். சரளமானவன். மிக நவீன சிந்தனை உள்ளவன். இருபத்து ஒன்றாம் நூற்றாண்டு பிரதிநிதி. இவர்களைப் பார்த்தால் சென்ற நூற்றாண்டிலேயே தங்கிவிட்டவர்கள் போல அதன் பாரங்களை இறக்க விரும்பாதவர்கள் போல இருக்கிறார்கள். இவர்கள் அவளுக்காக ராஜாவிடம் பரிந்து பேசக்கூடும் என்று டாக்டர் நினைப்பது அசாத்தியமான கற்பனை என்று தோன்றிற்று. ஆனால் ராஜா இப்போது அவர்களைப் பார்க்கும் பார்வையில், பரந்து விரியும் புன்னகையில் எந்த இடைவெளியும் தெரியவில்லை, பாசம் பீறிட்டுப் பாய்கிறது சமமாக.

ஐந்து வருஷத்துக்கு முந்தைய ராஜா எப்படிப்பட்டவன்?

அவள் யோசிக்கத் திராணியற்றுத் தூங்கிப்போனாள். விடையைத் தேடிக்கொண்டு தூக்கத்தில் அலைந்தாள். தெருத்தெருவாக, வீடு வீடாக, தேசம் தேசமாக, பல வருஷங்கள் பின்னோக்கி, ராஜா எப்படிப்பட்டவன் என்ற கேள்வி கேட்டபடி. முகம் மறந்த அம்மாவின் கண்கள் அவளை நோக்கிக் குனிந்தன. 'சகுந்தலை என்று பெயர் வைக்கிறேன்' என்றாள். கழுத்தில் பூமாலை அணிந்த இளமைப் பருவத்து எம்.எஸ். ஊஞ்சலை எட்டி எட்டி உதைத்து, 'ஆனந்த மென் சொல்வேனே?' என்று பாடி முடித்ததும், துஷ்யந்தன் தலையில் கிரீடத்துடன் நின்று, 'காந்தர்வ விவாகம் தப்பில்லை', என்கிறான். சாத்திரத்தால், தேவர்களால், ஏற்று அங்கீகரிக்கப்பட்ட எட்டு விவாகங்களில் ஒன்று அது. பெர்ட்ரண்டு ரஸ்ஸல்கூடச் சொல்கிறார், 'அன்புதான்

உண்மையான பந்தம். சடங்கு அல்ல... நீ என்னை விரும்புகிறாய், நான் உன்னை விரும்புகிறேன். பெண்ணே வேறு என்ன வேண்டும் நம்மைப் பிணைக்க?'

ராஜாவை உனக்குத் தெரியுமா என்கிறாள் சகுந்தலா மூச்சிறைக்க... அவன் எப்படிப்பட்டவன்?

பரத்தின் அழுகையொலி கேட்டுச் சகுந்தலா திடுக்கிட்டு விழித்தாள்.

12

அத்தியாயம்

அடர்ந்த காடு அது. ஆகாசத்துக்கும், பூமிக்கும் நடுவே இடைவெளியற்ற பந்தல் விரித்தாற்போன்ற அடர்த்தியில் சூழ்ந்த மையிருட்டு. தடுமாறிக்கொண்டே அவன் முன்னேறினான். பரிவாரமெல்லாம் அவனைத் தொடர்கிற தெம்பில், அவர்களது தலைவர் நான் என்கிற மிதப்பில். மனித காலடி கேட்டு பூமியுடன் அதிர்ந்த விலங்கினம் சிதறி ஓட சரமாரியாக திசைக்கொன்றாகப் பாய்ந்த அம்புகளின் வீச்சில் பொத்துபொத்தென்று ஒவ்வொன்றாக வீழ்ந்தன. மான்கள், ஓநாய்கள், புலிகள், சிங்கங்கள், கிறீச்சிட்டன, ஓலமிட்டன. பிரலாபித்தன. அவன் அசராமல் முன்னேறினான், உயிரற்ற சடலங்களைத் தாண்டியபடி. என்னை எதுவும் வீழ்த்த முடியாது என்கிற கர்வத்துடன் உயிருடன் இருந்த ஜீவராசிகள் எல்லாம் பேயைக் கண்டதுபோல அரண்டு ஓட்டமெடுத்தன். அவனுக்குச் சிரிப்பு வந்தது. அசதியிலும் ஒரே வார்த்தையிலே சொல்லணும்னா திருப்தி, திருப்தி. ரொம்ப திருப்தி.

ராஜ்மோஹன் கண்ணைத் திறந்தான். உடம்பு மிதப்பதுபோல இருந்தது. கானகம் இல்லை. இருளில்லை. கண்ணைக் கூசும் வெளிச்சம். வெள்ளைக்

கூரை, வெள்ளைத் திரைச் சீலைகள். எங்கே இருக்கிறோம் என்று ஒரு விநாடி குழப்பம் ஏற்பட்டது. பின்னங்கழுத்தில் நமநமவென்று வலித்தது. தோள்பட்டை மேல் இரண்டு பாராங்கல் அமர்ந்திருந்தன. கண்களை இலேசாகத் திருப்பியபோது, பச்சைத் தடுப்புத்திரை தெரிந்தது. அவன் கண்களை மூடிக்கொண்டான்.

ஓ... இது ஆஸ்பத்திரி. அவனுக்கு இன்னும் நினைவு வராத ஒரு விபத்தில் சிக்கியதால் இங்கு படுத்திருப்பதாக நர்ஸ் சொல்கிறாள். அம்மாவும் சொன்னாள். அவன் பிழைத்ததற்குக் காரணமும் சொன்னாள்.

“வெங்கடாசலபதியை வேண்டிக்கிட்டேன் - நான் பண்ண பிரார்த்தனை வீணாகலை. ஆண்டவன் என்னை ஏமாத்தலே.”

அவனுக்கு நெஞ்சுக்குழியில் ஏதோ பந்தாகச் சுருண்டு, விழியோரங்களில் முள்ளாகக் குத்திற்று. வெங்கடாசலபதி இல்லை காப்பாற்றியது, அம்மாவின் அன்பே காப்பாற்றியிருக்க வேண்டும். அப்பா அவனிடம் என்றுமே நெருங்கத் தயங்கியதில் அம்மாவின் வெறிபிடித்த பாசமே அவனைச் சுற்றிய ஒளிவட்டமாக கவசமாக அவன் உணர்ந்திருக்கிறான். இப்போதும் அதுதான் கவசமாக இருந்திருக்க வேண்டும். எப்படிப்பட்ட விபத்து, எப்படி நடந்தது என்று சுத்தமாக நினைவில்லை. ஏதோ தேவதை வந்து காப்பாற்றிச் சேர்த்ததுபோல ஆஸ்பத்திரியில் கிடப்பது குழப்புகிறது. நினைக்க நினைக்க சோர்வு ஆட்கொள்கிறது. ‘ராஜா, ராஜா... என்னைத் தெரியல்லே?’ என்கிற தினக்குரல் இடையிடையில் கேட்டு பீதியை அளிக்கிறது. அதில் தொனிக்கும் பரிதவிப்பு அச்சத்தை ஏற்படுத்துகிறது. அவன் விரட்ட விரட்ட ஆவிகள் துரத்துவது போல. அது அவனது பிரமையா, கனவா என்று பிறகு புரிவதில்லை. அந்தக் குரலில் பரிதவிப்பு மட்டும் இல்லை. மெல்லிய சீற்றம் தெரிகிறது. அவனைக் குற்றம் சாட்டுவதுபோல.

“நான் உன் குழந்தையின் அம்மா டாமிட்!”

அவனுக்குக் கதிகலங்கிப் போயிற்று. இது கனவாக இருக்க வேண்டும். அல்லது ஏதோ பழிவாங்கும் பிசாசாக இருக்க

வேண்டும். பிசாசுகளில் அவனுக்கு நம்பிக்கையில்லாவிட்டாலும் அல்லது ஹாலுஸினேஷன், பலவீனமான அவனது நிலையில் தோன்றும் மனச்சிதறல்கள். பிரமைகள்.

அம்மாவைக் கேட்டால், "எனக்கொண்ணும் தெரியல்லே ராஜா" என்கிறாள். "அதைப்பத்தி சும்மா யோசனை பண்ணாதே. உடம்பு நல்லபடியாகி வீட்டுக்குப் போகணும். அதுதான் இப்ப முக்கியம்."

நல்லவேளையாக நிறைய தூக்கம் வருகிறது. ஆனால் கண்ணைத் திறக்கும்போதெல்லாம் பிரமைகள் நிஜம்போல மனித உருவில் எதிரில் நிற்பது அசத்துகிறது. தெரியாத உலகத்தில் முன்னறிவிப்பில்லாமல் நுழைந்துவிட்டது போல. இரவு நேரத்தில், ஆஸ்பத்திரி ஓசைகள் அடங்கிய பிறகு வெள்ளைப் புறாக்கள் இறகுகளைக் கவிழ்த்து, அலகுகளை உட்புகுத்தி உறங்கும் சுகத்துடன் நர்ஸ்கள் மேஜையில் முகம் கவிழ்ந்துவிட்ட நேரத்தில் சின்ன நீல விளக்கின் இதமான ஒளியில் அந்த இளைஞன் பிரகாசமாக நிற்கிறான்.

"ஹாய் ராஜ்!"

"யார் நீ?" என்ற கேள்விக்கு.

"நிஜமாக என்னைத் தெரியவில்லை? உன்னோடு வேலை செய்யும் சுதீர்?" என்று சிரிக்கிறான். கனிவான சிரிப்பு. ஸிக்த் ஸென்ஸில் ப்ரூஸ் வில்லிஸ் சிரிக்கிற மாதிரி.

சுதீர் என்று யாரும் அவனுடன் வேலை செய்யவில்லை. 'உன்னைத் தெரியாது' என்று சொல்வது நாகரிகமில்லை. ராமகிருஷ்ணனைக் காணோம், பிரகாஷ்ராவை காணோம். அவனுக்கு நெருக்கமானவர்கள்.

"அவர்கள் வரவில்லை?"

மறுபடி ப்ரூஸ் வில்லிஸ் சிரிப்பு.

"அப்படி யாரையும் எனக்குத் தெரியாது." அவன் கண்களை மூடிக்கொண்டான், ஏதும் புரியாமல்.

"தட் இஸ் ஃபன்னி" என்று முணுமுணுப்பதைத் தவிர ஏதும் சொல்லத் தெரியவில்லை. உடம்பின் ஒவ்வொரு தசையும் வலித்தது. ப்ரூஸ் வில்லிஸ் அவனுடைய தோளை இலேசாகத் தட்டினான்.

"ரிலாக்ஸ், நாளைக்குப் பேசலாம்" செத்துப்போனவனின் ஆவி ப்ரூஸ் வில்லிஸ் என்று நினைவு வந்தது. அவன் கண்ணைத் திறந்து கேட்டான்.

"நான் செத்துவிட்டேனா, உயிரோடு இருக்கிறேனா?"

"வெரிமச் அலைவ் அட் லாஸ்ட்." அமெரிக்க உச்சரிப்பு. ஆவிதான் சந்தேகமில்லை.

"நீ அமெரிக்கனைப்போல் பேசுகிறாய்."

"நான் அமெரிக்காவில் பத்து வருஷம் இருந்தேன் ராஜ், அவனுடைய தாக்கம் அது. நீ கேலி செய்வாயே?"

அவன் தோற்றுப்போனவனாய் கண்ணை மூடிக்கொண்டான்.

"எனக்கு உன்னைத் தெரியாது" என்று தூங்கிப்போனான்.

இரவு நேரத்திலெல்லாம் நீல நிற விளக்கொளியில் அந்த இளைஞன் அறையின் மூலையில் வந்து அமர்கிறான். சிறுவனின் அறை ஓரத்தில் ப்ரூஸ் வில்லிஸ் அமர்ந்தது போல. காலை வெளிச்சத்தில் எல்லா பிரமைகளும், பிசாசுகளும் மறைந்தன. நர்ஸ்களுடன், டாக்டர்களும் நம்பிக்கை அலைகளைப் பரப்பினார்கள். அவன் வெகு துரிதமாக முன்னேறுவதாகப் பாராட்டினார்கள். அவன் ஏதோ பரீட்சையில் உயர்ந்த மதிப்பெண்களைப் பெற்றது போல. அவனைப் பிணைத்திருந்த ட்யூப்களையெல்லாம் அகற்றினார்கள். அப்பாவும், அம்மாவும் வந்தமர்ந்து அவன் பள்ளிக்குச் சென்ற நாட்களையெல்லாம் பேசி சிரித்தார்கள். அம்மா சாத்துக்குடி ஜூஸ் பிழிந்துகொடுத்தாள். எதுவுமே மாறவில்லை என்று தெம்பு வந்தது. அம்மாவின் பேச்சுக்கெல்லாம் அப்பா தனது வழக்கமான குதர்க்கப் பேச்சு பேசாமல் ஆதரவாகப் புன்சிரிப்புடன் அமர்ந்திருந்தது

நம்பமுடியாத அதிசயமாக இருந்தது. அவனுடைய விபத்து அத்தகைய மாற்றத்தை அவருள் ஏற்படுத்தியிருந்தால் அதற்கு நன்றி சொல்ல வேண்டும்போல இருந்தது. அவர்கள் கிளம்ப எத்தனித்தபோது, “போகாதீர்கள்” என்று தடுக்கத் தோன்றிற்று. எது பிரமை, எது நிஜம் என்று விளங்காத குழப்பம் சிலந்தி வலையாக விரிந்தது.

“தொந்தரவு செய்யக்கூடாது” என்று வெள்ளைப் புறா வந்து படபடத்தது. “சாயந்திரம் வர்றோம்” என்றார் அப்பா அவன் கையை வருடியபடி. அப்பா அவனை ஸ்பரிசித்த நினைவு அவனுக்கு இல்லை. இலேசான சிலிர்ப்பு நாடி நரம்பிலெல்லாம் பரவிற்று. அவனை பலவீனப்படுத்திற்று. அவர்கள் அகன்றதுமே தன்னைப் பிசாசுகள் துரத்த வரும் என்று அவன் பயந்தான். தூங்கிக்கொண்டே இருக்கலாம் போலிருந்தது. ஆனால் கண்கள் தன்னிச்சையாகத் திறந்தன. கலவரத்துடன் பிசாசுகளைத் தேடின. அலுவலகத்திலிருந்து ராமகிருஷ்ணனும், பிரகாஷும் வந்திருக்கலாம் என்று கணக்குப் போட்டு, இப்பவும் திறந்தன. அவன் தயக்கத்துடன் பார்வையை ஓடவிட்டான். தத்தித் தத்தி. பச்சை நிற அறைத் தடுப்பைத் தாண்டிச் செல்கையில், அவள் நின்றிருந்தாள். அந்தப் பெண் – ‘உன் குழந்தையின் அம்மா நான் டாமிட்!’ என்றவள்.

அவன் கலவரத்துடன் கண்ணை மூடிக்கொண்டான். விழிகளுக்குள் முகம் மிதந்தது. வடக்கத்திக்காரியைப் போல இருந்தாலும், தமிழ் பேசும் பெண், அழகான பெண், மறுக்க முடியாது. ஆனால் அவள் சொல்லும் விஷயம் அபாண்டமானது. எந்தக் கோவிலிலும் கற்பூரம் கொளுத்தி சத்தியம் செய்ய முடியும்.

எனக்குக் கல்யாணமே ஆகவில்லை. டாமிட்!

அவன் ஆயாசத்துடன் பெருமூச்சுவிட்டபடி கண்ணைத் திறந்தான். அவளைக் காணோம். இது பிரமை. அப்பாவுக்கும், அம்மாவுக்கும் அந்தப் பெண்ணைத் தெரியவில்லை என்பதே அதற்கு சாட்சி. டாக்டர் வந்தால் கேட்க வேண்டும். இந்த

ஹாலுஸினேஷன் ஏன் வருகிறது? ப்ளீஸ், அதற்கு சிகிச்சை அளியுங்கள். நேற்று மதியம் அந்த நர்ஸைக் கெஞ்சி அலுவலகத்துக்கு டெலிபோன் செய்யச் சொன்னான். நம்பர் தெளிவாக நினைவிருந்தது. 6935612. "எனக்கு விபத்து ஆகிவிட்டது என்று சொல்லுங்கள். பிரகாஷ் ராவை அல்லது ராமகிருஷ்ணனை பார்க்க விரும்புகிறேன் என்று சொல்லுங்கள்!" சற்று பொறுத்து அவள் அவனிடம் வந்து தயக்கத்துடன் சிரித்தாள்.

"நம்பர் சரியாகத்தானே சொன்னீர்கள்?"

"ஆமாம். ஏன்? 6935612."

"ஒன்றுமில்லை" - அவள் தன் உள்ளங்கையில் எழுதியிருந்த எண்ணைப் பார்த்தாள். ராஜ்மோஹன் என்று அங்கு யாருமில்லை என்கிறார்கள். ஒருவேளைத் தப்பான நம்பராகயிருக்கும். நான் மறுபடி செய்து பார்க்கிறேன்."

அரைமணி நேரம் அவனது பொறுமையை சோதித்து ட்யூட்டி டாக்டருடன் ஏதோ பேசியபடி வந்து,

"உங்கள் நண்பர்கள் அவசர வேலையாய் வெளியூர் போயிருக்கிறார்களாம்" என்றாள்.

ட்யூட்டி டாக்டர் இளைஞனாகத் தெரிந்தான். வரிசையான பல்லை விளம்பரத்துக்குக் காட்டுவதுபோல சிரித்தான்.

"நீங்கள் ரிலாக்ஸ் செய்ய வேண்டும். உங்கள் அலுவலகத்துக்குத் தெரியும் உங்கள் விபத்தைப் பற்றி. தினமும் விசாரித்துவிட்டுப் போகிறார்கள். நீங்கள் ஓய்வெடுக்க வேண்டும்."

அவனைச் சிந்திக்கவே விடாமல் அவர்கள் தூங்க வைப்பதுபோல அவனுக்குத் தோன்றிற்று. இரண்டு ராஸ்கல்களுக்கும் வெளியூர் போகும்படி என்ன வேலையிருக்கும் என்று வியந்தபடி அவன் தூங்கிப்போனான். மீண்டும் கண் விழித்தபோது சற்று எட்டி, ஸ்டூலில் யாரோ உட்கார்ந்திருந்தார்கள். இன்னொரு ப்ரூஸ் வில்லிஸ். இன்னொரு செத்துப்போனவன். ஸிக்ஸ்த் சென்ஸ் சிறுவனைப்போல எனக்கேற்பட்டிருக்கும் அமானுஷ்ய

பார்வையாக இருக்க வேண்டும் இது. இறந்து போனவர்களெல்லாம் என் கண்ணுக்குத் தெரிகிறார்கள். பயப்படாதே என்று தட்டிக் கொடுக்கிறார்கள். ஆவிகளுக்கும் உணர்ச்சிகள் உண்டு. உன்னைத் துன்புறுத்தும் எண்ணம் அவர்களுக்கு இல்லை. ஆனால் உரிமை கோருவார்கள் என்று அவன் தனக்குள் சொல்லிக் கொண்டான். அவன் விழித்துக்கொண்டதை உணர்ந்தவனாய் அந்த இளைஞன் எழுந்து அருகில் வந்தான்.

"ஹலோ!" என்று சினேகிதமாகச் சிரித்தான்.

"ஹலோ!" என்றான் ராஜ்மோஹன்.

"நான் விவேக் குப்தா, உன் தோழன். உன்னுடன் வேலை செய்பவன்."

சற்றுநேரம் அவனை உற்றுப் பார்த்தும் எந்த அடையாளமும் தெரியாமல்,

"உங்களை எனக்குத் தெரியாது" என்றான் ராஜா சோர்வுடன்.

"இரவு வேறு ஒரு ஆள் வருகிறார். இடையில் ஒரு பெண் வருகிறாள். நீங்கள் எல்லாரும் திட்டமிட்டுச் செயல்படுவதுபோல் இருக்கிறது. தயவுசெய்து என்னைத் தொந்தரவு செய்யாதீர்கள்."

அந்த இளைஞன் வெட்கம் கெட்டவன் அல்லது சுரணையற்றவன். மெலிதாகச் சிரித்தான்.

"நண்பர்கள் தொந்தரவு செய்ய நினைக்க மாட்டார்கள்."

"நீங்கள் யாரென்று எனக்குத் தெரியாது."

"ஆனால் எனக்கு உன்னைத் தெரியும்" என்றான் விவேக் ஹிந்தியில். "நாம ரெண்டுபேரும் ஒரே கம்பெனியிலேதான் வேலை செய்யறோம்."

"ஜெனித் கம்ப்யூட்டர்ஸ்லேயா?"

"இல்லை. எஸெர் கம்பெனி."

ராஜா சிரித்தான்.

"நான் அதன் வாசலை மிதித்ததில்லை."

விவேக் சற்றுநேரம் மௌனமாக இருந்தான். பிறகு அவனை மெல்லக் கேட்டான்.

"உடம்பு இப்பத் தேறி வருவதாக உணர்கிறாயா?"

"ஆமாம். நிறைய வித்தியாசம் இருக்கு. இன்னிக்குக் காலையில் கொஞ்சம் நடந்தேன்."

"குட்! இன்னும் கொஞ்சம் தேறட்டும். இரண்டு நாள் கழிச்சு உன்னை சந்திக்கிறேன், டாக்டருடைய அனுமதியோட."

அவன் ஏதோ பூடகமாகப் பேசுவதுபோல இருந்தது. ஆனால் அவன் கிளம்பிப் போனால்தான் தனக்கு நிம்மதி என்று தோன்றிற்று.

விவேக் கிளம்பும் முன் அவன் தோளைத் தொட்டான்.

"ராஜா, நீ என்னை நம்பணும், நா உன்னுடைய ஃப்ரெண்ட்."

ராஜா இலேசாகச் சிரித்தான். "ஓ.கே. தாங்க்ஸ்."

விவேக் குப்தா வார்டை விட்டு வெளியே வந்தபோது மெல்லிய பாரம் மனத்தை அழுத்திற்று. சகுந்தலாவின் ஆற்றாமையின் ஒரு துளியைத் தானும் அனுபவிப்பதுபோல இருந்தது. டாக்டர் சொன்னதுபோல ராஜா அரண்டிருந்தது போலத்தான் தெரிந்தான்.

டாக்டர் இன்று காலை அவனை அவசரப்படுத்தக் கூடாது என்று எச்சரிக்காமல் இருந்திருந்தால், "டேய் விழித்துக்கொள்" என்று அவனது தோளை உலுக்கியிருக்கலாம். பொறுமையிழந்து கம்பெனியின் பெயரைச் சொன்னதுகூட ராஜாவைக் குழப்பி உடல்நிலையை பாதிக்குமோ, என்னவோ. ஆனால் எத்தனை நாட்களுக்கு இந்த ஊமை நாடகத்தை நடத்த முடியும்? ராஜா மடையனல்ல. சாதாரணமாக உணர்ச்சிவசப்படக் கூடியவனல்ல. வேலையில் அசாத்திய திறமைக் காண்பிப்பவன். 'உனக்கு விபத்தின் காரணமாக ஐந்து ஆண்டு நினைவுகள் அழிந்து விட்டன' என்று சொன்னால் புரிந்துகொள்ள மாட்டானா?

டாக்டர் அநியாயத்துக்கு எச்சரிக்கையாக இருப்பதாகத் தோன்றிற்று. நினைவு திரும்பாவிட்டாலும் அவனுடைய குடும்பத்திற்குத் திரும்ப வேண்டியது அவனுடைய பொறுப்பு என்று அவன் உணர வேண்டாமா? அவனை எதிர்பார்த்து சகுந்தலாவும், பரத்தும் இருக்கிறார்கள் என்பதை உணர்த்த வேண்டாமா? ஆஸ்பத்திரியிலிருந்து டிஸ்சார்ஜ் ஆனபிறகு அவன் வீட்டிற்குத்தானே திரும்ப வேண்டும்?

விவேத் தீவிர யோசனையுடன், பார்க்கிங் லாட்டை நோக்கிச் சென்றான். சகுந்தலாவை நினைத்து வருத்தமேற்பட்டது. விதி மிகக் குரூரமாக விளையாடுவதாகத் தோன்றிற்று. ஆனால் டாக்டர் சொல்வதுபோல இப்பவும் ஒன்றும் மோசமில்லை. அவனுடைய பெற்றோர்கள் மெல்லச் சொல்ல வேண்டும். அப்போதுதான் ராஜாவுக்கு நம்பிக்கை ஏற்படும். சரவணன் தம்பதியை நினைக்கையில் வினோதமாக இருந்தது. வெளியில் சென்றோ, வெளி மாநிலத்தவருடன் பழக்கமோ அதிகம் இல்லை என்று புரிந்தது. ஆனாலும் சுபாவத்தில் சரளமானவர்கள் இல்லை என்று பட்டது.

'என்னை அவர்களுக்குப் பிடிக்கவில்லை' என்றாள் சகுந்தலா. எல்லா இந்திய மத்யவர்க்கப் பெற்றோரும், தாங்கள் தேர்ந்தெடுக்காத மருமகளுக்குக் காட்டும் விரோதம் அது என்று அவன் நினைத்துக்கொண்டான். ஆனால் சரவணன் உலக விவகாரம் தெரிந்தவர். ஆஸ்பத்திரியிலிருந்து டிஸ்சார்ஜ் ஆனதும், சகுந்தலாவிடம் ராஜா திரும்ப வேண்டிய அவசியத்தை அவர்தான் பக்குவமாக எடுத்துச் சொல்ல வேண்டும்.

மகாராணி பாக் கெஸ்ட் ஹவுஸுக்கு விவேக் வண்டியைச் செலுத்தினான்.

சரவணன், தில்லி பதிப்பின் இந்து பத்திரிகையைப் படித்துக் கொண்டிருந்தார். ராஜாவின் அம்மா சன் டி.வி. நிகழ்ச்சி ஒன்றைப் பார்த்துக் கொண்டிருந்தாள். அவன் எதிர்பார்த்ததைவிட சரவணன் அதிக உற்சாகத்துடன் அவனை வரவேற்றார். அம்மாள் டி.வியின் ஒலியைக் குறைத்தாள்.

"உட்காருங்கள். உங்கள் சினேகிதரைப் பார்த்தீர்களா?" என்றார் சரவணன்.

"உம், பார்த்தேன்" என்றான் விவேக். "டாக்டர் உங்களிடம் சொல்லியிருப்பாரே? ஐந்து ஆண்டுகால நினைவு ராஜாவுக்கு இப்ப இல்லை. என்னை அதனால் அவனுக்குத் தெரியவில்லை."

சரவணன் அவனை எடைபோடுவது போல பார்ப்பது அவனுக்குச் சங்கடத்தை ஏற்படுத்தியது.

"நினைவு மெல்லத் திரும்பும் என்கிறாரே டாக்டர்?"

"ஆமாம். ஆனால் அதற்கான காலக்கெடு என்று ஒன்றும் இல்லை. நீங்கள் இன்னும் எத்தனை நாட்களுக்கு இங்கே இருக்கப் போகிறீர்கள்?"

"இன்னும் ஒருவாரம் இருக்கலாம் என்று எண்ணம். எதற்குக் கேட்கிறீர்கள்?"

அவன் சற்று மௌனமானான். இப்போது ஒலி சுத்தமாக இல்லாமல் சன் டி.வி. ஒரு பாடல் காட்சியைக் காண்பித்தது.

"சகுந்தலாவின் நிலைதான் ரொம்பப் பாவமாக இருக்கிறது" என்றான் அவன்.

சரவணன் எதுவும் பேசவில்லை. டி.வி.யை காமாட்சி அணைத்தாள்.

"ராஜா அவளைக் கிட்டவே வரவிடுவதில்லை."

சரவணன் சற்று நிமிர்ந்தார், இலேசாகப் படபடத்தார்.

"பின்னே அவன் வேறு எப்படி நடந்துகொள்வான்? அவள் இப்போது அவனுக்கு முன்பின் தெரியாத ஒரு பெண். நான் உன் மனைவி, என் குழந்தையின் தகப்பன் நீ என்று சொன்னால், எந்த யோக்கியனும் அரண்டுபோக மாட்டானா?"

அவருடைய பேச்சை காமாட்சி ஆமோதிப்பதுபோல மண்டையாட்டினாள். அவர்களுடைய மனசில் என்ன இருக்கிறது என்று புரியாமல் அவன் தடுமாறினான்.

“அவனுடைய மறதியினால் அவன் அரண்டு போயிருக்கிறான்” என்றான் அவன் நிதானமாக.

“ஆனால் அவனுக்கு மனைவி இருக்கிறாள். குழந்தை இருக்கிறது. அவர்களை அவனுக்கு இப்போது நினைவு இல்லாவிட்டாலும் நீங்கள் அதை அவனிடம் எடுத்துச் சொல்ல வேண்டும், அவன் ஏற்றுக்கொள்ளும் படியாக.”

“எப்படி?” என்றார் சரவணன் சவால் விடுவதுபோல.

“எங்களுக்கே தெரியாது அவனுக்குக் கல்யாணமானது பத்தி. அவனை நாங்கள் எப்படி நம்ப வைப்பது? சினிமாவில் வருகிற மாதிரி கோவில்லே மாலை மாற்றிக்கொண்டானா, ரெஜிஸ்டர் கல்யாணமான்னு தெரியாது. அந்தப் பெண்ணையே போய்க் காண்பிக்கச் சொல்லுங்கள் - கல்யாண போட்டோவையோ, ரெஜிஸ்ட்ரேஷன் சர்டிஃபிகேட்டையோ.”

விவேக் எழுந்தான், சகுந்தலா என்ற பெயரில்தான் கோளாறு என்று நினைத்தபடி.

❋———❋

13

அத்தியாயம்

“எனக்கு ஏன் நீ தகவலே சொல்லல்லே?” கம்ப்யூட்டரில் புதிய விளம்பர லே-அவுட்டுக்கான டிஸைனை வடிவமைக்கும் மும்முரத்திற்கிடையே, மௌஸை வலது கையால் நகர்த்தியபடி ஸ்கிரீனைப் பார்த்தபடி, தொலைபேசியின் மறுமுனையில் அவளைக் குற்றம்சாட்டிக் கொண்டிருந்த சோனியாவை சமாதானப்படுத்த வேண்டியிருந்தது. ஆனால் அந்தக் குரலே தெம்பையளித்தது. குற்றச்சாட்டுக்குப் பின்னால் இருப்பது அவளை ஆதரிக்கும் குரல் என்ற பிரக்ஞை கொடுத்த தெம்பு.

“ஸாரி” என்று ஐந்தாவது முறையாகச் சொன்னபோது, சகுந்தலாவின் உதடுகளில் இலேசான புன்னகை அரும்பிற்று.

“நான் எப்படிப்பட்ட நெருக்கடியிலே இருந்தேன்னு உனக்குத் தெரியாது. சாப்பிட்டேனா தூங்கினேனான்னு கூட நினைவில்லே.”

“அதனாலேதான் கேக்கறேன், என் ஞாபகம் எப்படி வராம போச்சு? இந்த மாதிரி சமயத்திலேதானே ஃப்ரெண்ட்ஸ் உதவணும்? நான் ஏதாவது ஒரு வகையிலே உனக்கு ஆறுதல் தந்திருப்பேன்.”

சகுந்தலா சிரித்தாள்.

"இப்பவும் உன் ஆறுதல் தேவை சோனியா. இன்னிக்கு லன்ச் சாப்பிடலாம், வர்றியா?"

"ரைட்டோ! கனாட்பிளேஸ் கோவில் ரெஸ்டாரெண்ட் போலாமா? எனக்கு இன்னிக்கு மதராஸி சாப்பாடு சாப்பிடணும்போல இருக்கு."

"ஓ.கே. ஃபைன்" என்றாள் சகுந்தலா. "ஒரு மணிக்கு உன்னை அங்கே பார்க்கறேன். உன்னோட நிறைய பேசணும்."

ஃபோனை வைத்துவிட்டு மறுபடி கம்ப்யூட்டரில் லே-அவுட்டுக்குத் திரும்பியபோது சோனியாவுடன் தொடர்புகொள்ளாமல் போனது எப்படி என்று அவளுக்கு உறுத்திற்று. ராஜாவுக்கு விபத்து என்று அறிந்த விநாடியிலிருந்து மூளை பீதியில் உறைந்துபோனதும், ராஜா மட்டுமே அவள் சிந்தையை நிரப்பி விட்டதையும் சொன்னால் நெருக்கமானவர்களுக்குக்கூட அதன் பரிமாணத்தைப் பூரணமாக உணர முடியாது. தனிக்கட்டையான சோனியாவுக்கு நிச்சயம் புரியாது.

லே-அவுட்டை முடித்து இலாகாவுக்கு ஈமெயில் செய்துவிட்டு அவள் எழுந்தாள். விவேக் உபதேசித்தபடி, இன்று ஆஸ்பத்திரிக்குப் போகவில்லை. அலுவலகத்துக்குச் சென்றாள். லிஃப்ட் அடெண்டென்டிலிருந்து சேர்மன் வரை அவளைக் கண்டதும் கேட்ட கேள்வி, "கைஸே ஹைன்? ஹௌ இஸ் ஹி?" ராஜாவுக்கு இப்பொழுது தேவலை என்றதும், எல்லாரும் சமாதானமாகி அவரவர் வேலையைப் பார்க்கச் சென்றது நிம்மதியாக இருந்தது. அவளது மேஜையில் உடனடியாகக் கவனிக்கப்பட வேண்டிய வேலை காத்திருந்தது. அதில் சுபாவமான சுறுசுறுப்புடன் ஆழ்ந்தபோது ஆஸ்பத்திரி நினைவும், ஏமாற்றங்களும் விலகிக்கொண்டன. காபி ப்ரேக்கில் எல்லாவற்றையும் மறந்து நண்பர்களுடன் சிரித்துப் பேச முடிந்தது. சிரித்து எத்தனை நாளாகிவிட்டது என்று எட்டிப்பார்த்த

திகைப்புக்கிடையே. வழக்கமான ஜீன்ஸ், டீ-ஷர்ட் உடைக்கு மாறியதே சகஜ நிலைக்குத் திரும்பியதுபோல சமாதானமேற்பட்டது. இரண்டு நாட்களாக ராஜாவின் பெற்றோருக்காகப் போட்ட வேஷம் தண்டம் என்று நினைத்து அவளுக்குச் சிரிப்பு வந்தது. கனாட் பிளேசில், காரை ஈ பிளாக் பார்க்கிங் லாட்டில் நிறுத்திவிட்டு அவள் 'கோவில்' ரெஸ்டாரெண்ட் நோக்கி நடந்தாள். மதிய உணவு நேரம் என்பதால் கனாட் ப்ளேஸ் வட்டச் சுற்றின தாழ்வாரங்களில் அலுவலக ஊழியர்கள், ஷாப்பிங் வந்தவர்கள், மத்யவர்க்க இளைஞர் இளைஞிகள், ஃப்ரெஞ்ச் ஷிபான் உடுத்திய சீமாட்டிகள் என்று உற்சாக அலை மோதிற்று. மனத்தின் சந்தேகங்களை, பயங்களை, நிராசைகளை அடித்துக்கொண்டு கரைத்துவிடும் உற்சாக அலை. கோவிலின் வாசலில் நின்றிருந்த சோனியா "ஹாய்!" என்று பிரகாசமாகச் சிரித்து அணைத்துக்கொண்டாள்.

"என்ன இது? இத்தனை இளைச்சுட்டே?" என்று துக்கம் விசாரித்தாள்.

உள்ளே ஒரே ஓர் இடம் காலியாக இருந்தது. தயிர் வடைக்கும், ஆனியன் ரவா தோசாவுக்கும் ஆர்டர் கொடுத்துவிட்டு சோனியா அவளைப் பார்த்து, "சொல்லு என்ன ஆச்சு?" என்றாள்.

நான்கு நாட்களின் கதை, சொல்லச் சொல்ல நீண்டது மகாபாரதம் போல. அத்தனைக் குறுகிய காலகட்டத்துள் விதியும், சதியும் ஊடகமாகிப்போன விந்தையாக. அமானுஷ்யமான ஏதோ ஒரு கை அவளது கண்ணைக் கட்டிக் காயை நகர்த்தி வேடிக்கை பார்ப்பதாக. ஆச்சரியமாகக் கண்களில் நீர் வரவில்லை. சஞ்சயன் குருட்டு திருதராஷ்டிரனுக்குச் சலனமில்லாமல் குருக்ஷேத்திர யுத்தத்தை ஞானக் கண்ணால் பார்த்து விவரித்ததுபோல வார்த்தைகள் விழுந்தன. முடித்தபோது குருட்டு மன்னனின் பரிதவிப்பும், இயலாமையும் அவளை ஆட்கொண்டன - களத்தில் வெற்றிபெற்றவர் யாருமில்லை என்ற புரிதலில்.

சோனியா விழிகள் விரியப் பார்த்தாள்.

"என்னால் நம்பமுடியல்லே" என்றாள் திரும்பத் திரும்ப.

சகுந்தலா இலேசாகச் சிரித்தாள்.

"குற்ற உணர்விலேயே நா செத்துருவேன் போலிருக்கு. ராஜா பிழைச்சுட்டான். அதுக்கு நான் சந்தோஷப்படணும். ஆனா எனக்குச் சந்தோஷமேற்படல்லே. அவனுக்கு நினைவு திரும்பாமலேயும் இருக்கலாம்னு டாக்டர் சொன்னப்ப, அதைவிட அவன் செத்துரலாம்னு நான் நினைச்சேன்."

சோனியா மேஜைமேல் பதிந்திருந்த சகுந்தலாவின் இடது கையை இலேசாக அழுத்தினாள்.

"எனக்குப் புரிகிறது."

சகுந்தலா அவளை வெறித்துப் பார்த்தாள். "இதிலே பிரச்னை என்னன்னா, இப்ப முழிச்சுண்டிருக்கிற ராஜாவை எனக்குத் தெரியாது. அஞ்சு வருஷம் என்கிறது மிகப்பெரிய இடைவெளி. அவனே சொல்வான் - எண்ணங்கள் மாறலாம், கொள்கைகள் மாறலாம் - தலைகீழா. இப்ப நமக்குத் தப்பில்லேன்னு தோணுகிற விஷயங்கள், அஞ்சு வருஷத்துக்கு முன்னால் நினைச்சுக்கூட பார்க்க முடியாது அருவருப்பைத் தரலாம். அவனுக்கு நினைவு திரும்பாம போனாலும் காதல் மறுபடி புதுசா மலரலாம்னு டாக்டர் ஜோக்கடிக்கிறார். என்னைக் கண்டா இப்ப வெறுக்க மாட்டான்னு என்ன நிச்சயம்?"

"ஏ, கமான், ஏன் இப்படியெல்லாம் விபரீதமாக் கற்பனை பண்ணிக்கிறே? உன்னை யாரால் வெறுக்க முடியும்?"

சகுந்தலா சிரித்தாள்.

"தாங்க்ஸ். நிலைமை ரொம்ப சிக்கல் சோனியா. என்னைக் கண்டாலே பயந்துண்டு முகத்தைத் திருப்பிக்கிறான். கண்ணை மூடிக்கிறான். நான் ஒரு முட்டாள்தனம் செஞ்சேன். 'எனக்கு உன்னைத் தெரியாது'ன்னு அவன் சொன்னதும் வந்ததே பார்க்கணும் ஆத்திரம் எனக்கு, 'நான் உன் குழந்தையோட அம்மா டாமிட்!'னு கத்தினதிலே அரண்டு போயிட்டான்.

என்னோடு வாழ்ந்ததும் நினைவில்லே, குழந்தையைப் பெத்ததும் நினைவில்லே - நா எப்படி, எங்கேந்து ஆரம்பிக்கட்டும்?"

"நினைவு வந்துடும் சகுந்தலா" என்றாள் சோனியா இதமாக.

"வரலேன்னா என்ன சிக்கல் வரும்னு நான் யோசிக்கணும் சோனியா. சராசரி மனிதர்கள் மாதிரி நாம வாழவேன்னா, அசாதாரண காலகட்டத்திலே சராசரி உலகம் நம்மை ஏத்துக்காதுங்கறது நெருக்கடி வர்ற சமயத்திலேதான் புரியறது."

"எனக்கு உன் பிரச்னைப் புரியறது" என்றாள் சோனியா. "நெருக்கடி வரும் என்கிற எதிர்பார்ப்பிலே நாம் சராசரிக்கு இறங்கணுங்கறியா?"

சகுந்தலா சோர்வுடன் சிரித்தாள்.

"எனக்குத் தெரியல்லே. எது சரி, எது தப்புன்னு தெரியல்லே. எந்தப் பிரச்னையுமில்லாம வாழ்க்கை ஓடற வரைக்கும் எல்லாம் சரின்னு தோணுது. உலகம் நமக்குத் துச்சமாய்ப்படுது. பிரச்னை வருதுன்னு வெச்சுக்க, வெறும் புல்கூட தடுக்கும். எழுந்திருக்க விடாம வீழ்த்தும்."

"சேச்சே, நீ பேசற பேச்சாவே இல்லே இது" என்றாள் சோனியா கண்டிக்கும் குரலில், "தோத்துப் போனவளைப்போலப் பேசாதே."

சட்டென்று சகுந்தலாவின் கண்களில் நீர் நிறைந்தது.

"சோனியா, நீ சொன்னது சரி. நா தோத்துப் போயிட்டேன். ஐ திங்க் ஐ ஹாவ் லாஸ்ட் ஹிம். ராஜாவை நான் தொலைச்சுட்டேன்..."

"ஏய், என்ன இது?" என்றாள் சோனியா பதற்றத்துடன். "அவனுக்கு நினைவே திரும்பாதுன்னு நீ எப்படி முடிவுக்கு வரலாம்? நீ பொறுமையா இருக்கணும். அந்த முட்டாளுக்கு நாங்க சொல்றோம் மெள்ள மெள்ள."

"உங்களையே அவனுக்குத் தெரியாது."

"அதனாலே என்ன? ஞாபகப்படுத்துவோம். மறந்துபோனது அவனுடைய தப்பு இல்லேன்னு சொல்வோம். நீ பலவீனப்படக் கூடாது."

சகுந்தலா சற்றுநேரம் மௌனமாக காபியை அருந்துவதில் கவனம் செலுத்தினாள். பிறகு மெல்லச் சொன்னாள்.

"நான் பெத்த குழந்தைக்கு அவன் தகப்பன் என்கிறதை டி.என்.ஏ. டெஸ்ட் மூலமா தெரிவிக்கலாம்ங்கறார் டாக்டர். எனக்கு அது மகாக் கேவலமாகப்படுகிறது. நான் ஏதோ விபச்சாரி மாதிரி. அப்படியானும் என்னுடைய உறவை நிரூபிக்கணும் என்கிற நிலைமைக்கு இறங்கக்கூடாதுன்னு தோணுகிறது."

சோனியா அவளை யோசனையுடன் பார்த்தாள்.

"பின்னே என்ன பண்ணப்போறே?"

வலது ஆள்காட்டி விரல்மேல் அடுத்த விரலைக் குறுக்காகப் போட்டு சகுந்தலா உதட்டைப் பிதுக்கிச் சிரித்தாள்.

"இதப்பார், மனசைத் தளரவிடாதே. டாக்டர்கள் அவனுடைய நிலைமையை அவனுக்கு விளக்கித்தான் ஆகணும். அவன் பொறுப்பை மறுபடி ஏத்துக்க வேண்டாமா? அவனுடைய அப்பா அம்மாவுக்கும் அதை அவர்தான் புரிய வைக்கணும்."

கிளம்பும்போது சோனியா அவளை அணைத்து, "ரொம்ப கவலைப்படாதே, எல்லா சிக்கலும் தன்னைப்போல அவிழ்ந்துவிடும், நீ அதில் கை வைத்தால் அவிழ்க்கமுடியாத சிக்கலாகலாம்" என்றாள், நிர்வாகத்துறை பட்டறையில் பிரச்னைகளைச் சமாளிப்பது எப்படி என்ற தலைப்பில் சொற்பொழிவாற்ற வந்த ஒரு தொழிலதிபர் பாணியில்.

அதைப் பற்றியே நினைக்கக்கூடாது என்ற வைராக்கியத்தில் சகுந்தலா அலுவலகத்து வேலையில் ஆழ்ந்துபோனாள். மாலையில் வீடு திரும்பும் வழியில் க்ரெஷ்ஷுக்குச் சென்றபோது மிஸஸ் மல்ஹோத்ரா சாயி பஜனுக்குத் தயார் செய்துகொண்டிருந்தாள்.

ஆளுயர சாய்பாபாவின் உருவப்படத்துக்கு சிரத்தையாக மாலை சாற்றிக் கொண்டிருந்தாள்.

"எப்படியிருக்கிறார் பரத்துடைய அப்பா?" என்றாள், படத்தில் பாபா புன்னகைப்பது போலவே புன்னகைத்து. கையையும் தூக்கி அபய ஹஸ்த முத்திரைக் காட்டுவாள் என்று தோன்றிற்று.

"இப்பத் தேவலை. ஐ.ஸி.யுவிலேர்ந்து தனி வார்டுக்கு வந்தாச்சு."

மிஸஸ் மல்ஹோத்ரா ஒரு விநாடி கண்ணை மூடித் திறந்து பாபாவின் படத்தைப் பார்த்து, "எல்லாம் அவர் க்ருபை" என்றாள். பாபா அதை அங்கீகரித்ததாகத் தோன்றிற்று.

தன்னுடைய பிரச்னையைச் சொல்லலாமா என்று சகுந்தலா நினைத்தாள். பிறகு எத்தனை பலவீனமாகிப் போனேன் என்ற உணர்வுடன், தன்னைக் கட்டுப்படுத்திக் கொண்டாள்.

இரவு பரத் தூங்கிப்போனதும், தானும் சாப்பிட்டுவிட்டுக் கதைப் புத்தகத்தை எடுத்து வைத்துக் கொள்கையில் பக்கங்களும், வரிகளும் கண்ணிலேயே படாமல் நழுவிப்போயின. தொலைக்காட்சித் திரையில் உருவமும் தெரியவில்லை. ஒலியும் செவியில் விழவில்லை. இனி தன்னைக் கட்டுப்படுத்திக்கொள்வது சாத்தியமில்லை என்று அவள் விவேக்கிற்கு டெலிபோன் செய்தாள்.

அவன் ஸ்டார் டி.வி.யை அணைத்துவிட்டு 'போலோ!' என்றான்.

"உன் உபதேசப்படி நடந்துண்டேன். ஆபீசுக்குப் போனேன்" என்றாள், அவள்.

"குட்!" என்றான் விவேக். "நானும் இன்னிக்கு ஆஸ்பத்திரிக்குப் போகல்லே. சுதீரும் போயிருக்கமாட்டான். ரெண்டு நாள் விட்டுப் பிடிக்கலாம். ராஜாவுடைய அப்பா அம்மா கவனிச்சுப்பாங்க."

"இன்னிக்கு சோனியாவோட லன்ச் சாப்பிட்டேன். ஒரேயடியா சண்டைக்கு வந்தா, ஏன் தனக்கு இதுவரை விபத்தைப் பத்திச் சொல்லலேன்னு. என்னாலே ஆன உதவி செஞ்சிருப்பேனேன்னா. ஆனா இப்ப ஏற்பட்டிருக்கிற பிரச்னை சரியான ஆண்ட்டி க்ளைமாக்ஸ்னு ஒப்புக்கிட்டா. இப்ப யாராலே எனக்கு உதவி பண்ணமுடியும் விவேக்?"

விவேக் சிறிது மௌனத்துக்குப் பிறகு மெல்லச் சொன்னான்.

"இது விநோதமான சிக்கல் தான். நாங்க உனக்குத் தார்மீக ஆதரவு கொடுக்க முடியும். நாம் அவசரப்படக் கூடாதுன்னு நினைக்கிறேன்."

"ஆஸ்பத்திரியிலேந்து அவனை வீட்டுக்கு அழைச்சிட்டு வரணுமே, என்ன செய்யப்போறோம்? பரத்தைத் தூக்கிண்டு போய் அவன் முன்னால நிக்கலாமான்னு பார்க்கறேன். அவனுடைய அப்பா அம்மாகூட சினிமாவுலே வர்ற மாதிரி கொஞ்சம் மனசு மாறலாம் குழந்தையைப் பார்த்த உடனே!"

விவேக் மெல்லச் சொன்னான்.

"அந்த மனுஷன் ஒரு மாதிரியான ஆள். எதைச் சொன்னாலும் சண்டைக்கு வர்ற மாதிரி பேசறார்."

"எப்படிச் சொல்றே?"

"நான் அவங்களைப் பார்த்தேன் நேத்து..."

அடிவயிற்றில் ஏதோ கழண்டதுபோல் இருந்தது. அந்தச் சந்திப்பைப் பற்றி இதுவரை விவேக் தன்னிடம் சொல்லவில்லை என்றால், அது நல்ல செய்தி இல்லை என்று அர்த்தம்.

"என்ன சொன்னார், சொல்லு!"

விவேக் தயங்கிக்கொண்டே சொன்னான். "அவனுக்கு நினைவு திரும்பல்லேன்னாலும் வீட்டிலே அவனுக்கு ஒரு மனைவியும், குழந்தையும் இருக்கிறதை நீங்கதான் எடுத்துச் சொல்லணும்னேன். எங்களுக்கே தெரியாத ஒரு விஷயத்தை நாங்க எப்படிச் சொல்ல முடியும்னு கேட்டார். கல்யாண ஃபோட்டோவையோ, மேரேஜ் சர்டிஃபிக்கேட்டையோ கொண்டுபோய் அவன்கிட்டக் காண்பிக்கச் சொல்லு அந்தப் பெண்ணைன்னார்!"

ரிசீவரைப் பிடித்திருந்த விரல்களில் தோன்றிய மெல்லிய நடுக்கமும், மார்பின் படபடப்பும் அவளைப் பலவீனப்படுத்தின.

ஆனால் பெரிதாகச் சிரிப்பு வெடித்தது. "இது ரொம்பப் பெரிய ஜோக்! நீ என்ன சொன்னே?"

"ஒண்ணும் சொல்லல்லே, பேசாம எழுந்து வர்றதைத் தவிர வேற என்ன சொல்ல முடியும்?"

"அது சரி" என்றாள் ஆயாசத்துடன்.

மேலே பேச சங்கடப்படுபவன் போல விவேக், “ரிலாக்ஸ்” என்ற வழக்கமான வார்த்தையைச் சொல்லிவிட்டு, “நாளைக்கு உன்னை ஆபீஸிலே வந்து பார்க்கறேன்” என்றான்.

அவள் புத்தகத்தை மூடி வைத்து விளக்கை அணைத்துவிட்டு “ரிலாக்ஸ்” என்று சொல்லிக்கொண்டாள். விவேக்கின் குரலிலிருந்த தயக்கம் புதிதாக இருந்தது. அவர்களது வட்டத்தில் மிகத் தீவிரமான நவீன பார்வை கொண்டவன். ராஜாவுக்கும், அவனுக்கும் எத்தகைய கருத்து வேற்றுமையும் இருந்ததில்லை. ராஜா அவளை அவனது நண்பர் வட்டத்துக்கு அறிமுகம் செய்வதற்கு முன்பே அவர்களுடைய கருத்துக்களுடன் அவளுக்கு உடன்பாடு ஏற்பட்டுப் போயிருந்தது. ராஜாவின் பேச்சில் இருந்த பாசாங்குத்தனமற்ற தன்மையா, சொன்ன விதத்தில் இருந்த நேர்மையா, எது தன்னைக் கவர்ந்தது என்று அவளுக்குத் தெரியாது. அதைப்பற்றி அவள் ஆராய்வதற்கு ஏதும் அவசியம் ஏற்படவில்லை. அன்று, அந்த மிகத் தனிமையான இரவு நேரத்தில் மக்காய்க் ரொட்டியை பஞ்சாபி டாபாவில் மென்று கொண்டிருந்தபோது எதிரில் அமர்ந்த அந்த மனிதன், அவளுடைய வாழ்வில் மிகப்பெரிய நம்பிக்கை ஒளியை ஏற்றுவான் என்று அவள் நினைத்திருக்கவில்லை. அவன் சாதாரணமாகத்தான் பேச்சுக்கொடுத்தான். அங்கிருந்து எழுந்து சொல்லும்போது, தனக்குள் சொல்லிக்கொள்பவள் போல “எனக்கிருந்த ஒரே ஓர் உறவு இன்று மறைந்துவிட்டது” என்றாள், அந்த இடத்தை நிரப்ப அவன் வருவான் என்று தெரியாமல். உறவுக்காக அவனும் காய்ந்திருப்பது அறியாமல். அதனாலேயே அந்த பரஸ்பர ஈர்ப்பு ஏற்பட்டிருக்க வேண்டும். அது தந்த அறிவார்த்த தரிசனத்தில் நேற்றும், நாளையும் துச்சமாயின. உலகத்து மூத்த பொய்மைகளைத் தூசாக்குவது வாழ்க்கையின் நியதியாக, இயல்பாக, விகல்பமற்றதாகப் பரிணமித்தது.

‘எந்தத் திருமணச் சடங்கும் ஒரு பித்தலாட்டம்’ என்றான் அவன், “தேவையற்றது. ஆண் பெண் உறவுக்கு அது

உத்தரவாதமாகப் போனால் அது ஒரு சுமை. என் பெற்றோர்கள் ஒருவரையொருவர் வெறுக்கிறார்கள். ஆனால் சேர்ந்து வாழ்கிறார்கள் பாரத்தை இழுப்பதுபோல - நம்மிடையே இருக்கும் அன்புதான் நமக்கு உத்தரவாதமாக இருக்கணும். நான் உன்னை நேசிக்கிறேன். நீ என்னை நேசிக்கிறாய். இதைவிட வேற என்ன முக்கியம்?"

வேறு எதுவும் முக்கியமாகப் படாததால் அவள் அவனுடன் குடும்பம் நடத்தினாள். நிச்சிந்தையாக.

14

அத்தியாயம்

ஆஸ்பத்திரியின் தாழ்வாரத்தின் கைப்பிடிமேல் சாய்ந்துகொண்டு வேடிக்கை பார்ப்பது அத்தனை உற்சாகமான விஷயமில்லை என்று சரவணன் நினைத்துக்கொண்டார். வார்டுக்குள்ளும் அதிக நேரம் நிற்கத் தயக்கமாக இருந்தது. சற்றுமுன் வரை ராஜா படுத்திருந்த அறையில்தான் இருந்தார். எட்டுபேர் படுத்திருந்த இடம் விசாலமானதாக இருந்தாலும், அவருக்கு ஜெனரல் வார்டுபோலத் தோன்றிற்று. ஒவ்வொரு படுக்கையருகிலும் இருவருக்குக் குறையாமல் நின்று பேசிக்கொண்டிருந்தார்கள். அவருக்கு மூச்சு முட்டிவிடும் போல் இருந்தது. வேறு வார்டுகளில் இடமே இல்லை என்றார்கள். ஸ்பெஷல் வார்டில் பல ரகங்கள். சாதாவிலிருந்து டிலெக்ஸ், ஸ்வீட் என்று தினத்திற்கு ஆயிரத்திலிருந்து பத்தாயிரம் ரூபாய் வரை கட்டணம் வாங்கும் ஆஸ்பத்திரி. எல்லாம் நிரம்பியிருக்கிறது என்கிறார்கள் பெருமிதத்தோடு; ஐந்து நட்சத்திர ஹோட்டலில் எல்லா அறைகளும், புக்ட் என்று சொல்வதுபோல... பார்க்கவும் ஐந்து நட்சத்திர ஹோட்டலைப் போலத்தான் இருந்தது.

சரவணனுக்கு ஆச்சரியமாக இருந்தது. எந்த இடத்துக்குச் சென்றாலும் எப்படி இப்படிக்

கூட்டம் வருகிறது? வியாதிக்கும் கூட்டம், கேளிக்கைக்கும் கூட்டம். எத்தனைச் செலவுக்கும் மந்திரம் போட்டதுபோல காசு விழுகிறது. எந்தக் கட்டண உயர்த்தலுக்கும் செலவு செய்வது நிற்பதில்லை. குறைவதுகூட இல்லை. எப்படி செலவழிக்கிறார்கள் என்று புரியவில்லை. முன்பு வேலை விஷயமாக ஒரு மாதம் தில்லியில் இருந்தபோது சஃப்தர்ஜங் ஆஸ்பத்திரிக்கு சென்ற அனுபவம் அவருக்கு உண்டு. வார்டு தரையிலும், ரேழியிலும் நோயாளிகள் படுத்திருப்பார்கள். இது ஏழை நாடுதான் என்கிற நினைப்பு ஒருவிதப் பாதுகாப்பைக் கொடுத்ததாக அவர் நினைத்துக்கொண்டார். இப்பவும் சஃப்தர்ஜங்கில் அப்படிப்பட்ட காட்சிகள் இருக்கும் என்பதில் சந்தேகமில்லை. இங்கு மத்ய வர்கத்திலிருந்து மகாராஜாக்கள் வரை நடமாடுகிறார்கள். பேதம் பார்க்காமல் வரும் வியாதிகள். உறவினர்களின் முகக்கோடுகளில் ஒரே மாதிரியான கவலை ரேகைகள். எமனின் காலடியில் காசை வீசத் தயாராக இருக்கும் கனவான்கள். அதிகாரத்தின் மூலம் அந்திம நேரத்தை ஒத்திவைக்கத் துடிக்கும் மந்திரிகளின் குடும்பங்கள்.

"மந்திரிகள் பேஷண்டாக வருகிறார்கள் என்றால், எங்களுக்குக் கவலை" என்றார் டாக்டர் நேற்று பேச்சுவாக்கில். "நாங்கள் எல்லாருக்கும் ஒரே விதமாக அக்கறையோடுதான் மருத்துவம் பார்க்கிறோம். நாங்கள் தேவதைகள் இல்லை. ஏதாவது கோளாறு ஆகிவிட்டால் நாங்கள் கவனித்துக்கொண்டது போதாது என்று பாராளுமன்றத்தில் கூச்சல் போடுவார்கள். அந்தப் பழியிலிருந்து நாங்கள் மீள்வதற்கு ரொம்ப காலம் ஆகும். மக்களின் நம்பிக்கையினால்தான் இந்த ஆஸ்பத்திரி ஓடுகிறது. மத்திய அமைச்சர் ஒருவர் அங்கு இறந்து போனதைத்தான் அவர் பெயர் குறிப்பிடாமல் சொல்கிறார் என்று சரவணன் புரிந்துகொண்டார்."

"சந்தேகம் என்பது விஷத்தைவிடக் கொடுமையானது" என்றார் சரவணன் வேறு ஏதோ ஞாபகத்தில், "தனி நபர் வாழ்க்கையில் பூகம்பத்தை ஏற்படுத்தும் - உறவு முறியும். மீண்டும் ஒட்டுவது தெய்வாதீனத்தினால்தான் - ஏதாவது ஒரு அற்புதத்தால்..."

“ஆனால் இப்பொழுது நாங்கள் மீண்டுவிட்டோம்” என்றார் டாக்டர் ஒரு கெட்ட கனவிலிருந்து விழித்துக்கொண்டவர் போல.

“ஒரு பெட் காலியில்லை.”

“தனிநபர் வாழ்க்கையிலேயே மேடு பள்ளங்கள் இருக்கும்போது, ஸ்தாபனங்களில் ஏற்படாதா?” என்றார் சரவணன். ஒரு ஞானியைக் கண்டுகொண்ட பரவசம், டாக்டரின் கண்களில் தென்பட்டதாக சரவணன் நினைத்துக் கொண்டார்.

இப்பொழுது எதைப் பேசினாலும் வேதாந்தமாகப் பேசத் தோன்றிற்று. இப்போது அவர் வாழ்வில் ஏற்படும் சம்பவங்களுக்கு அவரால் வேறு விதமாக விளக்கம் தர, முடியவில்லை. அமைதியில்லாமல் தவித்து வந்த அவர் மனதுக்கு ஆறுதல் தரவேண்டும் என்கிற ஒரே நோக்கத்தோடு எந்த தேவதையோ தட்டிவிட்ட மந்திரக்கோலின் மாயாஜாலமாகத்தான் தோன்றிற்று. ‘தகனம் பண்ணியாச்சு’ என்று நிராகரித்துவிட்டிருந்த உறவு உயிர்த்தெழுந்துவிட்டது அவர் எந்த முயற்சியையும் எடுக்காமலே. இன்னமும் நினைக்கும்போதெல்லாம் ரணமாக மனத்தைத் தைக்கும், அவமானப்படுத்தும், குற்ற உணர்வை ஏற்படுத்தும். அந்தக் கசப்பான அனுபவத்தின் நினைவேயில்லாமல் இன்று புதிதாய்ப் பிறந்ததுபோல் உயிர்த்தெழுந்த உறவு. ஆனால் எதுவுமே நடக்காத உணர்வுடன் அவரைப் பார்த்த ராஜா, வெள்ளையாகச் சிரிக்கும்போதும், பாசத்துடன் பேசும்போதும் அவருள் ஒரு கூச்சம் பரவுகிறது. தான் கக்கிய சாபங்களெல்லாம் நினைவு வந்து வெட்கத்தில் அடி வயிறு துவண்டுபோகிறது. அதனாலேயே அவன் எதிரில் அதிக நேரம் நிற்க முடிவதில்லை. அவருக்கும் சேர்த்து வைத்து காமாட்சி பேசுகிறாள். “அவன் மறந்துபோன விஷயத்தை அவனுக்கு நினைவுபடுத்தாதே” என்றார் அவர் கட்டளையிடுவதுபோல், தனது இயலாமையை மறைக்க.

“எனக்கென்ன பித்து பிடிச்சிருக்கா?” என்று அவள் பதிலுக்குக் கேட்டாள். உடனடியாகக் கண்ணீர் பெருக்கினாள். “என் பிரார்த்தனைக்குச் செவிசாய்க்கிற மாதிரி அந்த ஏழுமலையான்தான்

அவனுக்கு இந்த மறதியைக் கொடுத்திருக்கான்." இந்த மறதி இப்படியே இருக்கட்டும் என்று வேண்டிக்கொள்வதாகவும் சொன்னாள். ஒரு பக்தையின் வேண்டுதலுக்கெல்லாம் கடவுள் இப்படி திட்டமிட்ட பலனாகக் கொடுப்பானா என்று அவருக்குத் தெரியவில்லை. ஆனால் அவள் மூர்க்கமாக நம்பினாள். 'அஞ்சு வருஷ நினைவு ஏன் மறக்கணும்? ஒரு வருஷம் மட்டும் மறந்து போயிருந்தா, நமக்கு லாபமில்லே' என்று அவள் வாதிடும்போது பிரமிப்பாகத்தான் தோன்றிற்று. அந்த லாபத்தில் பெருமளவு தனக்குப் பங்கு உண்டு என்கிற நினைப்பில், காமாட்சியிடம் மெல்லிய கனிவு சுரந்தது அவருக்குள். காமாட்சியின் தீவிர வேண்டுதலே இந்த மாற்றத்திற்குக் காரணம் என்று நம்பத் தோன்றிற்று.

"அந்தப் பெண் யாரு, வந்து வந்து நிக்கறா, உன் குழந்தைக்கு அம்மா நா என்கிறா" என்று ராஜா குழப்பத்துடன் கேட்டபோது காமாட்சி சலனமில்லாமல் "அப்படி யாரையும் எனக்குத் தெரியாது, நீ குழப்பிக்காதே" என்றதும் அவருக்கு என்னவோபோல இருந்தது. "நான் உண்மையைத்தானே சொன்னேன்?" என்று காமாட்சி நியாயம் பேசினாள். நமக்கு அந்தப் பெண்ணைத் தெரியாது. அவன் மறந்துபோன விஷயத்தை ஞாபகப்படுத்தினால், பழச எல்லாமே அவனது ஞாபகத்திற்கு வந்துவிடலாம் என்று அவள் பயப்படுவதுபோலத் தோன்றிற்று. தனக்கும் அந்த பயம் உள்ளே நெருடுவதை அவர் உணர்ந்தபோது, அது அவரை பலவீனப்படுத்திற்று. இந்த பயம்தான் அந்த விவேக் குப்தாவிடம் விடுவிடுக்க வைத்திருக்க வேண்டும். ஆனால் அந்தப் பையனுக்கும் விவஸ்தை இல்லை. அவர்களுக்குத் தெரியாத உறவைப் பற்றி, அவர்கள் சொல்வார்கள் என்று அவன் எப்படி எதிர்பார்த்தான். அந்தப் பெண் இதுவரை அவர்களிடம் வந்து பேசவில்லை. தமிழ் பேசும் பெண் என்று அவன் சொன்னானே தவிர, ஒரு வணக்கம்கூடச் சொல்லத் தெரியவில்லை. எந்தச் சூழலில் எப்படி வளர்ந்த பெண்ணோ என்று காமாட்சி சந்தேகப்படுவதில் ஆச்சரியமில்லை. கல்யாண போட்டோவைக் காண்பிக்கச் சொல்லு, பதிவுச் சீட்டைக் காண்பிக்கச் சொல்லு

என்று தாம் சொல்லியிருக்கத் தேவையில்லை என்று அவர் பிறகு நினைத்துக்கொண்டார். "ஒண்ணு கிடக்க ஒண்ணு ஏதாவது ஆயிடப்போவுது" என்று காமாட்சி அவன் சென்ற பிறகு முணுமுணுத்தாள். காமாட்சியின் மனத்தில் திட்டவட்டமாக என்ன இருக்கிறது என்று அனுமானிக்க முடியவில்லை. மெலிதாக எட்டிப் பார்த்த எண்ணத்தை அவர் ஒதுக்கினார்.

கடந்த இரண்டு ஆண்டுகளில் ராஜா ஒருத்தியைத் திருமணம் செய்துகொண்டு குடித்தனம் செய்கிறான். ஒரு குழந்தைக்கும் தகப்பன் வேறு எனும்போது சட்டப்படி அவன் அவர்களுடன்தான் இருக்கவேண்டும் என்பதை அவர் உணர்வார். ஆனால் அதை எடுத்துச்சொல்ல எவ்வளவோ பேர் இருக்கிறார்கள் இங்கு. டாக்டரே சொல்லலாம். அந்த வேலையைத் தன்னால் செய்ய முடியாது என்று சரவணனுக்கு உறுதியாகத் தோன்றிற்று. ராஜாவின் நண்பர்கள் அவனுக்குச் சொல்லட்டும். இங்கு இருக்கப்போகும் மிகுதி நாட்களைப் பாழாக்கக் கூடாது. அவர்கள் கிளம்புவதற்குள், ராஜாவுக்குப் பழைய நினைவு வந்தாலும் அதன் சூடு வெகுவாகத் தணிந்து விட்டிருக்க வேண்டும்.

"என்ன மிஸ்டர் சரவணன்? ராஜாவைப் பார்த்தீர்களா? முன்னேற்றம் தெரிகிறதா?"

சரவணன் திரும்பினார். டாக்டர் சென்குப்தா தமது மாலை ரெளண்ட்ஸுக்குக் கிளம்பியிருந்தார்.

சரவணன் மெலிதாகப் புன்னகை செய்து, டாக்டர் நீட்டிய கையைப் பிடித்துக் குலுக்கினார்.

"மிக நல்ல முன்னேற்றம் தெரிகிறது. நடக்கிறான். நார்மலாக உணர்வதாகச் சொல்கிறான். ஆனால் மறந்துபோன விஷயங்கள் இன்னும் நினைவுக்கு வரவில்லை."

"மெல்ல வரும்" என்றார் டாக்டர். "உடல் தேறி வருவதால் அதிக நாட்கள் இங்கு வைத்துக் கொள்ளமாட்டோம். ராஜாவுக்கு நாளைக்கு காலை எல்லாவற்றையும் விவரமாகச் சொல்வதாக

இருக்கிறேன். மீண்டும் இயல்பு வாழ்க்கைக்குத் திரும்ப அவரைத் தயார் செய்ய வேண்டும்."

"அதை அவன் புரிந்துகொள்ளணும் - குழம்பிடக் கூடாது" என்றார் சரவணன் மெல்ல.

"குழம்பும்தான், ஆனால் இது ஒரு மருத்துவப் பிரச்னை என்று விளக்கினால் புரிந்துகொள்வார். அவருடைய மனைவிதான் பாவம் ரொம்ப அப்ஸெட் ஆகியிருக்கிறார்."

"என்னை அவளுக்காக ராஜாவிடம் பேசச் சொன்னான் அந்த விவேக். நாங்கள் அந்தக் கல்யாணத்தில் பங்குகொள்ளவில்லை. நாங்களே இப்பொழுதுதான் அந்தப் பெண்ணை பார்க்கிறோம். நாங்கள் எப்படிச் சொல்வது?" என்றார் சரவணன் தற்காத்துக்கொள்வது போல.

டாக்டர் அவரை யோசனையுடன் பார்த்தபடி சொன்னார்.

"நாளைக்கு காலை ராஜாவுடைய நண்பர்களை வரச் சொல்லியிருக்கிறேன். ராஜாவிடம் பக்குவமாக எடுத்துச் சொல்ல வேண்டும். மனோவியல் ரீதியான கௌன்சலிங் அவருக்குத் தேவை. முதலில் அவரை இந்த மறதியைப் பற்றின பிரச்னைக்குத் தயார் செய்வோம்."

டாக்டரின் வெள்ளை அங்கி பாக்கெட்டிலிருந்து செல்போன் ஒலித்தது. டாக்டர், சரவணனைப் பார்த்து எக்ஸ்க்யூஸ் மீ, என்றுவிட்டு செல்போனில் பேசியபடி நகர்ந்து சென்றார்.

பார்வையாளர் நேரம் முடிந்துவிட்டதாகத் தோன்றிற்று. வார்டை நோக்கி சரவணன் நடந்தார். நர்ஸ்களும், வார்ட் பாய்களும் 'கிளம்புங்கள் கிளம்புங்கள்' என்று துரிதப்படுத்திக் கொண்டிருந்தார்கள். வார்டை நெருங்கும் வேளையில் காமாட்சியே எதிரில் வந்தாள். முகம் பிரகாசமாக இருந்தது. "எங்கே போயிட்டீங்க?" என்ற கேள்வி குற்றச்சாட்டாக ஒலிக்கவில்லை.

"உள்ளே சந்தடியாக இருந்தது. எல்லாரும் பேசினம்னா நோயாளிக்கு நல்லதில்லேன்னு வெளியிலே வந்தேன். என்ன சொல்றான்?"

காமாட்சியின் அதரங்களில் புன்னகை தோன்றிற்று.

"ஏதோ பழைய கதையெல்லாம் பேசினான். நமக்குப் பழசு. அவனுக்கு நேத்து நடந்த மாதிரி."

அவள் திடீரென்று சிரித்தாள். "உங்களுக்கு கோபம் வரும் சொன்னா. இந்த விபத்து ஏற்பட்டது ஒரு விதத்திலே நல்லது போலிருக்கே. அப்பா உங்கிட்டே இணக்கமா இருக்காரேன்னான்!"

அவருக்கு மெல்லிய எரிச்சல் ஏற்பட்டது. சற்று மௌனத்திற்குப் பிறகு சொன்னார். "நீதான் உம்புள்ளை மனசைக் கெடுத்து வைச்சே, என் மேல இல்லாததையும், பொல்லாததையும் சொல்லி."

"சரி சரி, இப்ப ஆரம்பிக்காதீங்க" என்றாள் அவள் அலுப்புடன். "நாதான் சொல்லித் தெரியணுமாக்கும், வளர்ந்த பிள்ளைக்கு அத்தனை சூட்சுமம்கூடக் கிடையாதா?"

"என்னை அவனுக்கு ஆகாம பண்ணினதே நீதான்."

அவள் சடக்கென்று நின்றாள்.

"இதைப் பாருங்க, என்னை வம்புக்கிழுக்காதீங்க. உங்க தப்புக்கெல்லாம் என்மேல பழிபோடறதே உங்க வழக்கமாப் போச்சு. உங்களை நான் ஆகாம பண்ணியிருந்தா, அவன் இப்ப எப்படி உங்ககிட்டப் பாசமா பேசறான்? அரைகுறை நினைவிலே கூட உங்க உடம்பைப் பத்திக் கவலைப்படல்லே?"

அவர் வாயை மூடிக்கொண்டார். காமாட்சி உணர்ச்சிவசப்பட்டால் இடம் காலம் தெரியாமல் குரல் உயர்ந்துவிடும். அவருக்கும் உயர்ந்துவிடும். பிறகு அவள் கண்ணீர் பெருக்குவாள். எங்குதான் பதுக்கி வைத்திருப்பாளோ அந்தக் கண்ணீரை. அவரை எரிச்சலூட்டும் அந்தக் கண்ணீர்தான் ராஜாவைப் பலவீனப்படுத்துவது என்று அவர் நினைத்துக்கொள்வார். அந்தக் கண்ணீரிலிருந்து கடந்த இரண்டு ஆண்டுகளாக ராஜா விலகி இருந்தது அவனுக்கு நல்லது என்றுகூட ஒரு சமாதானம் ஏற்படும். ஆனால் இப்போது அதையெல்லாம் கிளறாமல் இருப்பதே நல்லது. ராஜா இப்போது அவரைப் பார்க்கும் பார்வையே வேறு.

எந்த வகையிலோ அது அவருக்கு ஒரு பாதுகாப்பு உணர்வைத் தந்தது. நம்பகமான ஊன்றுகோல் கிடைத்தது போல. முந்தைய ஏமாற்றங்களையெல்லாம் மறந்து வாழ்க்கையைப் புதிதாகத் துவங்கலாம் என்று எழுபதைக் கடந்தவர்களின் கூட்டத்தில் சொற்பொழிவாற்றிய அந்த இளைஞனின் நினைவு வந்தது.

“அப்பா உங்கிட்ட இணக்கமா இருக்காரே!” இதற்கு ரோசப்படக் கூடாது. அது உண்மையாக இருக்கும் பட்சத்தில், இந்த தில்லி பயணம் ஒரு திருப்புமுனையாகத்தான் கொள்ள வேண்டும். அவருக்கு வயது எழுபத்தைந்து. இன்னும் கொஞ்ச தூரமே உள்ள பயணத்திற்குதான் துணை தேவை. இணக்கம் தேவை. தில்லிக்குக் கிளம்புகிறவரை இது புத்தியில் உறைக்கவில்லை.

சற்றுமுன் பேசியதை முற்றிலும் மறந்தவராக, “காபி சாப்பிடலாமா?” என்று கேட்டவரை, காமாட்சி வியப்புடன் பார்த்துச் சிரித்தாள்.

“இந்த நேரத்திலேயா? சரி வாங்க, நீங்க ஆசையா கூப்பிடறீங்க...”

அவர் தனக்குள் புன்னகை செய்துகொண்டார், நான்கே நாட்களில் ஏற்பட்டுப்போன மாற்றத்தை எண்ணி. தில்லி காற்றாக இருக்க வேண்டும். சென்னையில் இப்படிப்பட்ட சரஸத்துக்கே இடமிருந்திருக்காது.

அவர்கள் கேண்டீனில் மேஜையைத் தேடி அமரும்போது அங்கு சுதீர் வந்து சேர்ந்தான்.

விவேக் அளவு இவன் பரிச்சயமில்லாவிட்டாலும், இரவு ராஜாவுக்குத் துணையிருக்க இங்கு தங்குகிறான் என்று அவருக்கு அவன்மேல் மதிப்பு இருந்தது.

“ஹல்லோ!” என்று புன்னகை செய்தார். “காபி சாப்பிடுகிறாயா எங்களுடன்?” என்றார்.

“ஓ, ஷ்யூர் தாங்க்ஸ்!” என்று சிரித்து அவன் அமர்ந்தான்.

“ராஜாவைப் பார்க்க வந்தாயா?” என்றார் சரவணன்.

"இல்லை" என்றான் சுதீர்.

"என்னை அவனுக்கு அடையாளம் தெரியவில்லை. இரண்டு நாள் விட்டுப்பிடிப்போம் என்று விவேக் சொன்னான்."

"இவன் வெள்ளைக்காரன் மாதிரி பேசறான்" என்றாள் காமாட்சி.

சரவணன் அதை அவனுக்கு விளக்கியபோது அவன் சிரித்து, "நான் ரொம்ப நாள் அமெரிக்காவிலே இருந்தேன்" என்றான்.

"யாருக்கு உடம்பு சரியில்லை?" என்றார் சரவணன்.

"என்னுடைய கேர்ள் ஃப்ரெண்டுடைய மாமாவுக்கு ஹெர்னியா ஆப்பரேஷன் ஆயிற்று. இரவு அவருக்குத் துணைக்காக தங்குகிறேன்."

"அப்படியா?" என்றார் சரவணன் வியப்புடன். இதை ஒரு சேவையாகவே செய்கிறான் என்று பட்டது.

"கல்யாணம் எப்ப?"

"ஸாரி?" என்றான் சுதீர் விளங்காமல்.

"கேர்ள் ஃப்ரெண்டு என்று சொன்னாயே, எப்பத் திருமணம் என்று கேட்டேன்."

"ஓ, அதுவா?" என்று ஓர் அசட்டுக் கேள்வியை எதிர்கொண்டது போல சுதீர் தலையசைத்துக் கொண்டான்.

"நாங்கள் திருமணம் செய்துகொள்ளவில்லை. சேர்ந்து வாழ்கிறோம்."

ஒரு விநாடி திகைத்து சரவணன் காபி குடிப்பதை நிறுத்தி அவனைப் பார்த்தார். அமெரிக்க பெண்ணாக இருக்க வேண்டும் என்று நினைத்தார். இவன் இத்தனை வெளிப்படையாகப் பேசுவதற்கும் அவனுடைய அமெரிக்க வாழ்வுப் பின்னணி காரணமாக இருக்கலாம். ஆனால் அவருக்குக் கூச்சமாக இருந்தது.

"ஸாரி, நான் பழைய காலத்து ஆள். சம்பிரதாயக் கேள்வி கேட்டேன்" என்றார்.

"நோ ப்ராப்ளம்" என்று அவன் சிரித்தான்.

"ராஜ்மோஹனுக்கு சீக்கிரம் நினைவு திரும்பணும்" என்றான் அவன் சற்று பொறுத்து சம்பந்தமில்லாமல். "என் கேர்ள் ஃப்ரெண்டு ஸ்நேகாவுக்குப் பயம் பிடித்துவிட்டது. உனக்கும் அந்த மாதிரி விபத்து ஏற்பட்டு எல்லாவற்றையும் மறந்து போனியானால், நீ யார் என்று என்னைக் கேட்டால் நான் உன் கேர்ள் ஃப்ரெண்டுன்னு எதை வச்சு நம்ப வைக்கிறது? சகுந்தலாவைப்போல நானும் விழிப்பேன் என்கிறாள்."

சரவணன் நிமிர்ந்து உட்கார்ந்தார். சகுந்தலாவுக்கும், அவளுக்கும் என்ன சம்பந்தம் என்று கேட்க நினைத்தார்.

ஆனால் வாக்கியத்தை ஆரம்பிக்குமுன் விளங்கிவிட்டது போலிருந்தது. கூடவே, மெல்லிய அதிர்ச்சி ஏற்பட்டது. சே, அது சாத்தியமில்லே என்று சொல்லிக்கொண்டார். இத்தனை வெளிப்படையாகப் பேசும் இந்தப் பிள்ளையிடமே - கேட்டால் போச்சு என்று அவர் யோசிக்கையில்,

"நான் கிளம்புகிறேன். காபிக்கு தாங்க்ஸ்" என்று சுதீர் திடீரென்று அவசரமாகக் கிளம்பினான்.

"என்ன சொல்றான் அவன்?" என்றாள் காமாட்சி.

"அவனும், அவன் சினேகிதியும் கல்யாணம் செய்துக்காம சேர்ந்து வாழறாங்களாம்" என்றார் சரவணன் குரலைத் தாழ்த்தி.

"ஐய்யே, என்னங்க அது? கேட்கவே அசிங்கமா இருக்கு" என்றாள் காமாட்சி புருவத்தை நெரித்து.

15

அத்தியாயம்

மெல்லிய நீல நிற விளக்கொளியில், அந்தப் பச்சை நிற அறைத் தடுப்புகள் பிரும்மாண்ட சுவர்களைப் போன்ற பாவனையை ஏற்படுத்தின. அந்த சுவருக்கப்பால் இருக்கும் உலகம் தனக்குத் தெரியாது என்ற கவலை அவனை அரித்தது. சின்ன வயதில் வாகனங்கள் விரையும் சாலையைக் கடக்க பயந்து, அப்பா அல்லது அம்மாவின் விரலைக் கெட்டியாகப் பிடித்துக்கொண்டு நடந்தது நினைவுக்கு வந்தது. இப்பவும் அந்த நிலைக்குத் தான் ஆளாகிவிட்டது போல் அவனுக்குப் பீதி ஏற்பட்டது. இரவு நேரத்தில் நீல விளக்கின் கீழ் ஒரு நாற்காலியிலோ, ஸ்டூலிலோ வழக்கமாக வந்து அமரும் அந்த இளைஞன், ப்ரூஸ் வில்லிஸை ஞாபகப்படுத்திய சுதீர் என்ற பெயர் கொண்டவன், நேற்றிலிருந்து காணும். நர்ஸைக் கேட்கத் தயக்கமாக இருந்தது. அப்படி ஒரு ஆளே இல்லை. எல்லாம் உன் பிரமை என்று அவள் சொல்லலாம். உன் மனைவி நான் என்று சொன்ன பெண்ணும் காணும். உண்மையிலேயே தன்னுடைய பிரமைகள் அகலும் அறிகுறியாக இது இருக்கக்கூடும் என்று அவன் நம்ப ஆசைப்பட்டான். ஆனால் அவை வெறும் பிரமையில்லை என்று இரண்டு நாட்களாக வலுவாகத் தோன்ற ஆரம்பித்திருக்கிறது.

இரண்டு நாட்களாக வார்டை ஒட்டிய தாழ்வாரத்தில் சற்று நடக்க ஆரம்பித்த பிறகு வாழ்வின் சில பல தருணங்களை, கணிசமான அதன் அனுபவங்களை, எந்தத் தாழ்வாரத்திலேயோ தொலைத்துவிட்ட மாதிரி அவனுக்குப் புலப்பட ஆரம்பித்திருந்தது. அறைவாயிலின் இடதுகோடியில் ஒரு மேஜை போட்டு ஒரு நர்ஸ் அமர்ந்திருந்தாள். மேஜையில் இருந்த காலண்டரை அவன் அகஸ்மாத்தாகப் பார்த்தபோது 2002 என்று கவனித்து, முதலில் அவனுக்குச் சிரிப்பு வந்தது. நர்ஸை, "இதுதான் இந்த ஆண்டு காலண்டரா?" என்றபோது அவள் காலண்டரை உற்றுப் பார்த்தாள். பிறகு அவனை உற்றுப் பார்த்தாள்.

"ஆமாம், பின்னே?" என்றவள் அவனை சந்தேகத்துடன் பார்த்தாள். 'ஒன்றுமில்லை' என்று அவன் நடந்தான். பிறகு திரும்பிப் பார்த்தபோது நர்ஸ் ட்யூட்டி டாக்டரிடம் காலண்டரைச் சுட்டிக்காட்டி ஏதோ சொல்லிக் கொண்டிருந்தாள். அவன் தன்னுள் படர்ந்த இனம்புரியாத அவமானத்துடன் நடந்தான். வார்டிற்குத் திரும்பியதும், முதல் பெட்டில் இருந்தவர் பேப்பர் படித்துக் கொண்டிருந்தார். "கொஞ்சம் பேப்பர் கொடுக்கிறீர்களா, படித்துவிட்டுக் கொடுக்கிறேன். இங்குதான் நாலாம் நம்பர் பெட், ராஜ்மோஹன்" என்றான்.

"தெரியும்" என்று அவர் புன்னகைத்தார். "இந்தாருங்கள், என்ன நியூஸ் போங்கள், குஜராத் இன்னும் பற்றி எரிகிறது. எல்லாவற்றையும் மறந்துவிட முடிந்தால் நல்லது. பேப்பர் படித்தால் மறுபடி ஹார்ட் அட்டாக் வந்துவிடும்."

அவன் பேப்பரை வாங்கிக்கொண்டு தன் படுக்கைக்குச் சென்றான். மறதியை ஏன் அவர் குறிப்பிடுகிறார் என்று சந்தேகப்பட்டபடி. பேப்பரை பிரித்தபோது இது 2002ம் வருஷம் என்று ஊர்ஜிதமாயிற்று. அவன் ஆயாசத்துடன் பேப்பரை மடித்து வைத்துக் கண்ணை மூடியபடி படுத்தான். என்ன ஆகிவிட்டது நமக்கு என்று கலவரமேற்பட்டது. கம்ப்யூட்டரில் சிலசமயம் ஃபைல்கள் காணாமல் போகும். ஏதாவது ஒரு தருணத்தில்,

ஏதோ ஒரு விசையைத் தட்டிய வேகத்தில் வந்து நிற்கும் - ஒரு அற்புதம் போல. பல சமயம் தலைகீழ் நின்றாலும் ஃபைல் திரும்பக் கிடைக்காது. ஒரு சமயம் அவனது அலுவலகத்தின் முக்கியமான ப்ராஜெக்டின் ஃபைல் காணாமல் போய்விட்டது, யாரோ வேண்டுமென்றே அழித்துவிட்டது போல. அப்படி ஒரு சந்தேகம்கூட இருந்தது. அவனுக்கு அப்படித்தான் நேர்ந்திருக்க வேண்டும். சில வருஷத்தின் ஃபைல் காணாமல் போய்விட்டது. வேண்டுமென்றே யாரோ அழித்ததுபோல. எத்தனை விசித்திரம் அது? யாரையும் சந்தேகிப்பதற்கில்லை. ஆனால் அவனது சரித்திரத்தை, அவன் மறந்துபோன அத்தியாயங்களைப் பிறர் புரட்டிக் காண்பிக்கும்போது சந்தேகம் ஏற்படுவதைத் தவிர்க்க முடியாது. சாமான்யர்களின் வாழ்க்கைக் குறிப்புகளுக்கு ஆவணங்கள் ஏது? அவனுக்கு நினைவு இருக்கிற காலம் வரை அவனுக்கு டயரி எழுதும் பழக்கம் கிடையாது. ஆனால் அவன் இப்போது வேலை பார்க்கும் இடத்தில் அவன் சேர்ந்ததற்கான கோப்புகள் இருக்கும். அவனுடன் இப்போது வேலை பார்ப்பதாக அந்த இளைஞர்கள் சொல்கிறார்கள். பிறகு அந்தப் பெண்.

ஆ, அந்தப் பெண். 'உன் குழந்தைக்கு நான் அம்மா டாமிட்!' என்றவள். உன் மனைவி என்று சொல்லாதது வேடிக்கை. குழந்தை என்றதும், அவனது நினைவு அலைகள் சிலிர்த்துக்கொண்டு விழித்தெழும் என்று அவள் நினைத்திருக்கலாம். மறக்கப்பட்ட இடைவெளியில் அவளை மணந்தது, குடித்தனம் செய்தது, குழந்தை பெற்றது எதுவும் நினைவு இல்லாமல் போனது எப்படி? என்று திகைப்பேற்பட்டது. அலுவலகத்திலாவது அறுந்துவிட்ட நூலிழையைச் சேர்ப்பதுபோல் சேர்த்துக்கொள்ளலாம். புதிதாக வேலையில் சேர்ந்ததைப்போலத் துவங்கலாம். ஆனால் இப்போது முன்பின் தெரியாதவளைப்போல் ஆகிவிட்ட ஒரு பெண்ணுடன் வாழ்க்கையைத் துவங்குவது சாத்தியமா? ஒரு குழந்தை வேறு. எல்லாவற்றிற்கும் ஆவணம் வைத்திருப்பாள். அவளுடன் குடித்தனம் செய்வதைத் தவிர வேறு வழியில்லை என்றுதான் அந்த இளைஞர்கள் சொல்வார்கள். அதிசயமாக அம்மாவும்,

அப்பாவும் அந்தப் பெண்ணைத் தெரியாது என்கிறார்கள், அம்மா அப்பாவுக்குச் சொல்லாமல்தான் ஒரு திருமண பந்தத்தில் ஈடுபட வேண்டியதன் அவசியம் ஏற்பட்டிருக்குமா? என்று அவன் யோசித்தான். அப்பாவுடன் அவனுக்கு என்றுமே அதிக நெருக்கம் இல்லாவிட்டாலும், அம்மாவின் நெருக்கத்தை அவனால் புறக்கணித்திருக்க முடியாது என்று தோன்றிற்று. அவனாகத் தேர்ந்தெடுத்தப் பெண்ணாக இருந்தாலும், ரகசியமாகத் திருமணம் செய்துகொண்டிருப்பான் என்பது அபத்தமாகப்பட்டது. அதோடு ஒரு குழந்தை, கடவுளே என்ன மாதிரியான சிக்கல் இது?

நேற்று மாலை டாக்டர் சென்குப்தா வரவில்லை. அவசர கேஸ் வந்துவிட்டது. ஆனால் உங்களுடன் பேச விரும்புகிறார், நாளைக் காலை அவரது அலுவலகத்திற்கு அழைத்திருக்கிறார் என்றான் அந்த இளைஞன் டாக்டர் பிரகாஷ்.

"உங்களுக்குக் கௌன்ஸ்லிங் தேவைப்படுகிறது" என்றான்.

'என்ன மாதிரி கௌன்ஸ்லிங்' என்று அவன் கேட்கவில்லை. தன்னுடைய பிரச்னைக்கு டாக்டர் எப்படிப்பட்ட உதவி செய்ய முடியும் என்று குழப்பம் ஏற்பட்டது. நல்ல வேளை தூக்க மாத்திரை கொடுக்கிறார்கள். மனத்தை உறுத்தும் கேள்விகள் எல்லாம் வீர்யம் இழந்து போகின்றன. கண்களை மூட வைத்து மனத்தையே மழுங்கடிக்கின்றன. விழிப்பு வரும் வரை.

காலையில், பத்தரை மணிக்கு அவனை சக்கர நாற்காலியில் உட்காரவைத்து பளபளத்த க்ரானைட் ஃப்ளோரில் தள்ளிக்கொண்டு போய் லிஃப்டில் ஏற்றி, டாக்டரின் அலுவலகத்துக்கு அழைத்துச் சென்றபோது, ஏதோ சினிமாக் காட்சிக்குள் தான் புகுந்துகொண்டது போன்ற வினோத உணர்வு ஏற்பட்டது.

"உங்களிடம் ஒரு சின்ன வேண்டுகோள்" என்றார் சரவணன் டாக்டரைப் பார்த்து. பிறகு அங்கு அமர்ந்திருந்த விவேக்கையும் சுதீரையும் பார்த்து, "உங்களுக்கும் சேர்த்துதான் சொல்கிறேன்" என்றார். "தயவுசெய்து ராஜாவிடம் எங்களுக்கும், அவனுக்கும் பேச்சுவார்த்தை இல்லாமல் இருந்ததாகச் சொல்லாதீர்கள்."

விவேக் சுதீரை ஒரு பார்வை பார்த்துவிட்டு வியப்புடன் அவரைக் கேட்டான்.

"பின் எப்படி சகுந்தலாவைப் பற்றி அவனுக்கு விளக்குவது? உங்களுக்குத் தெரியாமல் நிகழ்ந்த உறவுக்கு எப்படி காரணம் சொல்வது?"

"எப்படியாவது சொல்லிக் கொள்ளுங்கள்" என்றார் சரவணன் பிடிவாதத்துடன். "இப்போதுதான் என் மனைவி ரொம்ப சந்தோஷமாக இருக்கிறாள். எனக்கும் பெரிய பாரம் இறங்கினதுபோல இருக்கிறது. அது கெட்டுவிடக் கூடாது."

"மிஸ்டர் சரவணன், அதைச் சொல்லாமல் இருக்க முடியாது. அவனுக்கு அந்தச் சண்டையைப் பற்றி நினைவில்லாமல் போய்விட்டதால், அதை அவன் பெரிதாக எடுத்துக்கொள்ள மாட்டான். அப்படிக் கோபப்பட்டது மடத்தனம் என்றுகூட இப்போது நினைக்கலாம்."

சரவணன் பிடிவாதமாகத் தலையசைத்தார்.

"நோ, நோ, அதை இப்போது சொல்லாதீர்கள், நாங்கள் நிம்மதியாக ஊர் திரும்ப ஆசைப்படுகிறோம்."

விவேக் டாக்டரைப் பார்த்தான். "விவேக் சொல்வதில் ஒரு பாயிண்ட் இருக்கிறது" என்றார் டாக்டர். "சகுந்தலாவை உங்களுக்குப் பரிச்சயம் இல்லாமல் போனதெப்படி என்கிற குழப்பத்தை நாம் தெளிவாக்கணும்."

சரவணனுக்கு அதில் சம்மதமில்லை என்று விவேக் உணர்ந்துகொண்டான். சரியான மூர்க்கன் என்ற நினைப்புடன் இவருடன் ராஜா சண்டை போட்டு பிரிந்ததில் எந்த வியப்பும் இல்லை என்று தோன்றிற்று.

சக்கர நாற்காலி உள்ளே நுழைந்தது.

"வாருங்கள் ராஜா" என்று டாக்டர் உற்சாக வரவேற்பு அளித்து அவன் கையைக் குலுக்கினார். விவேக்கும், சுதீரும் அவனைப் பார்த்து "ஹை" என்றார்கள்.

பதிலுக்கு அவன், "ஹை!" என்றான்.

"ஹௌ டு யூ ஃபீல் நௌ?" என்றார் டாக்டர்.

"ஃபைன்!"

"குட்! வீட்டிற்குக் கிளம்ப தயாராகி வருகிறீர்கள்!"

ராஜா பதில் சொல்லாமல் அவரைப் பார்த்தான். "உங்களுக்குச் சில விஷயங்கள் சொல்ல வேண்டும். அதை நீங்கள் ஒரு மருத்துவ ரீதியான பிரச்னை என்று புரிந்து கொண்டீர்களானால் சகஜ வாழ்க்கைக்குத் திரும்புவது சுலபம். உங்கள் நிலையைப் பற்றி உங்களுக்கே சில அனுமானங்கள் இருக்கும்."

"ஆமாம், எனக்குப் புரிகிறது. சில வருடத்து நினைவுகளை இழந்துவிட்டேன் என்று தெரிகிறது. கம்ப்யூட்டர் ஃபைல் ஒன்று தொலைந்துபோனது போல."

"குட்!" என்று டாக்டர் சிரித்தார். "நீங்கள் இதை உணர்ந்து கொண்டிருப்பதே நல்ல விஷயம். ஆனால் இந்த உடம்பு கம்ப்யூட்டரைவிட அதிக நம்பகத்தன்மை கொண்டது. தொலைந்துபோன ஃபைல் திரும்பக் கிடைக்க வாய்ப்பிருக்கிறது. ரத்த ஓட்டம் சீரடைந்து டேமேஜ் ஆன் மெமரி செல்களுக்குப் பாயும்போது நினைவு திரும்பிவரும்."

"அதுவரை?"

"நீங்கள் மற்றவர்கள் சொல்வதை நம்ப வேண்டும். பழைய வாழ்க்கைக்குத் திரும்ப வேண்டும் - அதை இந்த நண்பர்கள் உங்களுக்குச் சரளமாக்குவார்கள்."

"நீ கொஞ்சம் முயற்சி செய்யவேண்டும் ராஜா" என்றான் விவேக்.

"நான்கு வருஷங்களுக்கு முன்பு, நீ ஏஸெர் கம்பெனியில் சேர்ந்தாய். நானும், சுதீரும்கூட அப்போதுதான் அங்கு சேர்ந்தோம். நமக்குப் பெரிய சினேகித வட்டம். நீ வீட்டிற்குச் சென்ற பிறகு எல்லாரும் உன்னைச் சந்திக்க வருவார்கள். இந்தியா கேட் புல்தரையில் அமர்ந்து நாம் கொட்டமடித்தது உனக்கு ஞாபகம் வரலாம்."

பதிலேதும் சொல்லாமல் ராஜா அவன் பேச்சைக் கேட்டான், கதை கேட்பது போல.

"இரண்டு வருஷத்துக்கு முன் நீ சகுந்தலாவை கனாட் ப்ளேஸ் பஞ்சாபி டாபா ஒன்றில் சந்தித்தாய், கண்டவுடன் காதல்கொண்டதாக எங்களிடம் பிறகு சொன்னாய்" என்று விவேக் இலேசான புன்னகையுடன் சொன்னதை, சுதீரும் ஆமோதித்துப் புன்னகையுடன் தலையசைத்தான்.

விவேக் தொடர்ந்தான். "உனக்கு ஏற்றவள் அவள் என்று நாங்களும் அங்கீகரித்தோம். அவள் ஒரு அற்புதமான பெண். ஒரு விளம்பர ஏஜென்ஸியில் நல்ல வேலை பார்க்கிறாள். உன்னிடம் தீவிர காதல் கொண்டிருக்கிறாள். அவளும், உன் எட்டுமாதக் குழந்தையும் உனக்காகக் காத்திருக்கிறார்கள் என்பதை நீ உணர வேண்டும்."

"நௌ, வெயிட் எ மினிட்" என்றான் ராஜா. "நீங்கள் இதுவரை என் பெற்றோரைப் பற்றி எதுவும் பேசவில்லை. அந்தப் பெண்ணைப் பற்றி என் தாய்க்குத் தெரியவில்லை. நீங்கள் அங்கீகரித்தீர்கள் என்று சொல்வது எனக்குப் புரியவில்லை."

விவேக் சரவணனைப் பார்த்துவிட்டு டாக்டரைப் பார்த்தான்.

"சொல்லுங்கள்" என்றார் டாக்டர்.

"நாங்கள் அங்கீகரித்தோம் என்று சொன்னது ஒரு பேச்சுக்கு. உன்னுடைய முடிவுதான் இதில் முக்கியம். எங்கள் எல்லாருக்கும் கூட அவள் நல்ல சினேகிதி. அவளைப் பற்றி உன் பெற்றோருக்குத் தெரியாது. நீ அவர்களிடம் அவளைப் பற்றிச் சொல்லவில்லை."

"ஏன்?"

"ஏனென்றால் நீ உங்கப்பா அம்மாவோடு அப்போது உறவு வைத்திருக்கவில்லை" என்றான் விவேக் மெல்லிய குரலில்.

"என்னது?" என்றான் ராஜா நம்ப முடியாதவன் போல. "என்னப்பா இது? என்ன சொல்றாங்க இவங்க?" என்றான் தமிழில்.

சரவணனின் முகம் சிவந்திருந்தது. "அதெல்லாம் ஏதோ பழைய கதை. நடந்தது நடந்து போச்சு. அதைப்பத்தி இப்பப் பேச்சு வேண்டாம். நானும் மறந்தாச்சு நீயும் மறந்தாச்சு. இனிமே நடக்க வேண்டியதைப் பாரு!" என்றார் தமிழில்.

"எனக்கு இதையெல்லாம் நம்பமுடியவில்லை" என்றான் ராஜா விவேக்கைப் பார்த்து.

"என் திருமணத்தைப் பற்றி அவர்களுக்குத் தெரிவிக்காத அளவுக்கு..." அவன் நம்ப முடியாமல் தலையசைத்தான். "எனக்கு எதுவுமே ஞாபகம் வராதது எத்தனைப் பெரிய துரதிர்ஷ்டம்!" இரு கைகளாலும் அவன் தலையை அழுத்திப் பிடித்துக்கொண்டு கேட்பதைப் பார்த்து விவேக்கிற்குப் பாவமாக இருந்தது. அதிகம் கேள்வி கேட்டு இவன் சங்கடத்துக்கு உள்ளாவதற்குள் வீட்டிற்குத் திரும்ப அவன் சம்மதத்தைப் பெறவேண்டியது அவசியம் என்று பட்டது. சரவணனையும், அவர் மனைவியையும் சென்னையிலிருந்து வரவழைத்தது. முட்டாள்தனம் என்று முதல்முறையாகத் தோன்றிற்று. தெரியாத்தனமாக சரவணனிடம் பேச்சுக்கொடுத்து தான் வெகுளியாக உளறியதைச் சுதீர் அவனிடம் சொன்னதிலிருந்து அவனுள் ஒரு கவலை புகுந்திருந்தது.

"நீ வீட்டிற்கு வந்துவிட்டாயானால் மெல்ல மெல்ல ஞாபகம் வந்துவிடும் ராஜா. குழந்தையைப் பார்த்தாயானால் வந்துவிடும்."

ராஜா அவனைப் பார்த்த பார்வையில் நிச்சயமின்மையும், தயக்கமும் தெரிந்தன.

சரவணன் திடீரென்று படபடத்தார். "நீங்கள் சொன்னவுடன் அவன் எப்படிக் கிளம்பி வருவான்? சும்மா ஆபீசுக்குக் கிளம்பிப்போவது போலில்லை இது. ஒருத்தியுடன் அவள் தன் மனைவி என்று நம்பி அவன் வாழ வேண்டும். அவளை அவனுக்கு நினைவில்லை. அவள் அவன் மனைவி என்பதற்கு ஆதாரம் காண்பியுங்கள். கல்யாண போட்டோ கொண்டு வந்தீர்களா? இல்லை, ரெஜிஸ்ட்ரேஷன் காப்பி கொண்டு வந்தீர்களா?"

விவேக் திடுக்கிட்டான். இவருடைய குரலில் குரோதம்! அவர் வேண்டுகோளை மீறி அவன் ராஜாவிடம் அவர்களது சண்டையைப் பற்றிச் சொன்னது குரோதத்துக்குக் காரணமாக இருக்கலாம் என்று தோன்றிற்று. அவரது கேள்வியை டாக்டரும், ராஜாவும் அங்கீகரித்ததுபோல் காத்திருந்தார்கள். விவேக், ராஜாவை நேராகப் பார்த்தான்.

“ராஜா அப்படிப்பட்ட நிரூபணங்கள் இல்லை. ஆனால் குழந்தையின் அப்பா நீதான் என்பதற்கு ஆஸ்பத்திரி பில்கள் இருக்கின்றன.”

“வாட் டு யூ மீன்?” என்றான் ராஜா. “எனக்குப் புரியவில்லை, தெளிவாகச் சொல்லுங்கள்.”

“நீயும், சகுந்தலாவும் சேர்ந்து வாழ்கிறீர்கள். திருமணம் செய்துகொள்ளாமல்.”

ஒரு விநாடி அதிர்ந்த மௌனம் அறையில் நிலவிற்று. டாக்டரின் தாடைகூட விழுந்திருந்தது.

“என்னடா இது, இத்தனை அடாவடித்தனமா இந்தப் பசங்க பேசறாங்க. இதை நம்புறியா?” என்றார் சரவணன் தமிழில்.

ராஜா, விவேக்கைப் பார்த்து இலேசான படபடப்புடன் கேட்டான். “யூ மீன் நான் திருமணம் செய்துகொள்ளாமல் ஒருத்தியுடன் வாழ்ந்தேன், குழந்தையும் பெற்றுக்கொண்டேன் என்கிறீர்களா.”

சுதீர் புகுந்து சொன்னான்.

“இதப்பார் ராஜா, நானும் என் கேர்ள் ஃப்ரெண்டோட அப்படித்தான் வாழறேன். திருமணம் என்கிற சடங்கிலே உனக்கும் நம்பிக்கையில்லே.”

சரவணன் முகத்தில் ஒரு கோபம் படர்வதையும், ராஜாவின் முகத்தில் ஒரு அதிர்ச்சி நிலைத்திருப்பதையும் விவேக் கவனித்தான். தன்னை மீறி விஷயம் போய்விட்டது போல டாக்டர் கன்னத்தில் கைவைத்தபடி உட்கார்ந்திருந்தார்.

"ஐ காண்ட் பிலீவ் இட்" என்றான் ராஜா நிதானமாக. "என்னால் இதை நம்ப முடியாது."

16

அத்தியாயம்

அறையில் நிலவிய மௌனம் அசாதாரணமானதாக இருந்தது. அதைக் கலைக்கும் துணிவு யாருக்கும் இல்லாதது போன்ற ஒரு சங்கடம் அழுத்திற்று. தான் நிலைமையைத் தவறாகக் கையாண்டுவிட்டதாக விவேக்கிற்கு தன் மீதே எரிச்சல் ஏற்பட்டது. ஒரு சொந்தப்பந்தயத்தில் தனக்கு வெற்றி கிட்டிவிட்டதான பாவனையுடன் அமர்ந்திருந்த சரவணனின் கழுத்தைப் பிடித்து அறையைவிட்டு வெறியேற்றினால் என்ன என்று கைகள் பரபரத்தன. ராஜாவின் கன்னத்தில் இரண்டு வைத்தால் ஒன்றும் தப்பில்லை என்று ஆத்திரம் வந்தது. சில வருட ஞாபகம் நழுவிப்போனால், ஒரு மனிதனின் பாத்திரத்தன்மையே மாறிப் போய்விடும் என்பதை ஏற்றுக்கொள்ள முடியவில்லை. ராஜா, இன்னமும் தலையசைத்துக் கொண்டிருந்தான். 'என்னால் நம்பமுடியாது.' அவன் தோளை உலுக்கவேண்டும் போல இருந்தது. டேய் நினைவுபடுத்திக்கொள்ள முடியவில்லையானால், நான் சொல்கிறேன், உன்னைப் பற்றி. மணிக்கணக்கில் திருமணச் சடங்குகளை எதிர்த்து, அவை நில ஆதிக்க அர்த்தங்கள் கொண்டவை என்று உறுதியாகச் சொன்னவன் நீ. ஒரு காகிதத்

துண்டில் கையெழுத்துப் போடுவதால் மட்டுமே இருவர் பரஸ்பர நம்பிக்கையுடன் வாழ்வதற்கு உத்தரவாதம் என்பதும் எனக்கு அருவருப்பைத் தருகிறது என்றவன்.

'என் பிரியத்திற்குச் சட்டத்தின் முத்திரை வேண்டாம், தேங்க்யூ!'

'அந்த முத்திரையைக் கொண்டா' என்கிற சரவணனின் மகன், இப்போது இங்கு உட்கார்ந்திருப்பவன். இவனுக்குச் சில வருடத்து நினைவுதான் போய்விட்டதே தவிர, மூளை இயங்குகிறது. சரவணனும் டாக்டரும் இல்லாமல் இருந்திருந்தால் இவனை வழிக்குக் கொண்டுவந்திருக்க முடியும். ஆனால் இது மருத்துவ பிரச்னை என்பதை மறக்கக்கூடாது என்பதை ஞாபகப்படுத்தவே டாக்டர் எதிரில் இருக்கிறார்.

டாக்டர் கனைத்துக்கொண்டார். அவர் பேச ஆரம்பிப்பதற்கு முன் சரவணன் பேசினார்.

"டாக்டர்! இவர்கள் பேசுவதை என்னாலும் நம்ப முடியவில்லை. என் மகன் இருபத்தைந்து வயசு வரை எங்களோடு இருந்தவன். மரபுகளை மதிக்கும் கௌரவமான குடும்பம் எங்களுடையது. சடங்கு வேண்டாமென்றாலும், ரெஜிஸ்டர் கல்யாணம்கூட வேண்டாம் என்று என் மகன் எந்த புத்தி பேதலித்த நிலையிலும் சொல்வான் என்று நான் நினைக்கவில்லை."

விவேக் தனது ஆத்திரத்தைக் கட்டுப்படுத்திக்கொண்டு கேட்டான். "அப்போது நாங்கள் பொய் சொல்கிறவர்களாக, ஏமாற்றுபவர்களாக, படுகிறதா உங்களுக்கு?"

சரவணன் முறைப்புடன் ராஜாவிடம், "சுத்த திமிர்பிடித்த பசங்கடா இவங்க!" என்றார் தமிழில்.

ராஜா தீவிர குழப்பத்தில் இருப்பவன் போல் உட்கார்ந்திருந்தான்.

"மிஸ்டர் சரவணன். நீங்கள் கொஞ்சம் நிதானப்படுத்திக்கொள்ள வேண்டும்" என்றார் டாக்டர் சென்குப்தா. "ஸ்தாபனங்களில் நம்பிக்கையில்லாத பலர் இப்படி இங்கும் வாழ்கிறார்கள். இது தவறு என்று சட்டம் சொல்லவில்லை."

விவேக் குறுக்கிட்டான். “கமான், இப்போது பிரச்னை அதுவல்ல. மிஸ்டர் சரவணன், நீங்களும் ராஜாவும் நம்ப வேண்டும். ராஜாவும், சகுந்தலாவும் அப்படித்தான் வாழ்ந்து வந்திருக்கிறார்கள், எங்களுக்குத் தெரிந்தவரை மிக சந்தோஷமாக. அப்படி வாழ்வது சரியா தவறா, கௌரவமா அகௌரவமா என்கிற நேரமில்லை இது. இவனை எதிர்பார்த்து, இவனை நம்பி சகுந்தலாவும், இவன் குழந்தையும் இருப்பது உண்மை. ராஜா, நீ நம்புகிறாயோ இல்லையோ, அதுதான் உண்மை. நீ அதை ஏற்றுக்கொள்ளத்தான் வேணும்.”

சரவணன் ஏதோ படபடப்புடன் பேச முற்பட்டபோது டாக்டர் சைகை காட்டி அவரை அடக்கினார்.

“உங்கள் குழப்பம் எனக்குப் புரிகிறது ராஜ்மோஹன். ஆனால் விவேக் சொல்வதுபோல இப்போது யதார்த்தத்தைப் பற்றி யோசிக்க வேண்டும்” என்றார். “இன்னும் இரண்டு நாளில் நீங்கள் டிஸ்சார்ஜ் ஆகிறீர்கள்.”

ராஜா கடைசியில் வார்த்தைகளை அளப்பதுபோலச் சொன்னான்.

“அதுவரை எனக்குக் கொஞ்சம் அவகாசம் கொடுங்கள்.”

விவேக் சொல்வதை அவள் ஒருவித ஜடத்தன்மையுடன் கேட்டபடி அமர்ந்திருந்தாள். இந்தியா கேட் புல்தரை எப்போதும் போல கலகலப்பாக இருந்தது. காதல் ஜோடிகள், கிறீச்சிட்டுக் குதூகலிக்கும் சிறுவர்கள் சிறுமிகள், தள்ளுவண்டியில் குழந்தைகளைத் தள்ளிக்கொண்டு தங்கள் மேம்சாபுகளைப் பற்றிய விமர்சனத்தில் லயித்திருக்கும் ஆயாக்கள். மல்லிச் சரங்களை விற்கும் மோக்ரா சிறுமிகள்.

புல்தரையில் அவள் விரித்திருந்த ஜமுக்காளத்தில் பொம்மைகளுடன் உட்கார்ந்திருந்த பரத்துக்கு சுதீர் விளையாட்டுக் காட்டிக்கொண்டிருந்தான். அவன் பேச்சுக்கெல்லாம் பரத் களுக்மளுக்கென்று சிரித்துக் கொண்டிருந்தான். பழைய நாட்கள் போல் மயக்கம் ஏற்பட்டது. சுற்றுப்புறம், மாறவில்லை. ‘மோக்ரா லீஜியே

மேம்சாப்' என்று வழக்கம்போல கெஞ்சிய சிறுமியிடமிருந்து ஒரு சரம் வாங்கி தலைமுடியில் வைக்க முடி போதாமல் வழக்கம்போல கை மணிக்கட்டில் சுற்றிக்கொண்டபோது சகுந்தலை படச்சுருள் விரிந்தது. ஊஞ்சலை நெக்கித்தள்ளும் பாதங்கள் தெரிந்தன. 'ஆனந்தமென் சொல்வேனே' பாட்டு கேட்டது. அவள் மெல்ல நிமிர்ந்து விவேக்கைப் பார்த்தாள். அவளிடம் விவரிக்க அவன் படும் சங்கடத்தை அவளால் புரிந்துகொள்ள முடிந்தது. விஷயத்தைத் தான் கெடுத்துவிட்டதாக அவனுக்குக் குற்ற உணர்வு வேறு இருந்தது.

"சரவணனுக்குத் தகவல் தெரிவித்ததே தப்பு. வரவழைத்ததே தப்பு! நீ தயங்கினதிலே அர்த்தம் இருந்தது. நானும், சுதீரும் அதைப் புரிஞ்சுக்கல்லே!"

அவள் மெல்லச் சொன்னாள்.

"யாரும் எந்தத் தப்பும் பண்ணல்லே. நம்ம டைம் சரியில்லேன்னா நாம என்ன பண்ண முடியும் விவேக்?"

"இல்லே. அந்த மனுஷன் அங்கே இல்லாம இருந்திருந்தா இந்தப் பிரச்னை வந்திருக்காது. சுதீர் அவர்கிட்ட உளறினதாலே அவருக்கு ராஜாவைப் பற்றியும் சந்தேகம் வந்துட்டது. அதான் விடாப்பிடியா மேரேஜ் டாக்குமெண்ட் கொண்டான்னார்."

சகுந்தலா சுதீரைப் பார்த்துச் சிரித்தாள். "அவரையும் விடல்லியா இவன்? என்ன உளறினே?"

தனக்கும், சரவணனுக்கும் நடந்த சம்பாஷணையை சுதீர் விவரித்தான்.

சகுந்தலா தலையில் அடித்துக்கொண்டு சிரித்தாள்.

"உன் இங்கிலீஷ் வேறே புரிந்திருக்காது!"

"ஆமாம். அந்த லேடி சொன்னார். நான் ஒரு வெள்ளைக்காரன் மாதிரி பேசுவதாக!"

"அவர்களுக்கு நீ சொன்னது கலாச்சார அதிர்ச்சியை ஏற்படுத்தியிருக்கும்."

அவள் மீண்டும் சிரித்தாள்.

“அவங்க ரெண்டுபேருடைய முகமும் போன போக்கைப் பார்க்க நான் அங்கே இருந்திருக்கணும்.”

“சகுந்தலா! சிரிக்காதே. எனக்கு மண்டை வெடிச்சுடும்போல இருக்கு” என்றான் விவேக்.

சகுந்தலா கண்களைத் திரையிட்ட நீரை மறைக்க முகத்தைத் திருப்பித் தொலைவைப் பார்த்தாள். அவளுடைய பங்களிப்பு ஏதும் இல்லாமலே அவளுடைய வாழ்வு தறிகெட்டுப் போவதுபோலத் தோன்றிற்று. யாரோ எழுதுகிறார்கள் என் கதையை. எழுதும் அந்தக் கையைத் தடுக்கும் சக்தி எனக்கில்லை என்கிற சோர்வு அவளை ஆட்கொண்டது. சம்பந்தமில்லாமல் ‘ரன்னவே ட்ரெயின்’ என்கிற படம் நினைவுக்கு வந்தது. புகைவண்டி ஓட்டுனர் மாரடைப்பில் இறந்துவிட அதில் மாட்டிக்கொண்ட மூன்று பேர் தறிகெட்டு ஓடும் வண்டியை நிறுத்தும் வழி தெரியாமல் திகைக்கிறார்கள். அதில் இருவர் சிறையிலிருந்து தப்பித்த கைதிகள். மூன்றாவது ஓர் இளம் நங்கை. கைதிகளில் வயதானவன் தன் உயிரைப் பணயம் வைத்து எஞ்சினை விடுவித்து இளைஞர்களைப் பிழைக்க வைக்கிறான். கறுப்பு வெள்ளைப் படம். உறையும் பனிக்காடுகளில் விரையும் ரயில்வண்டி. இளைஞர்களிடையே மலர்ந்த காதலை உணர்ந்து பெரியவன் செய்யும் தியாகம். ஒன்று வாழ ஒன்று உயிர் துறக்க வேண்டும். சாதனைகளுக்குத் தியாகங்கள் தேவைப்படும். தியாகங்களுக்கு மயிரிழை மனித நேயம்...

“என்ன வேடிக்கை தெரியுமோ?” என்றான் விவேக், “எதையெல்லாம் அவன் முன்பு நிராகரிச்சானோ, அதெல்லாம் இப்பத் தேவைப்படுகிறது. இஸ்ன்ட் இட் ஃபன்னி!”

“ஷ்யூர்!” என்று சுதீர் தலையசைத்தான். “டாம் ஃபன்னி. ஆனால் அது ரசிக்கும்படியாக இல்லை. இப்ப சினேகாவுக்கு பயம் பிடித்துவிட்டது. ரெஜிஸ்டர் கல்யாணம் பண்ணிக்கணும்னு சொல்ல ஆரம்பிச்சுட்டா.”

சகுந்தலா பதில் ஏதும் சொல்லாமல், நகரும், உட்கார்ந்திருக்கும் கூட்டத்தைப் பார்த்தாள். தன்னைப்போன்ற இக்கட்டில் மாட்டிக்கொண்டவர்கள் யாராவது இருப்பார்களா என்று யோசித்தாள். நிர்வாண நாட்டில் நாம் உடை உடுத்துபவர்கள் என்று ராஜா சிரிப்பான். அல்லது போலிகள் நடுவில் நிஜம். நிர்வாணமாக நிற்பது யார் என்று அவளுக்கு இப்போது குழப்பமேற்பட்டது. போலி எது நிஜம் எது என்று குழப்பமேற்பட்டது. ராஜா பேசும்போது அவன் பேசும் ஒவ்வொரு அட்சரமும் லட்சம் பெறும் என்று தோன்றும். ஜே. கிருஷ்ணமூர்த்தியும், ரஸ்ஸலும், ஸார்த்தும், காஃப்காவும், மிலன்குன்தராவும், பாப்லோ நெரூடாவும் அவனுள் புகுந்து ஒரு தனித்துவக் குரல் எழுப்புவார்கள். காலங்காலமாக உன்னுள் பதிந்து, சிந்தையைக் குழப்பும் நினைவுப் படிமங்களிலிருந்து உன்னை முழுமையாக விடுவித்துக்கொள். போலிகள் விலகும் - நிஜத்தை உணர்வாய்.

"சக்கு - நம் உறவு போலி இல்லை - நிஜம்" மனித உறவுகளிலேயே நம்பிக்கை இழந்திருந்த நேரம் அது.

"பதிவுத் திருமணமா? வேண்டாம் - தேவையற்ற ஓர் ஆவணம் அது. யாரும் எதற்கும் நமது உறவை நிரூபிக்க அதைக் கேட்கப்போவதில்லை. அதைக் கொண்டுவா, அப்பத்தான் வேலை கிடைக்கும். அப்பத்தான் ரயில் டிக்கெட் கிடைக்கும். ரேஷன் கார்டு கிடைக்கும்னு யாரும் கேட்கப்போறதில்லே. எனக்குப் பிறகு என் எல்லா உடைமைகளும் சக்குவுக்குன்னு வேணா ஒரு உயில் எழுதி வைக்கிறேன்!"

உட்காரக்கூட நாற்காலி கட்டில் எதுவுமில்லாத அந்தக் காலிமனையின் தரையில் உட்கார்ந்து அவன் அவள் கையில் அடித்து சத்தியம் செய்தபோது, ஆகாசம் பூமிக்கு இறங்கியிருந்தது. சுவர்க்கம் அவள் மடியில் கிடந்தது.

ராஜாவின் பேச்சுக்கும், பார்வைக்கும், சிரிப்புக்கும் அப்படி ஒரு சக்தி இருந்தது. பரஸ்பர நம்பிக்கை இல்லாதவர்களுக்குதான் சட்டப் பாதுகாப்பு என்று அவன் சொன்னதில் நியாயம் தெரிந்தது.

அவள் தன்னையறியாமல் தன் உள்ளங்கையை விரித்துப் பார்த்தாள். அவனது ஸ்பரிசத்தின் கதகதப்பு இன்னும் இருந்தது. "உனக்கு ஒரு வழி பண்ணாமலேயே நா போயிடுவேன் போலிருக்கு" என்று புலம்பிய பாட்டியின் நினைவு வந்தது. வழி பண்ணணும்னா என்ன பாட்டி? "ஒருத்தன் கையிலே ஒப்படைச்சேன்னா நிம்மதியா போவேண்டி." பாட்டிக்கு அது சாத்தியப்படவில்லை. ராஜா அவள் கையைப் பற்றிய தருணத்தில் தன்னையே ஒப்படைத்துக்கொண்டதாக உணர்ந்தபோது பாட்டி இருக்கவில்லை. பாட்டி உயிருடன் இருந்திருந்தால் அவளுடைய சிந்தனையையும் ராஜா மாற்றியிருக்கக் கூடும். "ஆமாம், ஜாதகம் பார்த்து, பொருத்தம் பார்த்து அக்னி வலம் வந்து பண்ண கல்யாணமெல்லாம் நிலைச்சிருக்கும்னு இனிமே சொல்ல முடியுமோ?" என்றிருப்பாள். பாட்டியின் இரண்டாவது மகனுக்கு அப்படி அவள் செய்துவைத்த கல்யாணம் ஒரே மாதத்தில் முறிந்தது. மாமி, தன் காதலனுடன் ஓடிவிட்டாள். மாமாவுக்குப் பாட்டிமேல் ஏற்பட்ட தீராத கோபத்தில் உறவையே அறுத்துக்கொண்டு போனார். பம்பாயில் ஒரு முஸ்லிம் பெண்ணோடு வாழ்வதாகக் கேள்வி.

"எதுக்குமே அர்த்தமில்லாம போச்சு பாத்தியோ?" என்று பாட்டி சிலசமயம் தனக்குள் விடையைத் தேடியது அவளுக்குத் தெரியும்.

அவள் விவேக்கைப் பார்த்து மெல்லிய குரலில் சொன்னாள்.

"எதுக்குமே அர்த்தமில்லாம போச்சு விவேக்! நிஜமெல்லாம் பொய்யாப் போச்சு!"

"நம்ம பக்கம் பலவீனமாப் போனதுபோல தோற்றம் அளிக்கிறதுதான் எனக்குக் கஷ்டமாயிருக்கு சக்கு!" என்றான் அவன் யோசனையுடன்.

சுதீர் குழந்தையிடமிருந்து கவனத்தைத் திருப்பி அவனைத் தீவிரமாகக் கேட்டான்.

"நம்மகிட்ட நிரூபணங்கள் இருந்தா நம்ம பக்கம் பலமா இருக்கும்னு நம்பறியா?"

சகுந்தலா ஆயாசத்துடன் தலையசைத்தாள். "நான் நம்பல்லே" என்றாள். "போட்டோவையும், டாக்குமெண்டையும் காட்டி அவனை அழைச்சு வந்தா கட்டாயத்துக்கு உட்பட்ட மாதிரி, சட்டத்துக்குப் பயந்து வந்த மாதிரி தோணும் - மறுபடி காதல் மலரலாம்ன்னு டாக்டர் சொன்னாரே. அது நேராமலே போகும். இப்படியெல்லாம் அவனைக் கட்டாயப்படுத்தறது எனக்கு சரின்னு தோணல்லே. அவமானமாக்கூட தோணறது. உன் குழந்தைதான் இது. குழந்தைக்கு தகப்பன்னு கையெழுத்துப் போட்டிருக்கே பாருன்னு ஆஸ்பத்திரி சீட்டைக்கூட நான் காண்பிக்க விரும்பல்லே. டி.என்.ஏ. டெஸ்டைப் பத்திப் பேசவே எனக்குக் கூசுகிறது."

"பின்னே, என்ன செய்யலாம்னு நினைக்கிறே?" என்ற சுதீரை அவள் யோசனையுடன் பார்த்தாள். தன்னைப் பைத்தியக்காரி என்று இவன் நினைப்பான் என்ற உணர்வுடன் சொன்னாள்.

"ஒண்ணும் செய்ய வேண்டாம். அவனுக்கு நினைவு திரும்பும். எங்கிட்டத் திரும்பி வராம எங்கே போவான்?"

விவேக்கும், சுதீரும் ஒருவரையொருவர் பார்வையிலேயே இவளுக்குக் கிறுக்குத்தான் என்று சொல்லிக்கொள்வதை அவள் கவனித்தாள். "நம்பிக்கை வையுங்கள் பெஹன்" என்று அன்று மிஸஸ் மல்ஹோத்ரா சொன்னபோது தனக்கும் இப்படித்தான் சோர்வேற்பட்டது என்று நினைவு வந்தது.

"கமான்" என்றான் சுதீர். "ப்ராக்டிகலா யோசிக்கணும் சக்கு. அந்த ஆஸ்பத்திரி சீட்டை எங்கக்கிட்ட குடு. அதை அவன்கிட்ட காட்டவேண்டியது அவசியம்."

சகுந்தலா பதில் சொல்லாமல் தன்னுள் மூழ்கிய யோசனையுடன் தொலைவைப் பார்த்தாள். மோக்ரா விற்கும் சிறுமி தன்னிடம் மிச்சமிருந்த ஒரே ஒரு சரத்தை ஒரு வெள்ளைக்காரியிடம் நீட்டிக்கொண்டிருந்தாள். வெள்ளைக்காரி அதை வாங்கி கழுத்தில் மாட்டிக்கொண்டாள். சகுந்தலையைப் போல.

சகுந்தலா திரும்பி அவர்களைப் பார்த்துச் சிரித்தாள்.

"புராணத்திலே வர்ற சகுந்தலை மாதிரி பரத்தைத் தூக்கிண்டுபோய் அவன் எதிரிலே நின்னா என்னன்னு யோசிக்கிறேன். சகுந்தலை ஒரே வரியிலே தன் சரித்திரத்தைத் தெரிவித்தாள். 'மகனே உன் தந்தைக்கு வணக்கம் சொல்'னா. பரத்துக்கு அவனுடைய அப்பா மூஞ்சி மறந்திருக்காதுன்னு நினைக்கிறேன்."

"அது நல்ல ஐடியாதான்" என்றான் சுதீர்.

"ராஜா இரண்டு நாள் டைம் கேட்டிருக்கிறான். டாக்டரும் அதற்கு சரி என்று சொல்லியிருக்கிறார்" என்று விவேக் தயங்கினான்.

"ஃபைன்!" என்றாள் சகுந்தலா. "நாளை மறுநாள் அங்கே போய் நிக்கறேன்."

"குட்! ஆல் தி பெஸ்ட்!" என்று விவேக் புன்னகைத்தான். "குழந்தை அவனுடைய நினைவலைகளைப் போய்த் தாக்கட்டும். நினைவு வருதோ, இல்லையோ தனக்குப் பொறுப்பு இருக்குங்கறதைப் புரிஞ்சுக்கட்டும்."

"சக்கு டெல் மீ, புராணக் கதைலே என்ன ஆச்சு, சகுந்தலை அப்படிச் சொன்னதும்?" என்றான் சுதீர்.

"நீ யாருன்னே எனக்குத் தெரியாது. எனக்குப் பிறந்த குழந்தையா இது இருக்க முடியாதுன்னு துஷ்யந்தன் ஒரேயடியா சாதிக்கிறான்!"

"ஏன், அவனுக்கும் மறதியா?"

"இல்லே, புளுகறான்."

"என்ன சொல்றே நீ?" என்றான் விவேக். "அவன் ஏதோ சாபத்தினாலே மறந்துட்டான்னு வராது?"

"அது காளிதாசனுடைய கற்பனை. கதையை மாத்திட்டான். ஒரு ஆண்பிள்ளை தெரிஞ்சே அயோக்கியத்தனம் செஞ்சான்னு இருக்கக் கூடாதுன்னு. ஒரிஜினல் மகாபாரதக்

கதையிலே, அவனுக்கு மறதி ஒண்ணும் இல்லே. திடீர்னு அவ குழந்தையோட தன் சபைக்கு வந்து நின்னப்ப, மந்திரிகள் என்ன நினைப்பார்களோன்னு துஷ்யந்தன் பயந்து புளுகறான். அப்புறம் சபையிலே இருக்கிறவங்களுக்குக் கேட்கற மாதிரி அந்தக் குழந்தை உன்னுடையது ஏற்றுக்கொள்னு வானத்திலேருந்து தேவதைகள் சொன்னப்புறம் ஏத்துக்கறான்."

"எனக்குத் தெரியாது இந்தக் கதை. காளிதாசன் கதை தெரியும். மோதிரம்தான் விட்னஸ்னு வரும் கடைசியிலே."

"ரோமிலா தாப்பர் புத்தகத்திலே வருது மகாபாரதக் கதையைப் பத்தி. சகுந்தலா அதிலே ரொம்ப ஸ்ட்ராங் கேரக்டர். அவ வாழ்ந்த காலத்துக்கு ஏத்தபடி, காளிதாசன் அவளை பலவீனமாக்கிட்டான் என்கிறதை ரோமிலா விளக்கியிருக்கா."

சுதீர் புன்னகைத்துக் கேட்டான். "நீ மகாபாரத சகுந்தலையா, காளிதாசன் சகுந்தலையா?"

சகுந்தலா சிரித்தாள். "நான் ஒரிஜினல். ஆனா எனக்கும் தேவதைகள் உதவி தேவை."

விவேக் சற்றுநேரம் யோசனையில் ஆழ்ந்தான்.

"உன் மகாபாரதக் கதையைக் கேட்டதும், என்னவெல்லாமோ நினைக்கத் தோணுது சக்கு!"

சகுந்தலா அவனை ஆழமாகப் பார்த்துவிட்டு பரத்தைத் தூக்கி, ப்ராம் வண்டியில் அமர்த்தி பெல்டை மாட்டினாள்.

"ராஜா புளுகல்லே விவேக்" என்றாள் நிதானமாக.

"ஆனா துஷ்யந்தன் மாதிரி ஒரு சபையோட அங்கீகாரம் அவனுக்குத் தேவை."

"நீங்கள் இருவரும் என்ன பேசுகிறீர்கள் என்றே புரியவில்லை" என்றான் சுதீர்.

17
அத்தியாயம்

ஒரு நூதனமான இக்கட்டில் தாம் மாட்டிக்கொண்டிருப்பதாக சரவணன் உணர்ந்தார். இந்தத் தருணத்தில் தன்னுடைய செயல்பாடு எப்படிப்பட்டதாக இருக்க வேண்டும் என்று தனக்கு விளங்காவிட்டாலும் அங்கிருக்கும் மற்றவர்களுடைய கவனத்தை அது மிகத் தீவிரமாக ஈர்த்திருப்பதாகத் தோன்றிற்று. ராஜாவின் சக்கர நாற்காலியைத் தொடர்ந்து டாக்டரின் அறையைவிட்டு லிஃப்ட்டில் நுழைந்துகொண்டதும், அவரைப் புதிய கவலை ஆட்கொண்டது. வார்டுக்குச் சென்றதும் ராஜா நிச்சயமாக அவரை ஆயிரம் கேள்விகள் கேட்பான் என்று எதிர்பார்த்தார். அவரது வாழ்வில் முதல்முறையாகக் காமாட்சியின் அண்மைக்காகத் தவித்தார். டாக்டர் மருத்துவ ரீதியான விளக்கக் கூட்டம் என்று அழைத்திருந்ததால் தனியாக வந்தார். ஆனால் அவளும் வந்திருந்தால் விபரீதமாகியிருக்கும். அந்தத் திமிர்பிடித்த பயல்கள் சொன்ன விவரத்தைக் கேட்டு அவளால் வாயைப் பொத்திக்கொண்டு அமர்ந்திருக்க முடியாது. ராஜாவைப் பற்றி அவர்கள் சொன்னது கேடுகெட்ட அபாண்டம் என்று ஏசியிருப்பாள். அந்தப் பெண்ணையும் ஏதாவது எசகுபிசகான

வார்த்தைகளால் திட்டியிருப்பாள். அந்தப் பெண் - இன்னும் அவளுடைய பெயர் சரளமாக நினைவுக்கு வராதது வேடிக்கை. அவருடைய மனத்தில் நிழல்படமாகவே இருந்த சகுந்தலாவின் பிம்பம் வெகுவாக சரிந்துவிட்டதை அவர் உணர்ந்தார்.

இளைஞர்கள் எப்படியெல்லாமோ இருக்கிறார்கள் தான். அதுவும் பெற்றோர்கள் பார்வைக்கு எட்டும் தூரத்தில் இல்லை என்கிற தைரியத்தில் கூத்தடித்தால் கேள்வி கேட்க யாருமில்லை என்கிற திமிர் இருக்கும்தான். ஆனால் ஒரு பெண்ணுக்கு அப்படிப்பட்ட துணிச்சல் இருக்குமோ? எப்படிப்பட்ட குடும்பத்தைச் சேர்ந்தவளாக இருப்பாள்? அநாதை என்றான் அந்த விவேக். அநாதை என்றால், யார் பெற்றார்களோ, தகப்பன் பெயர் தெரியாத பிறப்பாக இருக்கலாம்! அவருக்கு நினைக்கவே கூசிற்று. ஒரு இரண்டு வருஷ உறவு முறிவில் அவரது கௌரவத்துக்குச் சம்பந்தமில்லாத சகதியில் ராஜா மாட்டிக்கொண்டதாகத் தோன்றிற்று. அதற்குத் தாம் ஒருவகையில் பொறுப்பு என்று குறுகுறுத்தது. ராஜா வாயே திறக்காமல் தலையைக் குனிந்தபடி சக்கர நாற்காலியில் அமர்ந்திருந்தது இதுவரை அவர் உணர்ந்திராத பச்சாதாபத்தை ஏற்படுத்திற்று. மறுபடி உயிர்த்தெழுந்திருந்த உறவை நழுவவிடக்கூடாது என்கிற தீவிரம் அவருள் மெல்லிய ஜ்வாலையாகப் பற்றிக்கொண்டது.

வார்டுக்குச் சென்றதும், ராஜா கட்டிலில் படுத்து சோர்வுடன் கண்களை மூடிக்கொண்டான். அவர் அருகிலிருந்த நாற்காலியில் அமர்ந்து அவன் பேசுவதற்காகக் காத்திருந்தார், அவனுள் எப்படிப்பட்ட குழப்பங்கள் இருக்கக்கூடும் என்று அனுமானிக்க இயலாதவராய். ராஜாவின் மனநிலைக்குத் தகுந்தாற்போலப் பேசும் திறன் காமாட்சிக்கு இருப்பதாக அவர் நினைத்துக்கொண்டார். காமாட்சி அவன் நெற்றியை வருடுவாள், அணைத்துக்கொள்வாள். ராஜா இரண்டு வயதுக் குழந்தையாக இருந்தவரை தொட்டுத் தூக்கிய நினைவு அவருக்கு உண்டு. பிறகு மெல்ல மெல்ல உறவு உணர்வு நிலையிலிருந்து அகன்றுவிட்டது. அப்படியிருக்க வேண்டியதே நியதி என்பதுபோல. இப்பவும் அவனுடைய

தோளைத் தொடவோ, கையை வருடவோ தன்னிச்சையாகத் தோன்றவில்லை. அப்படிப்பட்ட நெருக்கம் தேவையில்லை என்று இப்பவும் தோன்றிற்று. ஒரு தந்தையும், மகனும் தோழர்களாகப் பழகுவது அவர் வரையில் அசாத்தியமானது. இருவரது ஸ்தானமும் வேறு. ஆனால் அதன் பிரக்ஞையே உறவை பலப்படுத்த வேண்டும். இப்போது அந்த உறவை ஸ்திரப்படுத்திக்கொள்ள வேண்டிய அவசியத்தில் தாம் இருப்பதாக அவர் உணர்ந்தார். ஏனென்றால் காமாட்சியுடனான அவரது உறவும் அதில் சம்பந்தப்பட்டிருந்தது. அவருக்குத் திடீரென்று அவருடைய தந்தையின் நினைவு வந்தது. அப்பாவுக்குப் பட்டணத்தில் ஒரு சினேகிதம் உண்டு என்பது அம்மாவுக்குத் தெரிந்துபோனதும், அப்பாவுடன் பேசுவதையே அவள் நிறுத்திவிட்டாள். குழந்தைகளை முன்னிட்டு உறவு முறியவில்லை என்றாலும், அப்பா வரும்போதெல்லாம், வெளியூர்க்காரர் போலத்தான் அவருக்குச் சாப்பாடும், படுக்கையும் அளிக்கப்படும். அப்பா ஒரு கோழை என்கிற எண்ணம் சரவணனின் அடிமனத்தில் பதிந்துபோன ஒன்று. பதினான்கு வயதில் பட்டணத்துக்குச் சென்றபோது வேறு ஒரு பெண்ணுடன் நெருக்கமாக அவரைப் பார்த்த காட்சி மிகப்பெரிய அதிர்ச்சியை ஏற்படுத்தியிருந்ததால் அம்மா அவரிடம் நடந்துகொண்ட விதம் சரிதான் என்று தோன்றும். இருந்தும் ஒரு வார்த்தை அதிர்ந்துபேசாமல், புருஷன், அப்பன் என்கிற தோரணை காண்பிக்காமல் ஊருக்கு வந்து இருந்தது தெரியாமல் அப்பா திரும்பிப் போகும்போதெல்லாம், விவரிக்கத் தெரியாத எரிச்சல் வரும். ஆனால் காமாட்சியுடன் வாழ்ந்து வந்த காலத்தை அசைபோடும் போது இல்லற சுகத்துக்குத் துணை இருந்து புண்ணியமில்லை என்று புரிகிறது. சுகம் இல்லாததாலேயே தோரணை என்ற முகமூடி தேவைப்பட்டது. சில சமயங்களில் தோன்றுகிறது, அவரைப் பழிவாங்கவே காமாட்சி மகனை அவரிடமிருந்து பிரித்துத் தன்வசப்படுத்திக் கொண்டாளோ என்று. ஆனால் அவளையும் அவன் விலக்கியது அவள் எதிர்பாராதது.

வார்டுக்கு வெளியே மணி ஓசை கேட்டது. சரவணன் நிமிர்ந்து உட்கார்ந்தார். கிளம்ப வேண்டிய நேரம் வந்துவிட்டது. ராஜா கண்களைத் திறந்தான். அவரைக் கண்டு வியந்தவன்போலப் பார்த்து இலேசாகச் சிரித்தான்.

"நீங்க இங்கையா உட்கார்ந்திருக்கீங்க? ஸாரி, நான் கவனிக்கல்லே."

"அதனாலே என்ன?" என்றார் சரவணன் சரளமாக. "நீ களைச்சுப் போயிருப்பேன்னு நான் பேசாம இருந்தேன்."

அவன் சிறிது மௌனத்துக்குப் பிறகு இலேசான சங்கடத்துடன் கேட்டான்.

"நீங்க நம்பறீங்களா?"

"எதை?"

"அவங்க சொன்னதை?"

"நம்பத்தான் முடியல்லே" என்றார் அவர் மெல்ல. "இந்த மாதிரி விஷயமெல்லாம் நம்ம ஊர் பக்கம் கேட்டுப் பழக்கம் இல்லே. சிலபேர் கல்யாணமானவங்க சின்ன வீடு வெச்சிருப்பாங்க. சட்டப்படி எந்த உரிமையும் இல்லேன்னு இரண்டு பார்ட்டிக்கும் தெரிஞ்சிருக்கும். அட்லீஸ்ட் ஆம்பிளைக்கு."

அதற்கு மேற்கொண்டு என்ன பேசுவது என்று அவருக்குப் புரியாமல் பேசாமல் இருந்தார்.

அவன் சற்றுப் பொறுத்து மெல்லச் சொன்னான்.

"உங்களுக்கு என் மேல கோபம் இருக்கும்."

அவர் திடுக்கிட்டு நிமிர்ந்தார்.

"எதைப் பத்தி?"

"இதைப் பத்தியெல்லாம்தான். எனக்கு ஒண்ணும் புரியல்லே. எப்படி இப்படி நடந்ததுன்னு தெரியல்லே. உங்களுக்குத் தெரியாம இப்படி வாழ்ந்திருக்கேங்கறதும் முட்டாள்தனமாகத் தெரியுது. அப்படி என்ன சண்டை போட்டேன் உங்களோட?"

அவர் எழுந்து அவனருகில் வந்து சமாதானப்படுத்துபவர் போலச் சொன்னார்.

“இதப்பார். அது ஏதோ சிறுபிள்ளைக் கோபம்னு வெச்சுக்க. நாங்க அதை மறந்தாச்சு. மறந்ததாலே தானே உனக்கு விபத்துன்னதும் ஓடி வந்தோம்?”

ராஜா உணர்ச்சிவசப்பட்டவனாய் அவருடைய கையைப் பற்றிக் கண்களில் ஒற்றி அதரங்களைப் பதித்தான். அந்த ஸ்பரிசம் பரவிய உஷ்ணத்தில் அவரது நாடி நரம்பெல்லாம் சிலிர்த்தது.

“ஸாரி” என்றான் அவன். “உங்களை ரொம்பக் கஷ்டப்படுத்தியிருக்கேன்.”

“விடு” என்றார் அவர் மிருதுவாக. “மறு ஜென்மம் எடுத்த மாதிரி பிழைச்சுட்டே. அதுதான் இப்ப முக்கியம்.”

அவன் சோர்வுடன் கண்களை மூடிக்கொண்டான்.

“ஏன் பிழைச்சோம்னு இருக்கு. எனக்குப் புரியாத பந்தங்களை எப்படி ஏத்துக்கப் போறேன்னு குழப்பமா இருக்கு. அது வேற உலகம் மாதிரி இருக்கு. பல வருஷங்கள் பின்தங்கிட்ட மாதிரி ஒரு பலவீனம் புகுந்திருக்கு. எனக்குத் தன்னம்பிக்கையே போயிட்ட மாதிரி இருக்குப்பா!”

அவர் தன்னிச்சையாக அவருடைய கைகளை அழுத்திப் பிடித்தார். பேசும்போது குரல் நெகிழ்ந்துபோவதை உணர்ந்தார்.

“நாங்க இருக்கோம், கவலைப்படாதே. எல்லாப் பிரச்னைகளையும் மெல்ல மெல்ல சமாளிச்சுடலாம். நீ இப்ப ஓய்வெடுக்க வேண்டியது ரொம்ப முக்கியம். குழம்பிக் குழம்பி உடம்பைக் கெடுத்துக்காதே.”

ஆஸ்பத்திரியை விட்டுக் கிளம்பும்போது இதுவரை அவருக்கும், ராஜாவுக்கும் இருந்திராத நெருக்கம் ஏற்பட்டுப்போனதை அவர் திருப்தியுடன் உணர்ந்தார்.

சென்னைக்குத் திரும்பியதும் சபாபதியைக் கூப்பிட்டு இதைச் சொன்னால் நம்பகூட மாட்டான். காமாட்சியே நம்பமாட்டாள்.

கெஸ்ட் ஹவுஸின் வாசலில் டாக்ஸியிலிருந்து இறங்கியபோது அவர்கள் தங்கியிருந்த அறையை ஒட்டிய பால்கனியில் காமாட்சி அமர்ந்திருந்தாள் தெருவைப் பார்த்தபடி. அவளது உருவம் அவரைக் காரணம் புரியாமல் நெகிழ்வித்தது. ஏதோ ஒரு பலவீனம் தன்னை ஆட்கொண்டிருப்பதாகத் தோன்றிற்று. ஆனால் அது ஒரு நூதன திருப்தியை அளித்தது. அறைக்கதவை அவள் திறந்து வைத்திருந்தாள். சோபாவில் அவர் அமர்ந்தபோது ஒரு ஃபேன்ட்டா பாட்டிலைத் திறந்து நீட்டினாள். அதை வாங்கிக்கொள்கையில் ராஜா இன்று தன் கையைப் பற்றி முத்தமிட்டான் என்றால் இவள் நம்புவாளா என்று தோன்றிற்று. அந்த ஸ்பரிச நினைப்பு மறுபடி சிலிர்ப்பேற்படுத்தியது. காமாட்சியின் கைகளைப் பற்றி ராஜா செய்ததைச் செய்ய வேண்டும் போலப் பைத்தியக்காரத்தனமான எண்ணம் எழுந்தது.

ஃபேன்ட்டாவை அவர் ஒரு மிடறு விழுங்குகிறவரை காத்திருந்து காமாட்சி கேட்டாள்.

"ஆஸ்பத்திரிலே என்ன ஆச்சுன்னு சொல்லுங்க, நான் உங்ககூட வராம போனது தப்பு. இங்கே கிடந்து தவிச்சுப் போனேன்."

"நீ வராம இருந்தது நல்லது. அங்கே அந்தப் பசங்க சொன்னதைக் கேட்டிருந்தேன்னா அதிர்ச்சியிலே வெடிச்சிருப்பே."

"அதிர்ச்சியா?" என்றாள் அவள் கண்கள் விரிய. "ராஜாவுக்கு ஏதாவது புது கோளாறா?"

"இல்லே இல்லே. அவனுக்கு ஒண்ணுமில்லே குழப்பத்தைத் தவிர. அந்தப் பெண்ணும், ராஜாவும் கல்யாணம் கட்டிக்காம அதாவது ரெஜிஸ்டர் கல்யாணம்கூட இல்லாம சேர்ந்து வாழறாங்களாம்!"

"என்னது?" என்றாள் காமாட்சி திகைப்புடன். "அந்தப் பிள்ளை சுதீர் மாதிரியா? ஈசுவரா இவன் என்ன மாதிரி கும்பல்லே இருக்கான்?"

“இங்கெல்லாம் சிலபேர் அப்படி இருக்காங்கங்கறார் டாக்டர். அந்தப் பிள்ளை சொன்னபோதே சந்தேகம் வந்துச்சு எனக்கு அதனாலேதான் இன்னிக்குப் பதிவுப் பத்திரம் எங்கேன்னு பின்னிப்பின்னிக் கேட்டேன்.”

“நல்ல கூத்து” என்றாள் காமாட்சி கோபமாக. “இந்த மாதிரி இருக்க அந்தப் பெண்ணும் ஒத்துக்கிட்டான்னா அவ என்ன மாதிரி பொம்பளை, சம்சாரிகள் வீட்டிலே பிறந்தவளா இருப்பாளா?”

சரவணன் எதுவும் பேசாமல் அமர்ந்திருந்தார். தற்சமயம் அவளுடைய கருத்துக்கும், அவருடைய கருத்துக்கும் அதிக வித்தியாசம் இருக்கவில்லை.

“ஒரு குழந்தையை வேற பெத்திருக்கா. எத்தனை தைரியம் இருக்கணும்? தூ! எந்த முகத்தை வெச்சுக்கிட்டு இவளெல்லாம் பதிவிரதை வேஷம் போட்டுக்கிட்டு வளைய வராளுக? அந்தப் பசங்களே கூட்டிவிடற கேஸாயிருக்கும். ராஜா இல்லேன்னா மாட்டிக்குவானா?”

“ராஜா ஒரேயடியா குழம்பியிருக்கான்” என்றார் சரவணன். “நீங்க இதை நம்பறீங்களான்னான். இந்த மாதிரி நம்ம ஊரிலே கேள்விப்பட்டதில்லேன்னேன். கல்யாணமானவங்க சிலபேர் சின்ன வீடு வெச்சுக்குவாங்க. ஆனா சட்டப்படி அந்த இரண்டாவது பொம்பளைக்கு எந்த உரிமையும் கிடையாதுன்னு சொன்னேன்.”

காமாட்சியின் முகத்தில் மெலிதாக வெளிச்சம் படர்வதை அவர் கவனித்தார்.

“சரியாத்தான் சொன்னீங்க” என்று அவள் பாராட்டியபோது அவருக்குத் திருப்தியாக இருந்தது.

காலையில் கண்விழிப்பதற்கு முன்பே இன்று ஞாயிற்றுக்கிழமை என்று சகுந்தலாவுக்கு நினைவு வந்தது. ராஜா அருகில் இல்லாத ஞாயிறு. அவன் இருக்கும்போது ஞாயிறு காலை காற்றே வேறு,

ஒரு இதமான சோம்பலில் மிதக்க வைக்கும். விடுமுறை என்று புரியாமல் எழுந்து கவனத்தைத் திருப்பப் பார்க்கும் பரத்தை இருவரும் கண்ணைத் திறக்காமலே மறுபடி தூங்க வைக்கச் செய்த முயற்சிகளும், அவை தோற்றபின் எழுந்து காபி போடப்போவது யார் என்று இருவரிடையே கிளம்பும் வாதமும், செல்லப் பிடிவாதமும், மூடிய கண் இமைகளுள் நிழற்படங்களாக விரிந்தன. மூன்றாம் மனுஷியைப்போல அதை வேடிக்கை பார்ப்பது ஒரு சுகத்தை அளித்தது. அந்தச் சுகமே பாரமாகிப்போவதை அவள் உணர்ந்தாள். அதன் அழுந்தலில் மூச்சிறைத்தது. நூறு நினைவுகள் சேர்ந்து அவளைத் தாக்கினதுபோல. இதிலிருந்து விடுபடுவது எப்படி என்று அவள் திகைத்தாள். சென்ற ஆண்டு சோனியா ஏதோ ஒரு ஆசிரமத்துக்குச் சென்று வந்ததிலிருந்து தியானம் பழகுவதாகச் சொல்கிறாள். கூட்ஸ் வண்டி இறக்குவதுபோல மனசிலிருக்கிற அழுக்கு மூட்டைகள் வெளியேறிவிடுகின்றன என்று உபதேசம் செய்தாள். ராஜாவுக்கு அது மிகப்பெரிய ஹாஸ்யமாக இருந்தது. 'எங்கிட்ட அழுக்கு மூட்டையே இல்லே' என்று சிரித்தான். 'ஸர்ஃப் எக்ஸெல் ஹைனா?' என்று விளம்பர ஜோக் அடித்தான்.

அவன் முயற்சி செய்யாமலே ஐந்தாண்டு நினைவு மூட்டைகள் அவனிடமிருந்து கழண்டுபோனது விந்தை, அவளிடம் அவை இடம் மாறி வந்து அழுத்துவதுபோல பிரமையேற்பட்டது. இந்தப் பாரத்தைக் குறைக்க சோனியாவின் உதவி தேவைப்படலாம் என்று நினைத்துக் கொண்டாள்.

ராஜா கேட்டிருந்த அவகாசம் இன்றோடு முடிகிறது. என்னைத் தொந்தரவு செய்யாதீர்கள் என்கிற கோரிக்கை அது. நேற்று மாலையே சனிக்கிழமை அவளுக்கு அரை நாள் என்பதால் ஆஸ்பத்திரிக்கு பரத்தை அழைத்துப்போக நினைத்தவளை விவேக் தடுத்தான். 'அவன் கேட்ட அவகாசத்தைக் கொடு' என்றான். இரண்டு ஆண்டுகளாக ஒளிவு மறைவில்லாமல் சேர்ந்து வாழ்ந்த ஒருத்தனிடம் இப்படி ஒரு அதிகாரப்பூர்வ உறவு பார்ப்பது அவளுக்கு அபத்தமாகப்பட்டது. அவளது

பொறுமை நழுவிற்று. ராஜாவுக்கு அறிவார்த்தமாக நிலைமையை உணர வைப்பது சிரமமாக இருக்காது என்று அவள் நினைத்தாள். இந்த இடைப்பட்ட காலத்தில் தனது பெற்றோர்களுக்கு அவன் எந்தத் தடையையும் விதித்திருக்கப் போவதில்லை. அவர்களது பேச்சு அவனிடம் எந்தவிதமான தாக்கத்தை ஏற்படுத்தும் என்று கற்பனை செய்யவும் கூசிற்று.

இயந்திரகதியில் அவள் அலுவல்களை கவனிக்க ஆரம்பித்தாள். பரீட்சை வினாத்தாள் பார்க்கும் வரை மனத்தில் ஏற்படும் பீதி கலந்த படபடப்பை இரண்டு நாட்களாக அனுபவிப்பது ஏன் என்று புரியவில்லை. பாட்டி இப்போது உயிரோடு இல்லையே என்று துக்கமேற்பட்டது. பரீட்சைக்குப் போவதற்கு முன் பாட்டியை நமஸ்கரிப்பதும், அவள் தன் கையால் நெற்றியில் விபூதி இட்டு 'நன்னா பண்ணுவே, பயப்படாதே' என்ற வாக்கு பலித்ததும் வாழ்வின் அங்கமாகப் போயிருந்தது. எத்தனையோ பிரச்னைகளுக்கு நடுவில் வாழ்வை அந்த ஆசி சரளமாக்கியது. அவள் காலேஜ் சேரும் வரை தாத்தா உயிரோடு இருந்தார். அவர் ஒரு கர்மயோகி என்பாள் பாட்டி. மாமா ஒருநாள் வந்து இரைந்தபோதுதான் அதன் அர்த்தம் புரிந்தது.

"சகுந்தலாவை வளர்க்கிற பொறுப்பை நீங்க ஏன் ஏத்துக்கணும்? அவளை அவளுடைய அப்பன் பாத்துக்கட்டும். இரண்டாம் கல்யாணம் பண்ணிண்டு குஷியா இருக்கான். அவன் பொறுப்பில்லையா அது?"

அவளது நீண்ட முடியை வாரிப் பின்னிக்கொண்டிருந்த பாட்டியை சகுந்தலா பீதியுடன் திரும்பிப் பார்த்தாள்.

தாத்தா நிதானமாகச் சொன்னார்.

"பானு சாகற சமயத்திலே குழந்தையை நான் பாத்துக்கறேன்னு வாக்குக் கொடுத்தேன். அதைக் காப்பாத்தணும்."

மாமா கோபத்துடன் கிளம்பினார். "சக்குவை அழைச்சுண்டு வந்தேள்னா என் வீட்டிலே இடமில்லே."

“நாங்க தனியாவே இருந்துடறோம் ராமு!”

கடைசி வரை மாமாவின் கோபம் தணியவில்லை, சகுந்தலா என்கிற ஒரு பிரக்ருதியினால். தாத்தா போன பிறகு அவளுக்குக் கவசமாக பாட்டியும் நிற்கத் துணிந்ததால்.

டெலிபோன் ஒலித்தது. “குழந்தையோட போய் நிக்கப்போறேன்னு சொன்னியே?” என்றான் விவேக்.

“ஆமாம், கிளம்பிண்டிருக்கேன். பரத் தான் என் கவசம்” என்றாள் அவள்.

✻———✻

18

அத்தியாயம்

சமேலியின் உதவியுடன் பரத்தை ஆஸ்பத்திரிக்கு அழைத்துச் செல்லத் தயார் செய்யும்போது வெளியில் செல்லப்போகிறோம் என்கிற குஷியில் பரத் ஏகமாய்ச் சிரித்தான். நிறுத்தி வைத்து பவுடர் போடுவதற்குள் கால்கள் நிற்காமல் குதிபோட்டன. உட்கார்த்தி தலை சீவும்போது தனது வாத்து நண்பர்களுக்குப் பவுடர் போட்டான். பரத்துக்கும் இன்று பரீட்சை என்று சகுந்தலா நினைத்துக்கொண்டாள். மேஜை மீதிருந்த ராஜாவின் புகைப்படத்தைக் காண்பித்து, “இது யாரு?” என்றாள். பரத் பதில் சொல்லாமல் வாத்தை கவனித்தபோது கவலைப்பட்டாள். “அப்பா” சொல்லு “அப்பா” என்று ஊக்குவித்தாள். பதிலுக்கு அவன் “ப்பா” என்றபோது “சமத்து” என்று பாராட்டினாள்.

“ஸாப் என்னிக்கு வீட்டுக்கு வராங்க தீதி?” என்றாள் சமேலி.

“இன்னிக்கோ, நாளைக்கோ வரலாம்” என்றாள் சகுந்தலா சுரத்தில்லாமல். சமேலி அவளை யோசனையுடன் பார்த்தாள்.

“என்ன விஷயம் தீதீ?”

சகுந்தலா திடுக்கிட்டு அவளைப் பார்த்தாள். சமேலி தலையைக் குனிந்துகொண்டு முணுமுணுத்தாள்.

"நீங்க ஏதோ கவலைப்படற மாதிரி இருக்கு. கவலைப்படாதீங்க. வீட்டுக்கு ஸாப் திரும்பிட்டார்னா எல்லாம் சரியாப் போயிடும்."

"அதான் நானும் நினைக்கிறேன் சமேலி" என்றாள் சகுந்தலா. இவளுக்கு விஷயத்தைச் சொல்வதா, வேண்டாமா என்று யோசித்துவிட்டு இப்போது ஏதும் சொல்லத் தேவையில்லை என்று பேசாமல் இருந்தாள். சமேலி காட்டக்கூடிய பச்சாதாபம் ஒரு சோர்வை ஏற்படுத்தும். இன்று நிச்சயம் அவளால் அதைத் தாங்க முடியாது. ராஜாவின் வருகையை முன்னிட்டு அவனுடைய சௌகர்யத்திற்காக முன்பே யோசித்திருந்தபடி மாற்றங்களைச் செய்வதில் சமேலி உற்சாகமாக ஈடுபட்டபோது அவள் தன் உணர்ச்சிகளை மறைத்துக்கொண்டு மேற்பார்வை பார்த்துச் சிலாகித்தாள்.

"உங்களோடு நானும் வரவா?" என்றாள் சமேலி, திடீரென்று முடிவுக்கு வந்தவள் போல. "முன்னாவைப் பார்த்துக்கலாம். சாப் திரும்பி வரும்போது சாமானை வண்டியிலே வைக்க உதவலாம்." எதிர்பாராமல் வந்த இந்த உதவி தேவையா என்று சகுந்தலா ஒரு விநாடி யோசித்தாள். பிறகு இவள் வருவது தனக்கு ஒருவகையில் தெம்பை அளிக்கலாம் என்று தோன்றிற்று. "அப்ப சீக்கிரம் வேலையை முடி" என்றாள்.

ஆஸ்பத்திரி போய்ச் சேரும் வரை சமேலி சின்னப் பெண்ணின் ஆர்வத்துடன் சளசளத்துக்கொண்டு, பரத்துடன் விளையாடிக்கொண்டு வந்தது ஆறுதலாக இருந்தது. உற்சாகத்தைக்கூட அளித்தது. வாழ்க்கை சகஜநிலைக்குத் திரும்பிவிட்டது போல்.

ஆஸ்பத்திரியை நெருங்கியதும், 'அம்மாடி அரண்மனை மாதிரி இருக்கு ஆஸ்பத்திரி' என்று சமேலி வாயைப் பிளந்தாள். பரத்தை இடுப்பில் வைத்துக்கொண்டு அவள்கூட நடக்க,

நுழைவாயிலை அடைந்தபோது விவேக் அவளுக்காகக் காத்திருப்பதுபோல் நின்றிருந்தான். அவளைப் பார்த்ததும், "ஏன் இத்தனை நேரம் பண்ணினே?" என்றான்.

அவள் வியப்புடன் அவனைப் பார்த்தாள். அவன் கோபத்தில் இருப்பவன் போலத் தெரிந்தான். அவள் கடிகாரத்தைப் பார்த்தாள். பதினொன்று அடித்து பத்து நிமிஷம் ஆகியிருந்தது. சமேலியினால் பத்து நிமிஷம் லேட்.

"பதினோரு மணிக்குதானே எப்பவும் வருவேன்? என்ன விஷயம்?" என்றாள் ஆங்கிலத்தில்.

அப்போதுதான் சமேலியைக் கவனித்தவனாக 'ராஜா இங்கு இல்லை' என்றான் விவேக் ஆங்கிலத்தில்.

"வாட்?" என்றாள் சகுந்தலா திடுக்கிட்டு, பிறகு சமேலியைப் பார்த்து, "அதோ பார், அந்தப் புல்வெளியிலே நிழல்லே உட்கார்ந்து முன்னாவுக்கு விளையாட்டு காட்டு. அப்புறம் கூப்பிடறேன்" என்றாள்.

சமேலி "அச்சா தீதீ" என்று உற்சாகத்துடன் கிளம்பினாள்.

அவள் செல்வதைச் சற்றுநேரம் ஜடத்தனத்துடன் பார்த்துவிட்டு, அவள் விவேக்கிடம் சோர்ந்த புன்னகையுடன் கேட்டாள்.

"இது என்ன பிரச்னை?"

"பிரச்னை இல்லை" என்று அவன் படபடத்தான்.

"திட்டமிட்ட மோசடி. அந்தக் கிழங்கள் இலேசுபட்டவங்க இல்லே."

அவனுடைய கோபம் அவளது அடிவயிற்றைக் கலக்கிற்று.

"விவேக், என்ன விஷயம் சொல்லு."

அவன் அவளது தோளை அணைத்து ஒதுக்குப்புறமாக அழைத்துச் சென்றான். "மிஸ்டர் சரவணன் இன்று காலை நா வர்றதுக்குள்ளே ஆஸ்பத்திரி பில் கட்டியிருந்தார். ராஜாவை டிஸ்சார்ஜ் பண்ணியிருந்தார்கள்."

"ஏன்? எப்படி?" என்றாள் சகுந்தலா, அதிர்ந்து.

"நீதானே அட்மிட் பண்ணினே? ஆபீஸ் பேமெண்ட் பண்ணும்னியே?"

"இப்பவும் ஆபீஸ் பண்ணும். வவுச்சர் எல்லாம் எனக்குத்தான் சரவணன் அனுப்பப்போறார்."

"பின்னே எப்படி, உனக்குச் சொல்லாமலா நடந்திருக்கு?"

"ஆமாம். நாம ரெண்டு நாள் இங்க வராததாலே டாக்டரோட ஏதோ பேசி முடிவு பண்ணியிருக்காங்க போலிருக்கு. பெட் காலி பண்ணணும்னு இங்கே கட்டாயப்படுத்தினாங்கங்கறார் சரவணன்."

"அதனாலே?" என்று சகுந்தலா பொறுமையிழந்து படபடத்தாள்.

"அதனாலே பில்லை ராஜாவுடைய அப்பா என்கிற காரணத்தினாலே கட்டிவிட்டு கெஸ்ட் ஹவுஸுக்கு ராஜாவை அழைத்துக்கொண்டு போய்விட்டார்."

"கெஸ்ட் ஹவுஸுக்கா? ஏன்? பார்! நா நேத்தே வரேன்னேன். நீ தடுத்தே!"

அவன் உதட்டைப் பிதுக்கித் தோளைக் குலுக்கினான்.

"ஆமாம், ஸாரி. தப்பு பண்ணிட்டேன்."

"நீ அவரைப் பார்க்கல்லே? ராஜாவைப் பார்க்கல்லே?"

"பார்த்தேன். ஆஸ்பத்திரிக்கு வந்த உடனேயே ஆபீஸ் ரூமுக்குப் போய் எப்ப டிஸ்சார்ஜ் பண்ணுவாங்க, பில் எத்தனை இருக்கும்னு விசாரிக்கப் போனேன். அந்த மனுஷன் பில்லைக் கட்டிட்டு வெளியிலே வரார். நீங்க ஏன் கட்டினீங்கன்னு கேக்கறேன். சத்தம் போடறார். 'இரண்டு நாளா உன்னைக் காணோம், இங்க டிஸ்சார்ஜ் பண்ணணும்னு நெருக்கறாங்க, பின்னே நா கட்டாம என்ன செய்யறதுங்கறார்.' எனக்கு ஒரு போன் பண்ணியிருக்கலாமேன்னேன். அதுக்கும் கத்தறார் அந்த மனுஷன். நா ஏன் பண்ணணும்? உங்களுக்கெல்லாம் உண்மையான அக்கறை இருந்தா விசாரிச்சிருக்க மாட்டீங்களாங்கறார். என் மகன் அநாதையில்லே நல்ல வேளைங்கறார்!"

அவள் சிரித்தாள். "சகுந்தலா மாதிரி?"

"எக்ஸாக்ட்லி! அந்த மனுஷன் பொல்லாதவன் சக்கு!"

"சரி விடு" என்றாள் சகுந்தலா சோர்வுடன்.

"எனக்கு அவரைப்பத்திக் கவலையில்லே. ராஜாவைப் பாத்தியா? அவன் என்ன சொன்னான்?"

"பார்த்தேன்" என்றான் விவேக் நிராசை தொனிக்கும் குரலில்.

"அவனுக்கு நான் இப்ப வெளியாள் சக்கு. மடையனுக்கு மூளையே குழம்பிப்போச்சு போலிருக்கு. அவன்கிட்ட நயமா, தர்க்க ரீதியாக விளக்கிப் பார்த்தேன். 'நீ இங்கே வாழறவன், உனக்கு ஒரு குடும்பம் இருக்கு, உன் வீட்டுக்கு நீ திரும்பணும்னேன்.' சரவணன் அங்கேயே நின்னு அவனைக் கண்ட்ரோல் செய்யறார். 'இப்ப ஆஸ்பத்திரியிலே எந்த சர்ச்சையும் வேண்டாம். இப்ப கெஸ்ட் ஹவுஸுக்கு அழைச்சிட்டுப் போறோம். அங்க வந்து பேசுங்க'ங்கறார். அவனும் அதையே சொல்றான். அவர் கொஞ்சம் வெளியே போனபோது நா சொன்னேன். சகுந்தலா இப்ப குழந்தையோட உன்னைப் பார்க்க வருவா. கொஞ்சம் வெயிட் பண்ணுன்னேன். அவன் அதுக்குத் தயங்கினான். கடைசியிலே, கெஸ்ட் ஹவுஸுக்கு அழைச்சிட்டு வா பேசலாம்னான். சரின்னு சொல்றதைத் தவிர வேறே ஒண்ணும் என்னாலே செய்ய முடியல்லே."

"ஓ காட்!" என்றாள் அவள் உதட்டைக் கடித்து.

"அதென்ன அது கெஸ்ட் ஹவுஸுக்கு வா பேசிக்கறேன் என்கிறது. கோர்ட்டுக்கு வா பேசறேன்னு சொல்ற மாதிரி? ஒரு மூணாந்தர த்ரில்லர் படத்து அப்பாவி கதாநாயகி மாதிரி எனக்கிருக்கு!"

"சரவணன் டைரக்ட் பண்றார். அதான் மோசம்!"

இரண்டு பேரும் சிரித்தார்கள்.

"சிரிப்புதான் வருது விவேக். என் வாழ்க்கை அத்தனை அபத்தமாயிடுச்சு. சரி, இப்ப கெஸ்ட் ஹவுஸுக்குப் போவோம்.

அதையும் பாத்துரலாம். ராஜாவை அதுக்குள்ளே அவங்க சென்னைக்குக் கடத்திட்டுப் போயிடாம இருந்தா."

"இனிமே சாயந்திரம்தான் ஃப்ளைட்" என்று அவன் புன்னகைத்தான்.

"சமேலியைக் கூப்பிடு. என் கார்லே அழைச்சிட்டுப் போறேன்."

மகாராணி பாகை நோக்கி விவேக் வண்டி ஓட்டுகையில் விவேக் எதுவும் பேசவில்லை. சமேலியும் ஏதோ பிரச்னை என்று புரிந்துகொண்டு நாகரிகமாக மௌனம் காத்தது அவளுக்கு ஆறுதலாக இருந்தது. அவள் கற்பனையில் எதிர்நோக்கும் காட்சி எதுவும் நடப்பதே இல்லை என்பது அவளுக்குப் பழக்கமாகிப்போன ஒன்று என்று நினைத்துக்கொண்டாள். அவள் ஜனிக்கும் தருணத்தில் கிரகங்கள் எல்லாம் கூட்டு சேர்ந்து அவளுக்கென்று பிரத்யேகமான பிரச்னைகள் முளைக்குமாறு சதி செய்திருக்க வேண்டும். பேச்சுப்போட்டிக்கு முந்தைய தினம் காய்ச்சல் வரும். நாட்டிய நிகழ்ச்சிக்குமுன் கால் ஒடியும். பரீட்சைத் தாளில் இரண்டு கேள்விகள் பார்வையிலிருந்து மறையும். ரோஜா பூக்கும் நிமிஷத்தில் மாடு தின்றுவிட்டுப் போகும்.

"எனக்குன்னு ஏன் பாட்டி இப்படிப் பிரச்னைகள் வருது?" என்று ஒவ்வொரு காலகட்டத்திலும், பாட்டியைக் கேட்பாள்.

"ரொம்ப கெட்டிக்கார ஸ்டூடெண்டைத்தான் வாத்தியார் கஷ்டமான கேள்வியைக் கேட்பார். அது மாதிரி ரொம்பப் பிரியமானவாளுக்குதான் பகவான் அதிக சோதனை கொடுப்பார்" என்பாள் பாட்டி சுற்றிவளைத்து.

"அப்படிப் பிரியம் காட்டற பகவான் எனக்கு வேண்டாம் பாட்டி."

"உன்னை டெஸ்ட் பண்றார்!"

"வேண்டாம், எனக்கு அந்தச் சோதனை. நா பலவீனமானவ."

"நிமிர்ந்து நிக்கறியான்னு பார்க்கறார்."

முடியாது செத்துருவேன்.

வண்டி நின்றது. மறுபடி அடிவயிற்றில் விவரம் புரியாத பீதி சுழன்றெழுந்து குரல்வளையை அமுக்கிற்று.

"சகுந்தலா இமோஷனலாயிடாதே" என்றான் விவேக் மெல்ல.

"தன்னை இமோஷனல் பிளாக் மெயில் பண்ண வந்ததா ராஜா நினைக்கக் கூடாது!"

"என்னாலே இயல்பாத்தான் இருக்க முடியும் விவேக். எனக்கு நடிக்கத் தெரியாது. அது என்னுடைய பலவீனம்" என்றாள் அவள் ஆங்கிலத்தில்.

சமேலியைக் காரிலேயே இருக்கச் சொல்லிவிட்டு பரத்தைத் தூக்கிக்கொண்டு அவள் விவேக்குடன் நடந்தாள். மார்பின் படபடப்பை அடக்க முடியவில்லை என்பது பலவீனப்படுத்திற்று. அறையின் பெல்லை அழுத்திவிட்டு காத்திருந்த வேளையில் ஒரு யுகம் நகர்ந்தது.

கதவைத் திறந்து சரவணன் அவளையும், இடுப்பிலிருந்து குழந்தையையும் பார்த்து திகைத்து, பிறகு சமாளித்துக்கொண்டு விவேக்கிடம் பொதுவாக "வாருங்கள்" என்றார்.

சோபாவில் ராஜா உட்கார்ந்திருந்தான். அவனருகில் கையில் ஒரு தம்ப்ளரை ஏந்தியபடி நின்றிருந்த காமாட்சி குழந்தையைப் பார்த்து திகைத்தது முகத்தில் தெரிந்தது. சகுந்தலாவைக் கண்ட உடனேயே கடுமை பரவிற்று.

சகுந்தலாவுக்கு விநோதமாக ஏற்கனவே இந்தக் காட்சியில் தான் பாகமேற்றிருந்ததாகத் தோன்றிற்று. பல ஆயிரம் வருஷங்களுக்கு முன் புரு வம்சத்து சபையில், சூரிய ஒளி போன்ற பாலகனைக் கையில் ஏந்தியபடி, "மகனே உன் தந்தைக்கு வணக்கம் சொல்" என்று அவள் சொன்னது நினைவுக்கு வந்தது. மன்னன் கோபத்தில் வார்த்தையைக் கக்கியது செவியில் இன்னும் ரீங்கரித்தது.

"உன்னையே எனக்குத் தெரியாது எனும்போது இந்தக் குழந்தை என்னுடையது என்று எந்தத் துணிச்சலில் சொல்கிறாய்? இதற்கு என்ன ஆதாரம், கேடுகெட்ட பெண்ணே?"

“நீ கொடுத்த வாக்கே ஆதாரம். நீ காக்க வேண்டிய தர்மமே ஆதாரம்.”

“நான் உன்னை நம்பமாட்டேன். பெண்கள் பொய்யர்கள். உன் பேச்சை யார் நம்புவார்கள்? தாய் மேனகை. தந்தை விசுவாமித்திரர் என்கிறாய். இருவரும் காமுகர்கள். கருணையில்லாமல் உன்னைக் கடாசிவிட்டுச் சென்றவர்கள். நீ ஒரு விலை மாதுவைப்போல எனக்குத் தோன்றுகிறாய்.”

“அறிவுகெட்ட மன்னனே, கேள். நீ கடுகாய்ச் சிறுத்துப்போனாய். நான் மேருமலையாய் நிற்கிறேன். வம்புப் பேச்சைக் கேட்கும் முட்டாள் அதில் தப்பை மட்டுமே எடுத்துக்கொள்வான். அறிவுள்ளவன் நல்லதை மட்டுமே கிரகித்துக்கொள்வான்...”

சகுந்தலா ராஜாவின் முகத்தை அசையாமல் பார்த்தாள்.

கண்களில் ஏதேனும் சலனம் இருக்கிறதா என்று அவள் ஆராய்ந்தாள். பரத்திடம், “அப்பாவைப் பாரு” என்றபோது எந்த யுகத்திலோ சொன்ன வார்த்தைகளில் மாற்றம் இல்லை என்று தோன்றிற்று. காமாட்சியின் குரல் எங்கோ கேட்டது.

“என்ன இப்ப? அவனைத் தொந்தரவு செய்ய வேண்டாம்னு சொல்லுங்க.”

“ராஜாவுடைய சினேகிதங்க. பார்த்துப் பேசிட்டுப் போகட்டும். அதை நாம் தடுக்கக்கூடாது” என்றார் சரவணன் கம்பீரமாக.

சகுந்தலாவின் ரத்த நாளங்களில் ஒரு சிலிர்ப்பு ஓடிற்று. ஓர் அசாதாரண அமைதி ஏற்பட்டது. சற்று முன்னால் அடி எடுத்து வைத்து ராஜாவைச் சுட்டிக்காட்டி, பரத்திடம் “அப்பாவைப் பாரு” என்றாள். பரத் ராஜாவைப் பார்த்துச் சிரித்தான். காலை எட்டி உதைத்துத் தாவினான். சகுந்தலா ராஜாவின் முகத்தை உற்றுப் பார்த்தாள் மகாபாரத காலத்து நினைவில். ராஜாவின் உடல் கூச்சத்துடன் பின்னுக்கு நகர்ந்தது. கண்களில் மிரட்சி தெரிந்தது. பல யுகத்துக் கோழைத்தனத்தின் பிரதிபலிப்பாகப் பட்டது. காமாட்சி அவசரமாக ராஜாவின் அருகில் வந்து நின்றாள். அவன் தோளைத் தொட்டாள்.

“என்னடா ராஜா, குழந்தையைத் தூக்கிட்டு வந்து மிரட்டப் பார்க்கிறாளா?” என்றாள்.

காமாட்சியின் வார்த்தைகளைப் புரிந்துகொண்டது போலவே சகுந்தலா காண்பித்துக் கொள்ளவில்லை. ராஜாவின் எதிரில் நிற்கும்போது மனத்தில் உணர்வலைகள் கட்டுக்கடங்காமல் பொங்கி, மூச்சு முட்டிவிடும் போல் திணறிற்று. ராஜா தன் தாயைப் பார்த்துச் சொன்னான்.

“அம்மா நா இவங்களோடு கொஞ்சம் பேசணும்.”

“நீ வா காமாட்சி. அவங்க பேசட்டும்” என்றார் சரவணன். அவரும், காமாட்சியும் அறையைவிட்டு வெளித் தாழ்வாரத்திற்குச் செல்வதற்குமுன் அவளுக்கு ஆங்கிலம்தான் தெரியும் என்று நினைத்தவர்போல, “நோ இமோஷனல் ஸீன்ஸ், ஓ.கே? அவனுடைய உடல்நிலையை நினைவு வைத்துக்கொள்” என்றுவிட்டுப் போனார். விவேக் சொன்னதுபோல இது ஏதோ திட்டமிட்ட செயல் என்று அவளுக்குத் தோன்றிற்று. அவள் விவேக்கைப் பார்த்துப் புன்னகைத்துவிட்டு ராஜாவின் பக்கம் திரும்பினாள்.

19

அத்தியாயம்

ராஜாவின் முகத்தில் சங்கடம் தெரிந்தது. அவளுக்குப் பரிதாபம்கூட ஏற்பட்டது.

விதியின் வக்ர விளையாட்டில் அகப்பட்டுக்கொண்டது அவள் மட்டும் இல்லை, அவனும்தான். அவனுடைய நிலை அவளுடையதைவிட மோசம். மனோவளர்ச்சியில் ஐந்து வருடத் தேக்கம் என்பது ஒரு சின்ன மரணம். அவனாக விட்டுவந்த சிறையில் மீண்டும் சிறைப்பட்டது கொடுமையானது. அதில் அவன் வீர்யமிழந்து போனது தெளிவாகத் தெரிந்தது. ஆற்றல் மிகுந்த பெண், புருஷனின் ஆதிக்கத்தில் வெறும் பதுமையாக மாறிவிடுவது போல. ராஜாவைப் பார்த்து பரத் மீண்டும் சிரித்தபோது, ராஜாவின் கண்களில் ஒரு மிருதுத்தன்மை படர்வதை அவள் கவனித்தாள்.

சகுந்தலா அவனைத் தீர்க்கமாகப் பார்த்துக் கேட்டாள். “இந்தக் குழந்தை உனக்குள்ள எந்த சலனத்தையும் ஏற்படுத்தல்லியா?”

“ஸாரி” என்றான் ராஜா தன்னைச் சமாளித்துக்கொண்டு. “எனக்குச் சுத்தமாக நினைவில்லை.” அவனுடைய குரல் சற்று தெம்பாக

இருப்பதாகத் தோன்றிற்று. துஷ்யந்தனாக மாறிவிட்டதுபோல அவளுக்குப் பிரமையேற்பட்டது.

“அது உன் தப்பில்லை” என்றாள் நிதானமாக. “ஆனால், நீ அதற்குத் தகப்பன் என்பது உண்மை. நா உன்னை மிரட்ட வரல்லே. மிரட்டறதுதான் என்னுடைய நோக்கம்னா அதுக்கு வேற வழியெல்லாம் இருக்கு. உன்மேல் எனக்கு இருக்கிற பிரியத்தை நான் கேவலப்படுத்த விரும்பல்லே. இரண்டு நாள் அவகாசம் கேட்டே, என்ன முடிவுக்கு வந்தேன்னு எனக்குத் தெரியணும். எங்களுக்குத் தெரிவிக்காமியே நீ ஆஸ்பத்திரியிலேந்து கிளம்பினது நிறைய சந்தேகத்தை ஏற்படுத்தியிருக்கு...”

“உங்களுக்குத் தெரிவிக்காம இருக்கணும் என்கிற எண்ணம் எனக்கில்லே” என்றான் ராஜா. “ஆஸ்பத்திரியிலே இதையெல்லாம் பேசறது சரியில்லேன்னுதான் கிளம்பினேன். எனக்கு இன்னும் அவகாசம் தேவைப்படுகிறது. என் குழப்பத்தை நீங்கள் புரிந்துகொள்வீர்கள். நல்லவேளை என் பெற்றோர்கள் இங்கு வந்திருக்கிறார்கள். அதனால்”

அவன் நிறுத்தி அவளைப் பார்க்கக் கூச்சப்படுபவன்போல் விவேக்கைப் பார்த்துச் சொன்னான்.

“அதனால், நான் இப்போது என் பெற்றோர்களோடு சென்னைக்குச் செல்கிறேன்.” இதை எதிர்பார்த்திருந்த நிதானத்தோடு அவள் கேட்டாள்.

“எத்தனை நாளைக்கு?”

அவன் உதட்டைப் பிதுக்கினான். மறுபடி விவேக்கைப் பார்த்து பதில் சொன்னான்.

“இரண்டு மாசம் லீவு போடலாம்னு நினைக்கிறேன். நினைவு திரும்புகிற வரையாவது.”

“என்னையும், குழந்தையையும் விட்டுட்டு நீ போயிட்டியானா எங்களைப் பத்தி உனக்கு நினைவு எப்படித் திரும்பும்?” குரல் உடைந்தது. வார்த்தைகள் தமிழில் வந்தன.

காமாட்சியின் குரல் வெளியே உயர்ந்து கேட்டது. "இவளை உள்ளே விட்டதே தப்பு. தாலிகட்டின பெண்டாட்டிக்கணக்கா இல்லே பேசறா!"

"சும்மா இரு காமாட்சி."

"எப்படிங்க சும்மா இருக்கிறது? அடாவடித்தனமா அவ பேசறா!"

"உஷ்"

சகுந்தலா, ராஜாவைப் பார்த்தாள். அவனுக்கு அந்தப் பேச்சுக் காதில் விழாமல் இருந்திருக்காது. ஆனால் சலனமில்லாமல் உட்கார்ந்திருந்தான், தனக்கு அது சம்பந்தமில்லாதது போல. அல்லது அவனே அப்படி நினைக்கிறவனாக, ஆமோதிப்பவனாக மாறியிருக்க வேண்டும். இவன் அவளுக்குப் பரிச்சயமில்லாத மனிதன் என்று அவளுக்கு அச்சமேற்பட்டது. அவள் தடுமாறியபடி ஆங்கிலத்தில் தொடர்ந்தாள்.

"ராஜா உனக்கு நினைவுதான் இல்லையே தவிர, மூளை இயங்குகிறது. உன்னுடைய குழப்பம் எனக்குப் புரிகிறது. அதுபோல என்னுடைய கஷ்டம் உனக்குப் புரிகிறதோ?"

ராஜா மறுபடி தலையைக் குனிந்துகொண்டான். "எனக்குப் புரிகிறது. நான் அதற்கு வருத்தப்படுகிறேன்."

வெளித் தாழ்வாரத்தில் காதைத் தீட்டிக்கொண்டு இருவர் நிற்பது சகுந்தலாவிற்கு அவமானமாக இருந்தது. அவள் குழந்தையை விவேக்கிடம் கொடுத்துவிட்டு, ராஜாவுக்கு அருகில் இருந்த நாற்காலியில் அமர்ந்துகொண்டு மெல்லிய குரலில் சொன்னாள்.

"நீ அஞ்சு வருஷத்துக்கு முந்தி எப்படி இருந்தேன்னு எனக்குத் தெரியாது. நாம் சந்திச்சபோது புரட்சிகரமான எண்ணங்கள் உனக்கு இருந்தது. சேர்ந்து வாழணும்ங்கறது நீ செஞ்ச முடிவு. நீ என்னைக் கட்டாயப்படுத்தினதாச் சொல்லமாட்டேன். உன்மேல் இருக்கிற நேசத்தினால..."

ராஜா சட்டென்று குரலை உயர்த்தி – “ப்ளீஸ், ஸ்டாப்” என்றான். “மேற்கொண்டு பேசாதீர்கள். எனக்கு நினைவு திரும்பும் போதுதான் என்னால் அதைப் புரிந்துகொள்ள முடியும். நீங்கள் சொல்வது உண்மையாக இருந்தால், ஒருவேளை ஏற்றுக்கொள்ள முடியும் - அதுவரை நீங்கள் எனக்கு அன்னியம்.”

அவளுக்குத் திடீரென்று அசதியாக இருந்தது. யுத்தத்தில் தோற்றுப்போன பின் கருணையை எதிர்பார்த்து யாசிப்பது போல இருந்தது. முகம் தெரியாத யாருடனோ ஆன யுத்தம், முகம் புலப்படாத பகைவன்.

“என்னை நீங்கள் மன்னிக்க வேண்டும்” என்றான் அவன். “நினைவு திரும்பும் வரை என்னால் எந்த முடிவும் எடுக்க முடியாது.” உனக்கு நினைவே திரும்பவில்லையானால் என் கதி என்ன? என்று அவள் கேட்கவில்லை. செத்துப்போனவனிடம் கேட்க வேண்டிய கேள்வி அது. அவள் சோர்வுடன் எழுந்தாள்.

விவேக்கிடமிருந்து குழந்தையை வாங்கிக்கொண்டு, “அப்பாவுக்கு டாட்டா சொல்லு!” என்றாள். பரத், ராஜாவிடம் தாவப் பார்த்துக் கையை நீட்டினான். அவள் அவன் கையை மடக்கி, “டாட்டா சொல்லு” என்றாள். ‘டாட்டா’ என்று அவன் கையசைத்தபோது ராஜாவின் தசைகளில் தென்பட ஆரம்பித்த இளக்கம் விரிவதற்குள், சரவணனும், காமாட்சியும் உள்ளே நுழைந்தார்கள். ராஜாவைத் திரும்பிப் பார்க்காமல் சகுந்தலா, குழந்தையுடன் வெளியேறினாள். கதவருகில் சென்ற அவளை, ஒரு நிமிஷம் பொறு என்று விவேக் தடுத்து நிறுத்தி ராஜாவின் பக்கம் திரும்பினான். கன்னங்கள் சூடாகிப் போயிருந்ததை உணர்ந்து சகுந்தலா கதவுக்கு வெளிப்பக்கம் பார்த்தபடி நின்றாள். மனசு விவஸ்தையில்லாமல் ஓ என்று ஓலமிட்டது. தெரு ஓரத்தில் அமர்ந்து, வெட்கம் மானம் எல்லாம் மறந்து, தலையில் அடித்துக்கொண்டு அழவேண்டும் போலிருந்தது.

விவேக் உள்ளே ஏதோ சொல்லிக் கொண்டிருந்தான் ஆங்கிலத்தில்.

"ராஜா, உனக்கு இது மருத்துவ பிரச்னை என்பதைவிட சித்தாந்தப் பிரச்சனையாகிவிட்டது போலப் படுகிறது."

"நீ எப்படி வேணும்னாலும் நினைத்துக்கொள். எனக்கு ஞாபகம் வராத நிலையில் என்னால் ஒரு பெண்ணுடன் எப்படி வாழ முடியும் என்று நினைக்கிறாய்?"

"சகுந்தலா சட்டப்படி உன் மனைவியாக இருந்திருந்தால்? உன் பெற்றோர்கள் இங்கு வராமல் இருந்திருந்தால்?"

ராஜாவின் குரல் மெதுவாகக் கேட்டது. "அந்தக் கேள்விக்கே இப்போது இடமில்லை."

"பிரச்னை ஏற்படுத்தவே வந்தீர்களா இரண்டு பேரும்?" என்றார் சரவணன் ஓங்கிய குரலில். "குழந்தையைக் காட்டி அந்தப் பெண் பயமுறுத்துகிறாள். நீயானால், 'உன் பெற்றோர்கள் இல்லையென்றால்' என்று எங்களுக்குச் சமாதி கட்டப் பார்க்கிறாய். என் மனைவி சொன்ன மாதிரி உங்களை உள்ளே விட்டிருக்கக் கூடாது. அவனுக்கு நினைவு இருந்தால் பிரச்னை வந்திருக்குமா? இரண்டு மூன்று மாதங்களுக்குத்தானே லீவு எடுகிறதாகச் சொல்கிறான்? குடி முழுகிவிட்ட மாதிரி ஏன் இரண்டு பேரும் மாய்ந்து போகிறீர்கள்?" தெருவைப் பார்த்தபடி நின்றிருந்த சகுந்தலா திரும்பாமலே, "விவேக், வா போகலாம்" என்றாள்.

'வரேன்' என்றான் விவேக் அவளிடம் இந்தியில். பிறகு உள்பக்கம் பார்த்து, "ஓ.கே. ராஜா, அப்ப உன் இஷ்டம்" என்று தொடர்ந்தான். "உடம்பைப் பார்த்துக்கொள். எங்களுடன் நீ தொடர்பு கொள்ளணும். என்னுடைய ஈமெயிலுக்கு நீ எழுதலாம். என் கார்டைத் தரேன்." சகுந்தலா காரை நோக்கி நடந்தாள். பரத் உற்சாகத்தில் காலை உதைத்துச் சிரித்தான்.

"நாம தோத்துப் போயிட்டோம்டா கண்ணா" என்றாள் அவள் உடைந்த குரலில்.

'சகுந்தலா சட்டப்படி உன் மனைவியா இருந்திருந்தால்...?' கேள்வி அபத்தமாகப்பட்டது. கேள்வி கேட்ட விவேக்கின் மீது

ஆத்திரம் வந்தது. எதுவும் பேசாமல் குழந்தையை சமேலி வாங்கிக்கொண்ட பிரக்ஞை இல்லாமல் கனவில் சஞ்சரிப்பவள்போல் சகுந்தலா முன் இருக்கையில் அமர்ந்தபோது, மகாபாரத காலத்தில் உறைந்து போயிருந்தாள். 'துஷ்யந்தனே கேள், சத்தியத்தைவிட உயர்ந்த சட்டம் ஏதுமில்லை. சத்தியத்தைவிட மேன்மையானது ஏதுமில்லை. ஒரு பொய்யைவிட தீமையானது இந்தப் புவியில் வேறெதுவுமில்லை - உண்மையே அழிக்கமுடியாத சாஸனம் - அதனுடன்தான் உனக்குக் கூட்டணி இருக்க வேண்டும் - பொய்மையுடன் அல்ல. பொய்மையுடன் நீ வாழ முடிவெடுத்தால், என் மீது உனக்கு நம்பிக்கை இல்லை என்றால், நான் போகிறேன். உன்னைப்போன்ற ஒருவனுடன் உறவு வைத்துக்கொள்வதில் எந்த அர்த்தமுமில்லை. நீ இல்லாமலே துஷ்யந்தா, என் மகன் இப்புவியை ஆள்வான்!'

தசை நரம்புகள் மெல்லத் தளர்ந்தன. பல யுகங்களைப் பயணித்ததுபோல இருந்தது அவளுக்கு. சுயபிரக்ஞை வந்தபோது ஜூரம் வந்து எழுந்த உடம்புபோல உடலை அசதி ஆட்கொண்டது. யாரோ அவள் கையைத் தொட்டார்கள். அவள் திரும்பினாள், விவேக் காரைச் செலுத்திக் கொண்டிருந்தது அப்போதுதான் தெரிந்தது. அவள் கையை இலேசாகத் தட்டி "டேக் இட் ஈஸி" - என்றான். கன்னங்கள் நனைந்திருந்ததை உணர்ந்து அவள் கைக்குட்டையால் துடைத்துக்கொண்டாள். அவளைப் பார்த்து அவன் இலேசாகப் புன்னகைத்தான். "தாங்க்ஸ்" என்றாள். "நா சமாளிச்சுக்குவேன் கவலைப்படாதே."

"குட்!" என்றான் அவன். "உன்னுடைய கார் சாவியைக் கொடு."

"ஏன்?" என்றாள் அவள். வண்டி அவளுடைய வீட்டுக்குச் செல்லும் பாதையில், நிஜாமுதின் பாலத்தில் செல்வதை அப்போதுதான் கவனித்தாள்.

"நான் உன்னை வீட்டிலே கொண்டுவிடறேன். பிறகு உன் காரைக் கொண்டுவந்து சேர்த்துடறேன்."

உனக்கு ஏன் சிரமம் என்று அவள் கேட்கவில்லை. அவளுடைய மனநிலையில் அவள் ஓட்டுவது சரியில்லை என்று அவன் நினைப்பது நெகிழ்ச்சி அளித்தது.

"தாங்க்ஸ் விவேக்" என்றாள். தன்னுடைய கைப்பையிலிருந்து கார் சாவியை எடுத்துக் கொடுத்தாள். சமேலி அமர்ந்திருக்கிறாள் என்கிற உணர்வில் அவன் மெல்ல ஆங்கிலத்தில் பேசினான்.

"உணர்ச்சிவசப்படாமல் மூன்றாம் நபரைப்போல யோசித்துப் பார்த்தோமானால் ராஜாவுடைய பிரச்னையைப் புரிந்துகொள்ள முடியும்."

"எனக்குப் புரிகிறதே" என்றாள் அவள் இலேசாக.

"என் பிரச்னை அது இல்லை விவேக்."

விவேக் அவள் சொல்வதைப் புரிந்துகொண்டவனைப் போல, மௌனமாக தெருவைப் பார்த்தபடி ஓட்டினான். எதைப் பற்றியும் எதுவும் பேசாமல் இருந்தால் போதும் என்று இருந்தது அவளுக்கு. நிலைமை அவளை மீறிப் போய்விட்டதாகத் தோன்றிற்று. குருட்டு அதிர்ஷ்டத்திற்குக் கூட வாய்ப்பில்லை என்கிற அதைர்யம் ஏற்பட்டிருந்தது.

"அவனுக்கு மெல்ல மெல்ல நினைவு வரும் என்கிறார் டாக்டர். நினைவு வந்ததும் நிலைமை மாறிடும் சக்கு. ராஜா புரிந்துகொள்வான்."

சகுந்தலா உற்சாகத்தை வரவழைத்துக்கொண்டு சிரித்தாள்.

"ஓ.கே! அதுவரை காத்திருந்தாப் போச்சு! என்னுடைய காலேஜ்ல பரிமளான்னு ஒரு தமிழ்ப்பெண் என் வகுப்பிலே இருப்பாள். தலையெல்லாம் நரைத்துப் போயிருக்கும். அவளுடைய குழந்தை ஒரு வயதாயிருக்கும்போது புருஷன் ஒரு வாரத்திலே திரும்பி வரேன்னு ஊருக்குப் போனாராம். வருவார் வருவார்னு இவ பாவம் காத்துக்கிட்டே இருந்திருக்கா. ஒருநாள் கண்ணாடியிலே பார்த்தப்ப தலை நரைச்சுப் போயிருந்ததாம். குழந்தைக்குப் பத்து வயசாயிருந்ததாம். இனிமே டயத்தை வீணாக்கக் கூடாதுன்னு காலேஜிலே சேர்ந்தேன்னா."

விவேக் தீவிரமாக முகத்தை வைத்துக்கொண்டு சொன்னான்.

"உனக்கும், அவளுக்கும் சம்பந்தமில்லே." அது காதில் விழாததுபோல சகுந்தலா தொடர்ந்தாள்.

"ஒரு வேடிக்கை தெரியுமோ? நா தமிழ் பேசறவ என்கிற காரணத்தாலேயோ என்னவோ எங்கிட்ட தன் கதையைச் சொன்னா. மத்த எல்லார்கிட்டயும் புருஷன் அமெரிக்கா போயிருக்கார்னு சொல்லுவா."

விவேக் எதுவும் பேசவில்லை. சகுந்தலா மீண்டும் சிரித்தாள்.

"எந்த கற்பனை கதையையும் நா சொல்ல வேண்டியதில்லை. நா என் நிஜக் கதையைச் சொன்னாலும் யாரும் நம்பப் போறதில்லே."

"நம்பிக்கை வை சக்கு" என்றான் விவேக் மென்மையாக.

"வைக்கிறேன்" என்றாள் சகுந்தலா. "ஆனால் பரிமளா மாதிரி இருக்கமாட்டேன் நிச்சயமா."

பின்ஸீட்டில் சப்தமே இல்லாமலிருப்பது எப்படி என்று அவள் திரும்பிப் பார்த்தாள். பரத், சமேலியின் மடியில் படுத்துத் தூங்கியிருந்தான். சமேலியும் தூங்கிக்கொண்டிருந்தாள். இன்று நடந்ததெல்லாம் சமேலிக்குக் குழப்பத்தை அளித்திருக்கும். விஷயம் தெரிந்தால் அதிர்ச்சி அடைவாள். இப்படியும் ஒரு அதிசய கதை இருக்குமா என்று அந்தக் கட்டடத்தில் இருப்பவர்களிடமெல்லாம் அவள் சொல்லிச் சொல்லி பிரலாபிக்கலாம். இந்தக் கதை ஒரு சுற்று உலவிவிட்டு வருவதற்குள் பரிமளாவைப்போல சகுந்தலாவுக்குத் தலை நரைத்துப் போயிருக்கும்.

அவள் திடீரென்று நினைவு வந்தவளாய் விவேக்கிடம் இயல்பாகச் சொன்னாள்.

"ராஜாவுடையத் துணியையெல்லாம் நாளைக்குப் பேக் பண்ணித்தரேன். கொஞ்சம் கொடுத்துட்டு வர்றியா?"

"சரி" என்றான் விவேக் சாதாரணமாக. "எல்லாத்தையும் கொடுக்காதே."

அவளுக்குச் சிரிப்பு வந்தது. எடுக்கும் எச்சரிக்கைகள் எல்லாம் சிறுபிள்ளைத்தனமாக, அர்த்தமற்றவையாகப் போனதை அறியாமல் அவன் பேசுவதாகப்பட்டது. வீடு வந்து அவர்கள் இறங்கிக்கொண்டதும், விவேக் ஜன்னல் வழியாக அவளைப் பார்த்து, “சக்கு, ஜஸ்ட்...” என்று ஆரம்பித்ததும், “ரிலாக்ஸ்!” என்று முடித்து அவள் சிரித்தாள். “காரைக் கொண்டுவிட வரும்போது, மேலே வந்து என்னோட டீ சாப்பிடு.”

அவன் புன்னகையுடன் தலையை அசைத்துவிட்டுக் கிளம்புவதை அவள் சற்றுநேரம் பார்த்துக் கொண்டிருந்து விட்டு லிஃப்டுக்கு விரைந்தாள். சமேலி, பரத்துடன் முன்னால் சென்றிருந்தாள். வீட்டிற்குள் அவள் நுழைந்தபோது, பரத் அவனது கட்டிலில் தூங்கிக்கொண்டிருந்தான். சமேலி சமையலறையில் தேநீர் தயாரிப்பதில் இருந்தாள். படுக்கை அறையிலிருந்து பாத்ரூமுக்குச் செல்லும் வழியில் கம்ப்யூட்டர் டேபிளில் இருந்த புகைப்படத்திலிருந்து ராஜா சிரித்தான். பாத்ரூமிற்குள் நுழைந்து முகம் கழுவுகையில் கண்ணாடியில் தெரிந்த முகம் பயங்கரமாக இருந்தது. கிட்டத்தட்ட பரிமளாவின் சாயலில். சில மணி நேரங்களில் பத்து வயது கூடிவிட்டது போலிருந்தது. ராஜா எங்கே என்ற அக்கம்பக்கத்தவர், சிநேகிதர், சிநேகிதிகள் கேட்டால் என்ன சொல்லப்போகிறோம் என்று அவள் யோசித்தாள். சென்னைக்குப் போயிருக்கிறார் என்பதற்கும், பரிமளாவின் ‘அமெரிக்கா போயிருக்கிறார்’ என்பதற்கும் அதிக வித்யாசமில்லை என்று தோன்றிற்று. ஏன் போனார், எதுக்குப் போனார், எப்ப வருவார். உடம்புக்கு ரெஸ்டுக்காகப் போயிருக்கார். வந்துடுவார் இரண்டு மூணு மாசத்திலே. நிச்சயமா? நிச்சயமாக, அதாவது நினைவு திரும்பின உடனே. நினைவு வேற இல்லையா? ஈசுவரா. கோமாவிலேயா இருக்கார்? ஆமாம். கிட்டத்தட்ட இரண்டு வருஷம் ஒண்ணா படுத்து, ஒண்ணா சிரிச்சு, ஒண்ணா சிந்திச்சது, பிள்ளைப் பெத்தது எல்லாம் மறந்துபோச்சுன்னா கோமா இல்லாம என்ன அது? கோமாவைவிட மோசம். பொறுக்கி எடுத்து யாரோ சாபமிட்டாப்பலே சில வருஷ ஞாபகம் கழண்டு

போச்சுன்னா யார் நம்புவா? அவள் முகத்தில் நீரை வாரி வாரி இரைத்துக்கொண்டாள். குமுறி குமுறி துக்கம் வெடித்தது. நிற்காமல் வழிந்த கண்ணீரை அவள் நீர் விட்டுக் கழுவினாள். முகத்தை டர்கிஷ் டவலால் துடைத்துக் கொண்டபோது அதில் ராஜாவின் வாசனை இருந்தது. வெளியில் வந்த சமேலி நீட்டிய தேநீர் கோப்பையை வாங்கிக்கொண்டபோது செவிமடல்களில் வாசனை தவழ்ந்தது. சூடாக தேநீர் உள்ளே இறங்கியதும் சமேலியைப் பார்த்துச் சொன்னாள், "பரத்துடைய அப்பாவுக்கு என்னோடு வாழ்ந்ததே மறந்துபோச்சு சமேலி."

சமேலியின் விழிகள் அகன்றன.

"என்னாலே நம்பமுடியல்லே தீதீ" என்றாள்.

"என்னாலேயும் நம்ப முடியல்லே சமேலி" என்றாள் சகுந்தலா. "ஆனா அது உண்மை."

"முன்னாவைப் பார்த்தும் நினைவு வரல்லையா?"

சகுந்தலா தலையைக் குனிந்துகொண்டாள். காளிதாசனின் துஷ்யந்தன் எதிரில் நின்றான்.

'என் பெயரைக் களங்கப்படுத்தி என்னை நாசமாக்கப் பார்க்கிறாயா?

மரங்களைப் பெயர்த்து நீரைக் கலங்கடித்து தன்னுடைய கரைகளையே தகர்க்கும் நதியைப் போல?'

20
அத்தியாயம்

சரவணனுக்குக் கண்ணைச் சுழற்றிக்கொண்டு வந்தது. தில்லியிலிருந்து விமானத்தில்தான் வந்திறங்கினார்கள் என்றாலும், பயணக் களைப்பு அவரை அசத்திற்று. சாயங்கால ஃப்ளைட்டில் வராமல் காலை ஃப்ளைட்டில் வந்தது தவறு. விமான நிலையத்துக்குக் கிளம்ப நாலரை மணிக்கே எழுந்து குளித்துத் தயாராக வேண்டியிருந்ததால் ஏற்பட்ட அசதி. ஆனால் ஊருக்குத் திரும்பிய நிம்மதியால் அலுப்பேற்படுத்தாத அசதி. நம்ம ஊரு. நம்ம வீட்டுச் சாப்பாடு. மணக்க மணக்க முருங்கைக்காய் சாம்பார், பீன்ஸ் பொரியலும், அவருக்குப் பிடித்தமாக புதினாத் துவையலும், பூண்டு தட்டிப்போட்ட காரசாரமான மிளகு ரசமும், கொசுறு. இதற்கு எந்த சாம்ராஜ்யமும் ஈடில்லை என்று தோன்றியது. வட இந்தியன் எப்படித்தான் தினம் தினம் ரொட்டியையும், நெய் மிதக்கும் பருப்பையும் சாப்பிடுகிறானோ என்று அனுதாபம் ஏற்பட்டது.

சுகமாக வந்த நித்திரைக்குள் சரவணன் சந்தோஷமாக நழுவினார். அதரங்களில் தவழ்ந்த புன்னகையுடன், கம்பீர நடையுடன், அதன் புதை குகைகளில் சஞ்சரித்தார். குகை வாயிலில் இருந்த

பூதகணங்கள் எல்லாம் அவரைக் கண்டதும் கைகட்டி வாய் புதைத்தன. நான் சொன்னது நடக்கும் இங்கு. நினைத்தது நிலைக்கும். அவரது மார்பு விரிந்தது. விரிந்துகொண்டே போயிற்று. குகையின் அகல நீளத்தை அடைத்தது. தனது விரியும் ஆக்ருதியைக் கண்டு அவருக்குப் பெருமையாக இருந்தது. தன்னிச்சையாக உடல் நகர்ந்தது. அண்ட சராசரத்தை முழுவதுமாக ஆக்ரமித்த திருப்தியில் அவர் உரத்த குரலில், “நாமார்க்கும் குடியல்லோம் நமனை அஞ்சோம்” என்றார்.

இத்தனைக் கஷ்டமான தமிழ் அந்தப் பெண்ணுக்குப் புரியாது என்ற நினைவு வந்தது. அந்தப் பெண். என்ன இழவு? அவளுடைய பெயர் நினைவுக்கு வரமாட்டேங்குது. காமாட்சியைக் கேட்கணும். அவளுக்கும் நினைவிருக்காது. மகாபாரதத்திலே வர்ற ஏதோ ஒரு பேரும்பா. திரௌபதியோ, சுபத்திராவோ - அவர் மறுபடியும் குரலை உயர்த்தினார். ‘நாமார்க்கும் குடியல்லோம் நமனை அஞ்சோம்.’ பெண்ணே, உன் பெயர் என்னவாக இருந்தாலும் உனக்குப் புரியல்லேங்கறதைப் பத்தி எனக்குக் கவலையில்லை. கவலைப்பட வேண்டிய கட்டாயத்திலே நா இல்லேங்கறதை நீ புரிஞ்சுக்கணும்.

“நாங்க இல்லேன்னு சொல்லுங்க” என்றாள் காமாட்சி. “நானும் இல்லேன்னு சொல்லுங்க” என்றான் ராஜா. மீசை முளைக்காத வழுவழு கன்னத்துடன் அம்மாவின் கையைப் பிடித்துக்கொண்டு நிற்கும் ராஜா. காமாட்சி நிக்கிறா - பையனைத் தலைப்பிலே முடிஞ்சுகிட்ட எக்காளச் சிரிப்பு சிரிக்கிறா. ஈசுவரா, எத்தனை அசிங்கமா இருக்கு, அவ மூஞ்சி. அடியே, அவனைக் கெடுக்காதே, இல்லாததையும், பொல்லாததையும் சொல்லி எங்கிட்டேந்து விலக்கப் பார்க்காதே. அப்படி செஞ்சே, நான் பொல்லாதவனாயிருவேன்.

மின்னலாய், வாள் சொடுக்காய் கை நீண்டு அவளை நோக்கிப் ‘பளார்’ என்று பதிகிறது. என்னை மீறிடுவியோ? கட்டையிலே போற சிறுக்கி.

"என்னங்க..."

சரவணன் கண் விழித்தார்.

காமாட்சி நின்றிருந்தாள். எந்தச் சேதமுமில்லாமல்.

"என்ன, கனாக் கண்டீங்களா தூக்கத்திலே பினாத்தறீங்க?"

என்ன கனா? கண் விழித்த மாத்திரத்தில் மறந்துபோனது விந்தை.

"என்ன பினாத்தினேன்?"

"ஆமாம். பினாத்தரதெல்லாம் தெளிவா இருக்குமாக்கும் - என்னவோ ஊ ஊன்னு சத்தம் போட்டீங்க. பகல் நேரத்திலே என்ன இப்படி தூக்கம்?"

அவர் கொட்டாவி விட்டபடி கண்ணைக் கசக்கிக்கொண்டார்.

"என்னவோ அலுப்பு, தூங்கிட்டேன். இப்ப அவசர வேலை என்ன இருக்கு?"

"வேலையிருந்தாதான் எழுந்திருப்பீங்களோ?" என்று அவள் நொடித்தாள்.

"உங்க சிநேகிதர் சபாபதி வந்திருக்காப்பலே."

"வர்ரேன். உக்காரச் சொல்லு. காபி கொடுத்தியா?"

"எல்லாம் ஆச்சு. உங்களுக்குக் கொண்டாரவா?"

"வேண்டாம். இதப்பார்..." என்றார் மெல்லிய குரலில்.

"அந்தப் பெண்ணைப் பத்தின சங்கதியெல்லாம் யார்கிட்டயும் சொல்ல வேண்டாம்."

அவள் எரிச்சலுடன் அவரைப் பார்த்தாள்.

"சொல்வேனா? என்னைப் பத்தி என்னன்னு நினைக்கிறீங்க?"

தான் சொல்லி அவள் கட்டுப்பட்டதான திருப்தியுடன் அவர் எழுந்தார்.

"ராஜா என்ன செய்யறான்?"

“இவ்வளவு நேரம் ஏதோ படிச்சுக்கிட்டிருந்தான். அவனும் இப்பத்தான் கண்ணசந்திருக்கான்.”

“தூங்கட்டும்” என்றார் அவர். ராஜா ஒரு வயதுக் குழந்தையாகத் தொட்டிலில் உறங்கியபோது சொன்னது போல. எந்த இடைவெளியும் ஏற்பட்டிராதது போன்ற இந்த சகஜநிலையை நம்பமுடியாத பிரமிப்பு நெஞ்சின் ஓரத்தில் பதுங்கி நின்றது.

அவர் முகம் கழுவி வெளியில் வந்தபோது வரவேற்பறையில் காமாட்சியிடம் சபாபதி மெல்லிய குரலில் பேசிக் கொண்டிருந்தார்.

“வாடா வா” என்றார் சரவணன் சின்ன சிரிப்புடன்.

“நீ இன்னும் இங்கதான் இருக்கியா? அமெரிக்காவுக்குக் கிளம்பறதாச் சொன்னே?”

“அதுக்கு இன்னும் ஒரு வாரம் இருக்கு. உங்கிட்ட சொல்லாம கிளம்பிடுவனா? உனக்குத்தான் என் ஞாபகம் வர்றதில்லே. தில்லிக்குப் போறோம்னு சொன்னியா?” என்றார் சபாபதி.

“நாங்க என்ன உல்லாசப் பயணமா போனோம், இப்ப நீயும் கமலமும் கிளம்பற மாதிரி? ராஜாவுக்கு ஆக்ஸிடெண்டுன்னு சாயங்காலம் சேதி வந்தது. காலை ஃப்ளைட்லே கிளம்பிட்டோம்” என்றார் சரவணன் இலேசான படபடப்புடன். பிறகு குரலை இறக்கி, “கிளம்பற வரைக்கும் டென்ஷன். போய் இறங்கினதும் என்ன மாதிரி செய்தி கிடைக்குமோன்னு பயம். முகமுழி காணக்கிடைக்குமான்னே இவ பயந்தா.”

“நான் தவிச்ச தவிப்பு அந்த ஏழுமலையானுக்குத்தான் தெரியும்” என்று காமாட்சி கண்ணைத் துடைத்துக்கொண்டாள்.

“ஏதோ கடவுள் புண்ணியத்திலே பிழைச்சு எழுந்துட்டான்.”

“அதான் கடவுள் ஒரு போனஸையும் சேர்த்துக் கொடுத்துட்டார்.”

சபாபதி என்ன சொல்கிறார் என்று புரிந்துகொண்டு சரவணன் மௌனமானார்.

"உள்ளே கொஞ்சம் வேலையிருக்கு" என்று முணுமுணுத்தபடி காமாட்சி எழுந்து சென்றாள்.

அவள் பார்வையிலிருந்து மறைந்ததும், சபாபதி இலேசான மலர்ச்சியுடன் சொன்னார்.

"என்னால சுத்தமா நம்ப முடியலை சரவணன். தெய்வச் செயல்ங்கறது இதுதான். என்ன சொல்றே?"

"ஆமாம்..." என்று சரவணன் இழுத்தார்.

"மெல்ல ஞாபகம் திரும்பும்னு டாக்டர் சொல்றாங்க."

"மெல்ல வரட்டும்!" என்றார் சபாபதி ரகசியம் பேசும் குரலில்."

"நினைவு வந்தாலும் இப்ப ஏற்படற நெருக்கத்திலே பழசெல்லாம் சமாதானமாயிடும்."

சரவணன் தலையசைத்தார். "பார்ப்போம்" என்றார்.

ஐம்பது வருஷப் பழக்கமானாலும், புண்ணாகிப்போன ஓர் அந்தரங்க விஷயத்தை சபாபதியுடன் பகிர்ந்துகொள்ளக் கூச்சமாக இருந்தது. இவனிடம் பேசுவது தெருவுக்குச் சென்றுவிடும் என்று அச்சமேற்பட்டது. ஆனால் சபாபதி விடுவதாயில்லை.

"நீங்க ரெண்டு பேரும் தில்லிக்குக் கிளம்பிப் போயிருக்கீங்க, ராஜாவைப் பார்க்கன்னு உன் டிரைவர் பழனி சொன்னப்ப என்னாலே நம்பவே முடியல்ல. விபத்துன்னு சேதி கேட்டுக்கூட நீ போவேன்னு நினைச்சிருக்கல்லே. அத்தனை மூர்க்கனா இருந்தவனுக்கும் சதை ஆடிப்போச்சா?"

சரவணன் சற்றுநேரம் மௌனமாக இருந்தார். பிறகு ரகசியம் பேசுவதுபோல சொன்னார்.

"அப்படின்னுதான் வைச்சுக்கோயேன், சேதியைக் கேட்டதும் வீம்பு தளர்ந்துபோச்சு. ஆனா எங்களைக் கண்டதும் ராஜா மறுபடி கோபப்படுவானோன்னும் இருந்தது. டாக்டர் கூப்பிட்டதுக்குப் போனோம், வந்தோம்னுதான் இருக்கும்னு நினைச்சேன். ஆனால்

இப்படி அவன் பழசை மறந்துபோவான். அதுக்கு முந்தி இருந்த நெருக்கத்தைக் காண்பிப்பான்னு சத்தியமா நினைக்கல்லே."

"அதான் சொல்றேன். நம்ப முடியாத சினிமா கதை மாதிரியில்லே இருக்கு?"

"அப்படித்தான் இருக்கு."

"இந்த இரண்டு வருஷத்திலே என்ன பண்ணிக்கிட்டிருந்தான்? கல்யாணம் கார்த்தி ஏதாச்சும் உண்டா?"

சரவணன் வேலை மெனக்கெட்டு மேஜைமேல் இருந்த செய்தித்தாளை மடித்து ஒழுங்குபடுத்தினார். தாள்களுக்கிடையே சகுந்தலா நின்றாள். கிருஷ்ண விக்ரகம்போல் ஒரு குழந்தை "டாட்டா" என்றது.

"அதெல்லாம் எதுவும் நடக்கல்லே."

"அந்த மட்டுக்கு நிம்மதி. ஆகியிருந்தா பெரிய பிரச்னையாயில்லே ஆகியிருக்கும்."

"உன் பிரயாணத்தைப் பத்திச் சொல்" என்று சரவணன் பேச்சை மாற்றினார்.

சபாபதி பலே பேர்வழி. புருவ அசைவிலும், கண் பார்வையின் சலனத்திலும் சமிக்ஞைகளைப் புரிந்துகொள்வான். சந்தேகம் தட்டுவதாலேயே கேட்கிறானோ என்று அவருக்குக் குறுகுறுத்தது. நல்லவேளையாக வெளிநாட்டுப் பயணத்தைப் பற்றிப் பேசும் உற்சாகத்தில் சபாபதி மேற்கொண்டு ராஜாவைப் பற்றி தூண்டித் துருவ மறந்துபோனார். ஒரு வாரத்தில் அவனும், கமலமும் அமெரிக்கா கிளம்புவதும், தமது அதிர்ஷ்டம் என்று சரவணன் நினைத்துக்கொண்டார். கமலத்திடம் காமாட்சியே ஏதேனும் உளறி வைப்பாள். பெண்களின் வாயைக் கட்டுப்படுத்துவது சாத்தியமில்லை. ஆனால் வேறு யாரிடமும் காமாட்சி அந்தரங்கமாகப் பேசும் வழக்கமில்லை. சகுந்தலாவைப் பற்றி அவள் நிச்சயமாகப் பேசப்போவதில்லை. தன் பிள்ளையைக் கெடுத்து வசியம் செய்தவள் என்பதுபோல

சகுந்தலாவின் பேச்சை எடுக்கும்போதல்லாம் அவள் பேசியதை அவர் தடுக்கவில்லை. அப்படி காமாட்சி பேசும்போதெல்லாம் அவருக்கும், அவளுக்கும் இடையே இருந்த இடைவெளி குறைவது போலிருந்தது. பிள்ளையுடன் ஏற்படுத்திக்கொள்ள வேண்டிய புதிய உறவுக்கு இருவருடைய கூட்டு முயற்சி தேவை என்கிற பிரக்ஞை அவரைப் பலவீனப்படுத்திற்று.

“ரெஜிஸ்தர் கல்யாணம்கூட நடக்கல்லியா, ரொம்ப நல்லதாப்போச்சு” என்றாள் அவள் சந்தோஷத்துடன். “என்ன சொன்னீங்க அன்னிக்கு? சட்டப்படி ஒரு உரிமையும் கிடையாதுன்னு. ராஜாவுக்கு நினைவு திரும்பாதவரை அவ வாயைத் திறந்து எதுவும் கேட்க முடியாது.”

அவளுடைய சந்தோஷம் அவரை எந்த வகையிலோ உறுத்திற்று. மீண்டும் பழைய அசூயை எட்டிப் பார்த்தது. அவர் தன்னைச் சமாளித்துக்கொண்டு, “அவனுக்கு நினைவு திரும்பலாம்னு டாக்டர் சொல்லியிருக்கார். மறந்துடாதே” என்றார்.

“திரும்பும்போது பார்த்துக்கலாம்” என்றாள் அவள் அலட்சியத்துடன். “நம்ம கூடத்தானே இருக்கப்போறான் இப்ப? அதுக்குள்ளாறே என் வழிக்குக் கொண்டு வந்துட மாட்டேன்?”

பழைய கதை. பழைய வார்த்தைகள். திரும்பத் திரும்ப நிகழும் சரித்திரங்கள். மறையாத கோபங்கள். தனக்குத் தெரியாமல் ராஜா ஒரு பெண்ணைக் காதலித்தான், சேர்ந்து வாழ்ந்தான் என்பதே இவளால் ஏற்றுக்கொள்ள முடியாத குற்றமாகிப்போனது அவருக்குப் புரிந்தது. ஆனால் குற்றவாளியாக நிற்பது சகுந்தலா மட்டுமே என்பது சிலசமயம் சங்கடப்படுத்தினாலும், காமாட்சியின் எரிச்சலில் நியாயமிருப்பதாகத் தோன்றியது.

“பழனி இருக்கானில்லே. காரை எடுக்கச் சொல்லு. நா கொஞ்சம் பீச்சுக்குப் போய் நடந்துட்டு வர்றேன்” என்று காமாட்சியிடம் சொல்லிவிட்டு வெளியில் வந்தார். காந்தி சிலையைத் தாண்டி மெரினா கடற்கரைச் சாலையில் நின்றிருந்த கார்களுக்கு இடையே இடத்தைப் பிடித்து பழனி வண்டியை

நிறுத்தியதும், அவர் இறங்கிக் கொண்டார். காற்றில் தாறுமாறாகப் பறந்த வேஷ்டியைப் பிடித்துத் தூக்கி முழங்காலுக்கு குறுக்காகக் கட்டி நடைபாதையில் நடக்க ஆரம்பித்தார். எதிரும் புதிருமாக வந்த ஜனக்கூட்டத்தை சந்திக்க விருப்பமில்லாமல் செருப்பைக் கழற்றி கையில் எடுத்துக்கொண்டு மணலில் புதையப் புதைய நடந்து கடற்கரையை ஒட்டினாற்போல மேடாக இருந்த இடத்தில் அமர்ந்துகொண்டார். இப்படிக் கடலைப் பார்த்து மணலில் உட்கார்ந்து வெகு காலமாயிற்று என்று நினைவு வந்தது. காமாட்சியுடன் இங்கு வந்து அமர்ந்த நினைவு அவருக்கு இல்லை. உறவே ஒட்டாமல் நழுவும் ஒரு பந்தத்தில், எந்த வகையிலும் சமனமில்லாத ஒரு பொருத்தத்தில், கடற்கரையில் சேர்ந்து அமர்ந்து என்ன செய்ய முடியும்? எதை ரசிக்க முடியும்?

பொது இடத்திற்கு, நிகழ்ச்சிகளுக்கு அவளை அழைத்துச் செல்லும் போதெல்லாம் ஆற்றாமை அதிகரிக்கும். அம்மாவும், பாட்டியும் அவருக்கும் அப்பாவுக்கும் தெரிவிக்காமல் ஜோஸ்யம் கேட்டு, ஜாதகம் பார்த்து, குறி கேட்டு, பல்லி சகுனம் சொல்லி, சகல பொருத்தமும் இருப்பதாகச் சந்தோஷித்து செய்வித்த கல்யாணம். அம்மாவுக்குப் பிடித்தால் சரிதான் என்று பெண்ணைப் பார்க்காமலே செய்துகொண்ட கல்யாணம். சகல பொருத்தத்துக்கும் காரணம் நூறு ஏக்கரா நிலம் என்று திருமணத்தன்றே புரிந்துபோனது. அம்மாவின் மேல் கோபம் வராமல் போனதற்கும் அதுவே காரணம் என்பதை ஒப்புக்கொள்ள அவருக்குக் கூச்சமேதுமில்லை. எல்லாருக்கும் எல்லாமா கிடைத்துவிடும்?

ஜோடி ஜோடியாக ஆண் பெண்கள் இடையில் கை கோர்த்து தண்ணீரில் கால் வைத்து நின்று விளையாடினார்கள். 'கலீர் கலீர்' என்று சிரித்தார்கள். ஒரு ஜோடியைப் பார்த்தபோது அப்பாவின் ஞாபகம் வந்தது. அவளுடன், கோமதியுடன் அவர் இப்படித்தான் அமர்ந்திருப்பார். ரொம்ப வருஷங்களுக்கு முன்னால் அப்பா தன்னை இதே மெரினா கடற்கரைக்கு அழைத்து வந்து சொன்னது நினைவுக்கு வந்தது. "கோமதியைத் தப்பானவளா

நினைக்காதே, ரொம்ப நல்லவ" கோமதியின் வீட்டில்தான் அப்பா செத்துப்போனார். சரவணனின் கல்யாணத்திற்குச் சடங்கிற்காக வந்தபோதே ஒரு மாரடைப்பை அனுபவித்திருந்தார். யாரும் அவருடன் முகம்கொடுத்துப் பேசவில்லை என்பதே சரவணனுக்குச் சமீபகாலமாகத்தான் வேளை கெட்ட வேளையில் நினைவுக்கு வருகிறது. சாகக்கிடக்கிறார் என்று கோமதி இரண்டு தடவை சொல்லி அனுப்பினாள். பணத்திற்காகத்தான் அந்தச் செய்தி என்கிற நினைப்பில் சரவணனுக்குக் கால் எழவில்லை. கடைசி மூச்சு வரை 'சரவணன் வந்தானா?' என்று அப்பா கேட்டதாக யாரோ சொன்னார்கள். கோமதிக்கு அப்பாவின் சொத்தில் ஒரு நயா பைசா கிடைக்கவில்லை. அவருடைய புத்தகக்கடை கூட சரவணனுக்குத்தான் வந்து சேர்ந்தது. கோமதி வாயே திறக்கவில்லை. எதையும் கோரவுமில்லை.

அவள் வெகு சுலபமாக எல்லார் நினைவிலிருந்தும் விலகிப்போனது அவருக்கு எந்த குற்ற உணர்வையும் ஏற்படுத்தவில்லை. ஆனால் கடந்த இரண்டு ஆண்டுகளாக அப்பா கனவில் வருகிறார். 'சரவணன் வந்தாச்சா?' என்று கேட்கிறார். தாகத்திற்குத் தண்ணீர் கொடு என்று இறைஞ்சுகிற மாதிரி. கனவிலிருந்து விழித்துக் கொள்ளும்போது நெஞ்சு நடுங்குகிறது. உடல் வியர்த்துப்போகிறது. கனவில் இறைஞ்சுவது தான்தானோ என்று சந்தேகம் வருகிறது.

சந்திரனைக் கேட்டிருந்தால் குற்ற உணர்வு என்று மனோவியல் மருத்துவ விளக்கம் கொடுத்திருப்பான், மடையன். எனக்குக் கோபம் வந்தது நியாயமானது. அப்பா செய்தது குற்றம். சட்டத்துக்கு விரோதம். அதேபோல ராஜா செய்ததும் குற்றமாக அவருக்குக் கூசிற்று. அது சட்டப்படி குற்றமில்லை என்றார் டாக்டர். ஆனால் அவர் புழங்கும் சமூக நடைமுறைப்படி குற்றம். ஒரு விநாடி சகுந்தலாவின் முகம் நிழலாடிற்று. முட்டாள் பெண். காமாட்சி ஏத்துக்கிறது இருக்கட்டும், என்னாலேயே அவளை மருமகளா ஏத்துக்க முடியாது. ஒரு குழந்தை வேற - லட்சணமான, கிருஷ்ண விக்ரகம் மாதிரி, வயித்தெரிச்சல் - இந்தப்

பயல் ராஜாவுடைய ரத்தத்துக்குள்ளே அவன் தாத்தாவோட ரத்தம் ஓடுதுபோல.

அவர் மெல்லிய பெருமூச்சு விட்டபடி நடந்தார்.

"யாரு சரவணனா?"

அவர் திரும்பினார். சபாபதியின் சம்பந்தி ரத்தினமும், அவருடன் கூட ஒருவரும் நின்றிருந்தார்கள்.

"எப்படியிருக்கீங்க? தில்லிக்குப் போயிருந்ததா கேள்விப்பட்டேன்."

சபாபதி அதற்குள் தண்டோரா போட்டுவிட்டான் என்று எரிச்சல் வந்தது.

"ஆமாம், இன்னிக்குத்தான் வந்தோம்."

"இப்பத்தான் உங்களைப்பத்திப் பேசிக்கிட்டிருந்தோம்."

"என்னைப் பத்திப் பேச என்ன இருக்கு?"

சபாபதி என்ன சொன்னானோ என்று குறுகுறுத்தது.

"வேறே ஒண்ணுமில்லே..." என்று சிரித்தார் ரத்னம்.

"இவர் என்னுடைய மச்சான். ஒரே பொண்ணு இவருக்கு. எம்.ஏ. படிச்சிருக்கா. நல்ல வரன் சொல்லுங்கன்னு கேட்டுக்கிட்டிருந்தார். உங்க மகனுக்கு இன்னும் கல்யாணமாகல்லே இல்லே?"

"இல்லே" என்றார் சரவணன் தயக்கத்துடன்.

உடம்பு சரியில்லாமல் இருந்தான். இன்னும் நார்மல் ஆகல்லே. கல்யாணம்னா டாக்டரைக் கேட்கணும் என்ற நினைவுகளுக்கிடையே சகுந்தலா காணாமல் போனாள்.

21
அத்தியாயம்

அண்ணா மேம்பாலத்து டிராஃபிக் விளக்கின் சிவப்புக்குக் கட்டுப்பட்டு வாகனங்கள் நின்றன. ராஜா அமர்ந்திருந்த பக்கத்து ஜன்னலை யாரோ தட்டினார்கள். படித்துக்கொண்டிருந்த புத்தகத்திலிருந்து கவனம் கலைந்து அவன் நிமிர்ந்து பார்த்தான். ஓர் இளம்பெண் கையில் சுமார் ஒரு வயதுக் குழந்தையை ஏந்தியபடி, பிச்சை கேட்கும் பாவனையில் கையைக் குவித்து அவனை நோக்கி நீட்டினாள். குழந்தையின் கையை நீட்டிக் காண்பித்தாள். ராஜா ஒரு வினாடி பிரமை பிடித்தவன்போலப் பார்த்தான். அவள் தமிழ்ப்பெண் இல்லை. அது ஓர் அசாதாரண முகம். எந்த மாநிலத்துப் பெண் என்று அறுதியிட்டுச் சொல்ல முடியாத முகவெட்டு. மாநிறத்துக்கும் மேற்பட்ட கோதுமை நிறம். அந்தக் குழந்தை அவனைப் பார்த்துச் சிரித்தது. அவனுக்கு அடிவயிற்றில் ஏதோ கழன்றது. ‘அப்பாக்கு டாட்டா சொல்லு’ என்று அவள் சொல்வாளோ என்று பயமேற்பட்டது. அவன் சட்டென்று பேண்ட் ஷர்ட் பாக்கெட்டை ஆராய்ந்தான். ‘சில்லரையே இல்லே’ என்று முணுமுணுத்தான். பழனி அப்போதுதான்

அவளைக் கவனித்தவன்போல் தன் பக்கத்துக் கண்ணாடியை இறக்கி சிடுசிடுத்தான்.

“சீ, போ அப்பாலே. இதே ரோதனையா போச்சு. நீங்க ஒண்ணும் கொடுக்காதீங்க சார்!”

“எங்கிட்டே சில்லரையும் இல்லே” என்றான் ராஜா தயக்கத்துடன். “டிராஃபிக் சிக்னல்லே பிச்சைக்காரங்களைப் பார்த்தா எனக்குத் தில்லி ஞாபகம் வருது.”

“இவங்கள்ளாம் வடக்கேந்து வந்தவங்கதான் போலிருக்கு. என்னென்னவோ பாஷை பேசறாங்க. பிச்சைக் கேக்கறதுக்கு எந்த மொழி இருந்தா என்ன, இடுப்பிலே குழந்தை ஒண்ணு நிச்சயம் இருக்கும். அது எவனையும் உருக்கிடும் என்கிற நினைப்பிலே எடுத்திட்டு அலையறாளுக.”

பிச்சைக்காரி வேறு வாகனத்தைத் தேடிப் போய்விட்டாள். தெருவைத் தாண்டி அமெரிக்க தூதரகத்துத் தாளிட்ட பெரிய கேட்டிற்கு அப்பால் நடைபாதையில் ஒரு பெரிய இளைய கும்பல் நின்றிருந்தது. அமெரிக்க விசாவுக்குத் தவிக்கும் கும்பலாக இருக்க வேண்டும். மனிதப் பிறவி எடுத்த எல்லாருக்கும், எல்லா காலகட்டத்திலும் ஏதாவது ஒரு தவிப்பு இருந்துகொண்டே இருப்பது இயற்கையின் நியதியாக இருக்கவேண்டும் என்று அவன் நினைத்துக் கொண்டான். அந்தத் தவிப்பே பிரபஞ்ச இயக்கத்தின் உந்துசக்தி என்று பட்டது.

பிச்சைக்காரிக்கு வெற்றி. குழந்தையைக் கண்டு உருகி தங்க வளையல்களை அடுக்காக அணிந்த ஒரு கை ஒரு ரூபாயை அவளிடம் நீட்ட, அவள் சலாம் செய்தபடி அதைப் பெற்றுக்கொண்டு அடுத்த வண்டியை நோக்கி ஓடினாள்.

“குழந்தையைக் காட்டி எப்படி ஏமாத்தறா பாருங்க” என்றான் பழனி.

சிக்னல் பச்சைக்கு மாற, வண்டிகள் உசுப்பிக்கொண்டு கிளம்பின. பிச்சைக்காரி லாவகமாக நடைபாதைக்கு ஓடினாள்.

குழந்தை சிரித்தது. ராஜா புத்தகப் பக்கத்துக்குப் பார்வையைத் திருப்பினான்.

'குழந்தையைக் காட்டி அந்தப் பெண் பயமுறுத்தறா!' என்று அப்பா சப்தம் போட்டார். அந்தப் பெண் சளைக்காமல், "அப்பாவுக்கு டாட்டா சொல்லு!" என்றாள். 'டாட்டா' என்று சிரித்தது குழந்தை. அந்தப் பிச்சைக்காரியின் குழந்தை சிரித்த மாதிரி. அடி வயிற்றில் மெல்லிய சங்கடம் ஏற்பட்டது. 'உன்னுடைய குழப்பம் எனக்குப் புரிகிறது. என்னுடைய கஷ்டம் உனக்குப் புரியுமோ?' என்று சகுந்தலா கேட்டது நினைவுக்கு வந்தது. எனக்குப் புரியுது என்று அவன் தனக்குள் சொல்லிக்கொண்டான். 'ஆனா என்னால் செய்யக்கூடியது ஒண்ணுமில்லே. நீ அதைப் புரிஞ்சுக்கணும். இந்தப் பிச்சைக்காரியுடைய நிலை உனக்கு வராது நல்லவேளை. நீ படிச்சவ. வேலைக்குப் போறவ. குழந்தையைத் தனியா வளர்க்கக் கஷ்டப்படுவே, உண்மை. ஆனா என்ன செய்ய முடியும் நான்? எனக்கு நீ அன்னியம் இப்ப, புரிஞ்சுக்க. என் நினைவு திரும்பும்னு நீ நம்பினா காத்திருக்கணும். அந்தக் காத்திருப்புனாலே உனக்குதான் கஷ்டம். நீ விவேகமுள்ளவளா இருந்தா என்னை மறக்கக் கத்துக்கணும். சட்டப்படி நீ என் மனைவியாயிருந்தா – ஆ, அது வேற விஷயம். அது என்னை நிர்பந்திச்சிருக்கும். குழப்பத்தோடயே உன்னோட வாழவேண்டிய கட்டாயத்தை ஏற்படுத்தியிருக்கும். கடைசியிலே சட்டப்படி பிரிய வேண்டியிருந்திருக்கும். அப்படிப்பட்ட சங்கடங்கள்லாம் இப்ப இல்லே நல்லவேளை. பரஸ்பர புரிதல்லே நாம இப்ப பிரிஞ்சிருக்கோம்னு நா நம்பறேன்.'

திடீரென்று அவனுக்குத் தன் எண்ண ஓட்டத்தைக் கண்டு ஆயாசமேற்பட்டது. வெட்கமேற்பட்டது. தன் செய்கைக்குச் சப்பைக்கட்டு கட்டும் சமாதானங்கள் அவை என்று தோன்றிற்று. அந்தப் பெண் ஏமாற்றுக்காரி இல்லை. மிரட்ட முயற்சிக்கவில்லை. சட்டப்படி திருமணமாகாவிட்டாலும் குழந்தையைக் காட்டி, பிரசவ ஆஸ்பத்திரி சீட்டைக் காட்டித் தன் உரிமையை நிலை நாட்டியிருக்க முடியும். தன்னுடைய

காதல் வாழ்வு பொய்த்துவிட்ட துக்கம் அவளுக்கு. அவனை இழக்கிறோமே என்கிற பரிதவிப்பு அவளுக்கு. அவனுக்கு அது நன்றாகப் புரிந்தது. அவனை நிர்பந்திப்பதால் பலன் ஏதுமில்லை என்று அவளே புரிந்துகொண்டிருப்பாள். 'உன்மேல் எனக்கு இருக்கிற காதலை நா கொச்சைப்படுத்த விரும்பல்லே.' கடவுளே! எப்படி இப்படி ஒரு பெண்ணை நான் சட்டப்படி மனைவி ஆக்கிக்கொள்ளாமல் விட்டேன்? அத்தனைப் பொறுப்பற்றவனாக, விடலையாகத் தான் இருந்திருக்க முடியுமா என்று அவனுக்குப் புரியவில்லை. அல்லது அப்படிப்பட்ட ஒரு சித்தாந்தம் தனக்கு இருந்திருக்குமா என்று நினைத்துப் பார்க்க முடியவில்லை. 'உங்களோடு நான் என்ன காரணத்துக்காகப் பேசாமல் இரண்டு வருஷம் இருந்தேன்' என்ற கேள்விக்கு அம்மாவும், அப்பாவும் பதில் சொல்வதைத் தவிர்த்தார்கள். அதை நினைவு கூர்வது சங்கடமான விஷயம் என்று அவன் உணர்ந்து அதைப்பற்றிப் பேசுவதை நிறுத்தினான். அவர்களது பெருந்தன்மையினாலேயே பழசை மறந்து தன்னிடம் அன்பு பொழிவதாக அவன் நம்பினான். அது மிகப்பெரிய ஆறுதலாக இருந்தது. அவர்கள் மட்டும் தன்னைக் காண தில்லிக்கு வந்திராவிட்டால், தன் நிலைமை எப்படி இருக்கும் என்று நினைத்துப் பார்க்கவே அவனுக்குத் திகிலேற்பட்டது. பழசையெல்லாம், அது என்னவாக இருந்தாலும் மறந்து புதிய வாழ்வு வாழ இயற்கையே அளித்த வாய்ப்பு இப்போது கிடைத்திருப்பதாகத் தோன்றிற்று.

வண்டி நின்றது. அவன் அலுவலகம் வந்துவிட்டதை அப்பொழுதுதான் கவனித்தான். சென்னைக்கு வந்து ஒரு மாதத்திற்குள்ளேயே உடம்பு நன்றாக குணமாகிவிட்டது. மருத்துவ பரிசோதனையில் உடம்பு முழுவதுமாக இயல்பு நிலைக்கு மாறியிருந்தது தெரிந்தது. ஆனால் கடந்த நான்கைந்து வருஷத்து நினைவுகளை அவன் திருப்பிப் புரட்டிப்பார்க்க எத்தனை முயன்றும், உள்ளுக்குள் ஒரு கருப்புத்திரை தொங்கிற்று. சென்னையில் அவனுக்குப் பழக்கமான வீட்டில், மறக்காத சூழலில், உறவுகளின் நெருக்கத்தில் அன்றாட

வாழ்க்கை வாழ எந்தத் தடுமாற்றமும் ஏற்படவில்லை என்பது நிம்மதியளித்தது. அவனுக்கு இந்த பரிச்சயமானவர்கள் எல்லாருக்குமே அவனைப் பற்றிய நினைவுகள் பழையவை என்பதால் முரண்பாடு ஏற்படாதது தெம்பை அளித்தது. கடந்த ஐந்தாண்டு அரசியல் நிகழ்வுகளை ஒரு சமூகவியல் மாணவன்போல கன்னிமரா லைப்ரரிக்குச் சென்று தூசு படிந்த ஷெல்ஃப்களிலிருந்து விவரம் அறிந்துகொண்டான். தமிழ்நாட்டில் ஏற்பட்டுப்போன மாறுதல்களை உணர்ந்து அதிசயித்தான். வாகனங்கள் பெருகியிருந்தன. பன்னாட்டு நிறுவன கலாச்சாரம் சாப்பாட்டிலும் புகுந்திருந்தது. தமிழ்நாட்டுச் சாப்பாட்டுக்கு ஹோட்டலைத் தேர்ந்தெடுத்துப் போக வேண்டியிருந்தது. எல்லா ஹோட்டல்களிலும் வட இந்திய சாப்பாடோ, சைனீஸோ அதிகமாகக் கிடைத்தன. மத்திய வர்க்க இளம்பெண்கள் எல்லாம் தாவணியைக் கடாசிவிட்டு வட இந்தியர்கள் போல ஸல்வார் கம்மீஸ் அணிந்தார்கள், நெற்றியில் விபூதிக்கீற்றுடன். அவனுக்குச் சிரிப்பு வந்தது. உடையும், சாப்பாடும் மாறிப்போனதே தவிர, வீட்டிற்குள் பெற்றவர்கள் மாறவில்லை. வழக்கம்போல் பூஜை புனஸ்காரம், சமையல் சாப்பாடு. பொதுவாகச் சிந்தனைப்போக்கு மாறவில்லை. எந்த சித்தாந்தப் புரட்சியும் வெடிக்கவில்லை. புரட்சி செய்தவர்கள் எல்லாம் மறுபடி பழைய கூட்டைத் தேடிப்போவதாகப் பட்டது ஏதோ ஒருவகையான பாதுகாப்பைத் தேடி. அதை ஒரு கூச்சமில்லாத விளம்பரத்துடன் செய்தது ஆச்சரியமா இருந்தது. ஜனங்களின் ஆதரவு அதற்கு நிச்சயம் உண்டு என்று நம்பிச் செய்தவர்கள் போல. மற்றபடி எதுவும் மாறவில்லை. நல்லவேளை. அதனாலேயே மனசு வெகு சுலபமாக தில்லி நினைவிலிருந்து விடுபட்டு இதில் ஒன்றிக்கொண்டது. அவன் வேலை பார்த்த நினைவு இல்லாத அலுவலகத்திலிருந்து அவனது லீவு முடிவதாகவும், அவன் மீண்டும் பணியில் வந்து அமர வேண்டிய தேதியைக் குறிப்பிட்டும் கடிதம் வந்தபோது அவன் எந்தக் குழப்பமும் இல்லாமல், தான் வேலையை ராஜினாமா செய்வதாக பதில் போட்டான். இங்கு அதற்குள் ஒரு

பன்னாட்டு நிறுவனத்தில் வேலை கிடைத்திருந்தது. அவனுடைய ராஜினாமா விவரம் அறிந்தவுடன் விவேக்கிடமிருந்து ஒரு கடிதம் வந்தது. 'அங்கேயே நீ தங்கிவிட முடிவு எடுத்திருப்பது துரதிர்ஷ்டவசமானது. சகுந்தலாவையும், குழந்தையையும் பற்றின நினைவு திரும்பப் போவதில்லை என்று தீர்மானித்து விட்டாயா?' என்று. எதிர்பார்த்த கடிதம் என்பதால் பதில் எழுதுவதில் தயக்கம் ஏற்படவில்லை.

'இன்னும் எனக்கு நினைவு திரும்பவில்லை. ஆனால் இங்கிருக்கும் சூழலைப் பற்றின ஞாபகம் எனக்கு மாறாததால் எந்தத் தடுமாற்றமும் இல்லாமல் இருக்கிறேன். இங்கு எனக்கு வேலை கிடைத்திருக்கிறது. அதில் சேரப்போகிறேன். என்னுடைய நிலையில் நீ இருந்திருந்தால் நீயும் அப்படித்தான் செய்திருப்பாய் என்பதில் எனக்குச் சந்தேகமில்லை.'

கடிதத்தைத் தபாலில் சேர்த்த பிறகுதான் அதில் சகுந்தலாவைப் பற்றித் தான் ஏதும் குறிப்பிடவில்லை என்று நினைவு வந்தது. சற்றுநேரம் அது அவனைச் சங்கடப்படுத்திற்று. ஆனால் விரைவில் அதை மனத்திலிருந்து அப்புறப்படுத்த முடிந்தது. சகுந்தலாவிடமிருந்து இதுவரை எந்தக் கடிதமும் அவனுக்கு வரவில்லை என்பது அவனுக்கு ஆச்சரியமாக இருந்தது. 'எனக்கு ஏதாவது லெட்டர் உண்டா?' என்று கேட்டபோதெல்லாம் இல்லையே என்று அம்மா சொல்வது எத்தனை தூரம் உண்மையாக இருக்கும் என்று அவன் யோசித்திருக்கிறான். வந்த கடிதத்தை அவள் மறைத்திருந்தாலும் நல்லதிற்குத்தான் என்ற சமாதானத்தில் அவன் அந்தக் கேள்வியைக் கேட்பதை நிறுத்திக்கொண்டான். அவன் டிரைவர் இல்லாமல் வண்டியை எடுத்துச் செல்லக்கூடாது என்பதில் அம்மா உறுதியாக இருந்தாள்.

'நீ ஓட்டிக்கிட்டுப் போனியானா திரும்ப வர்ற வரைக்கும் கவலைப்பட்டே நா செத்துருவேன்' என்று கண்ணீர் விட்டாள். அந்தக் கண்ணீர் தனக்கு நிறைவைத் தந்ததை நினைத்து அவனுக்குக் கூச்சமேற்பட்டது.

அலுவலகத்தில் நுழைந்து தன் அறைக்குச் சென்று கம்ப்யூட்டர் எதிரில் அமர்ந்ததுமே நிகழ்ந்தகாலமும், எதிர்காலமும் காணாமல் போயின. நிகழ்காலத்தில் சரளத்துடன் ஐக்கியமாக முடிந்தது.

“ஹாய் ராஜ்மோஹன்!”

அவன் நிமிர்ந்தான். மார்க்கெட்டிங் மானேஜர் சுதாகர் நின்றிருந்தான். “ஹாய்” என்று புன்னகைத்து ‘என்ன’ என்றான் ராஜா.

“பசிக்கல்லியா? மணி ஒண்ணரை!”

ராஜா கடிகாரத்தைப் பார்த்துச் சிரித்தான். ‘நேரமே மறந்துபோச்சு!’

“பசி மறக்கல்லியே?”

“வேலை மும்முரத்திலே அதுகூட மறந்துபோச்சு.”

சுதாகர் அவனைக் கூர்ந்து பார்த்தான். “நா ஞாபகப்படுத்தினது மறந்து போறதுக்குள்ளே சாப்பிடலாம் வா.”

“என்னுடைய மறதி வினோதமானது சுதாகர். நிகழ்காலத்தை நா மறக்கறதில்லே.”

“குட் ஃபார் யூ!” என்றான் சுதாகர். “நேத்து ஒரு வீடியோ படம் பார்த்தேன். அபூர்வமான படம். மெமென்டோன்னு பேரு. அதோட ஹீரோவுக்கு உன்னை மாதிரிதான் ஒரு விபத்திலே மறதி ஏற்படறது. அவனுடைய வைஃப், ரேப் செய்யப்பட்டு கொலை செய்யப்பட்டதாகச் சொல்வான். அந்த ஷாக்லே அவனுக்கு மறதி ஏற்படுது. ஆனா விசித்திரம். வினாடிக்கு வினாடி அவன் மறந்துகிட்டே இருப்பான். தன் பேரு, ஹோட்டல் ரூம் நம்பர், கார் நம்பர் இதையெல்லாம் நினைவுபடுத்திக்க உடம்பு பூராவும் பச்சை குத்தி வெச்சுப்பான்!”

ராஜா புன்னகைத்தான் தன்னுள் ஏற்பட்ட சலனங்களை மறைத்தபடி. “எங்கே பார்த்தே அந்தப் படத்தை?”

“என் தங்கை ஃபிலிம் இன்ஸ்டிட்டியூட்லே படிக்கிறா. இது நினைவுகளைப் பத்தின சர்ச்சை செய்யப்பட்ட படம்னு வீடியோ காஸட் வாங்கிக்கிட்டு வந்தா.”

“நா அதைப் பார்க்க முடியுமா?” என்றான் ராஜா ஆர்வத்துடன்.

“நா கொண்டு வந்திருக்கேன் காஸட்டை. பார்த்துட்டுத் திருப்பிக்கொடு” என்று தன் கைப்பையிலிருந்து அவன் எடுத்து நீட்டியதை, ‘தேங்க்ஸ்’ என்று ராஜா வாங்கிக்கொண்டான்.

“அது உன்னை டிஸ்டர்ப் செய்யலாம்” என்றான் சுதாகர் தயக்கத்துடன். “ஆனா எனக்கு அது சுவாரஸ்யமா இருந்தது. ரொம்ப சிக்கலான படம். எது நிஜம் எது பொய்யினே கடைசிவரைத் தெளிவாகாது. ஹீரோவுக்கு அந்தத் தவிப்பு இருக்கு. அவனுடைய பலவீனத்தை ஒரு போதைக் கும்பல் உபயோகிக்கப் பார்க்குது. நீ இதைப் பார்த்தியான எச்சரிக்கையா இருக்கலாம்.”

ராஜா சிரித்தான். அடிவயிற்றில் ஒரு மெல்லிய கூச்சம் ஏற்பட்டது. தனது நிலை ஒரு பேச்சுக்குரிய விஷயமாகிப்போனது அவமானமாக இருந்தது.

“சும்மா ஒரு பேச்சுக்குச் சொன்னேன். உனக்கும், அந்தப் படத்துக்கும் சம்பந்தமே இல்லைன்னு எனக்குத் தெரியும்.”

“சில வருஷங்கள் மறந்துபோச்சே தவிர எனக்கு வேற ஒண்ணும் சிக்கல் இல்லே சுதாகர்!”

“அது எனக்குத் தெரியும். நீ தில்லியை விட்டு இங்கு வந்தது நல்லது. அங்கே இருந்திருந்தா அந்த ஹீரோ மாதிரி குழம்பிப் போயிருப்பே!”

வீட்டுக்குத் திரும்பியதும் தன் அறையில் அமர்ந்தபடி அந்தப் படத்தைப் பார்த்தபோது, அது உறுதிப்பட்டது. தன்னை நினைவுபடுத்திக்கொள்ளக் கதாநாயகன் தவிக்கும் தவிப்பைத் தத்ரூபமாக உணர்ந்துகொள்ள முடிந்தது. மனைவியைப் பற்றிய சிந்தனை அவனுக்கு ஆறாத புண்ணாக இருக்கிறது. விநாடிக்கு விநாடி எல்லாமே மறக்கும்போது அவனுக்கு திகிலேற்படுகிறது. “நேரத்தையே என்னால் உணர முடியாதபோது என் புண் எப்படி ஆறும்?”

"என்ன படம்டா அது?" என்றாள் காமாட்சி.

அவன் அதை மௌனத்தில் வைத்துவிட்டு, "என் ஃப்ரெண்டு நல்ல படம்னு கொடுத்தான். என்ன, எங்கேயாவது போறியா என்ன?" என்றான். ஜரிகையும் பட்டும் நகையுமாகக் காமாட்சி காட்சியளித்தாள்.

"ஏண்டா, இன்னிக்கு ஒரு மாப்பிள்ளை அழைப்புக்குப் போகணும்னு சொல்லியிருந்தேனே மறந்துருச்சா?"

"ஓ, ஆமாம், மறந்துபோச்சு."

அந்த வார்த்தையை உச்சரிக்கும்போதெல்லாம் மனசு தடுக்கி விழுந்தது. பலவீனப்பட்டு நொண்டிற்று. தனக்கும் அந்தக் கதாநாயகன்போல நிகழ்கால விநாடிகள் அர்த்தமற்றுப் போகலாம். 'என் புண் எப்படி ஆறும்' என்ற கேள்வி எழலாம்.

"நல்ல பிள்ளை" என்று சிரித்தபடி காமாட்சி அவனிடம் ஒரு எவர்சில்வர் தம்ளரை நீட்டினாள்.

"என்னது அது?"

"சாத்துக்குடி ஜூஸ்."

"இப்ப எதுக்கும்மா? ஆபீஸ்லேந்து வந்ததும்தான் டிபன் காபி கொடுத்தீங்களே?"

"அங்கே கல்யாண வீட்டிலே சாப்பாட்டுக்கு எத்தனை நேரம் ஆகுமோ. கொஞ்சம் ஜூஸ் குடிச்சியானா சோர்வில்லாம இருக்கும்."

"என்னை என்னவோ சின்னப்பிள்ளையாட்டம் நீங்க நடத்தறீங்க."

அவள் அவன் முகவாயைத் தொட்டுத் தன் விரல்களை உதடுகளில் வைத்துக்கொண்டாள்.

"என் செல்லப் பிள்ளைன்னா நீ?" மளுக்கென்று அவள் கண்களில் நீர் நிறைந்தது, அவனைப் பலவீனப்படுத்திற்று. விநோதமாக, அது இதமாகவும் இருந்தது புண்பட்ட இடத்தை இறகால் வருடுகிற மாதிரி. நடுங்கும் குளிருக்கும் கதகதப்பு

கிடைத்த மாதிரி. அவன் புன்னகையுடன் அவள் நீட்டிய ஜூஸை வாங்கிக்கொண்டான். அந்தக் கதாநாயகன் பாவம் என்று தோன்றிற்று. அவனுக்குப் பெற்றோர்கள் இல்லாமல் போனது அவனுடைய துரதிர்ஷ்டம். என்னுடைய நிலையை யாரும் தங்களுக்குச் சாதகமாக்கிக் கொள்ளப் போவதில்லை.

காமாட்சியுடன் அவன் மாப்பிள்ளை அழைப்புக்குக் கிளம்பியபோது அவள் முகத்தில் புன்னகை விரிந்திருப்பதை சரவணன் கவனித்தார். முன்பு அவரை வருத்திய பெருமிதப் புன்னகை.

22

அத்தியாயம்

குழந்தை பரத்தை க்ரெஷ்ஷில் விட்டுவிட்டுக் கிளம்பியபோது, ஆபீஸ் அறையில் அமர்ந்திருந்த மிஸஸ் மல்ஹோத்ரா கையை அசைத்துப் புன்னகை பூத்தாள். பதிலுக்குப் புன்னகை செய்து சகுந்தலா கையசைத்தபோது, சுவரில் ஆளுயரத்துக்கு பாபா நின்றிருந்தார். அபயஹஸ்த முத்திரையுடன். புன்னகையுடன். பாபாவின் முகச்சாயலே மிஸஸ் மல்ஹோத்ராவுக்கு வந்துவிட்ட மாதிரி இருந்தது.

இப்போதெல்லாம் மிஸஸ் மல்ஹோத்ரா அவளை எந்தக் கேள்வியும் கேட்பதில்லை. உன் கணவரைப் பற்றி என்ன செய்தி என்று கேட்பதில்லை. "நம்பிக்கை வையுங்கள் பெஹன்" என்று சொல்வதில்லை. "அவருக்கு பார்ஷியல் அம்னீஷியா, என் நினைவே போய்விட்டது. நினைவு திரும்புகிறவரை பெற்றோர்களுடன் இருப்பார்" என்று சொன்னபோது ராஜாவின் மறதியைப் பற்றித்தான் ஆச்சரியப்பட்டாள். அவன் சென்னைக்குச் சென்றது நல்ல ஏற்பாடு என்று நினைத்தவள் போல. பிறகு கொஞ்ச காலம் சேதி உண்டா என்று கேட்பாள். "சேதி வந்ததும் உங்களிடம் நானே சொல்வேன்" என்று

அவள் சொன்னதும் குறிப்புணர்ந்து கேட்பதை நிறுத்திக் கொண்டாள். ஏதோ பிரச்னையிருப்பதை அவள் உணர்ந்திருக்க வேண்டும். காலனியில் உலவும் வதந்திகள் அவள் செவிகளை எட்டியிருக்கலாம் - இவள் நாகரிகம் தெரிந்தவள்.

“சகுந்தலா பெஹன்”

அவள் திரும்பினாள்.

மிஸஸ் மல்ஹோத்ரா அருகில் நின்றாள்.

“நீங்கள் தமிழரா?” என்றாள்.

“ஆமாம்” என்றாள் சகுந்தலா மெல்லிய வியப்புடன்.

“உங்களால் ஒரு சின்ன உதவி செய்ய முடிந்தால் ரொம்ப சந்தோஷப்படுவேன்.”

“என்ன சொல்லுங்கள்?”

“உங்கள் பில்டிங்கில்தான் என்று நினைக்கிறேன். மிஸஸ் ராபின்ஸன் என்று ஒரு அம்மாள் இருக்கிறாள்.”

“ஆமாம் தெரியும் - டாரத்தி ராபின்சன்.”

“அவருக்குப் பாவம் பிரெய்ன் ட்யூமர். ஆபரேஷன் ஆகி இரண்டு மாதம் ஆஸ்பத்திரியிலிருந்து வீட்டுக்கு வந்திருக்கிறார்.”

சகுந்தலாவுக்கு அதிர்ச்சியாக இருந்தது. எதிர்த்த வரிசையில் இருந்தது ராபின்சன் வீடு. பால்கனியில் பூந்தொட்டிகளுக்கு தினமும் டாரத்தி நீர் விடுவது தெரியும். கூப்பிடு தூரத்தில் இருந்த ஒரு நபரைப் பற்றி மிஸஸ் மல்ஹோத்ராவிடமிருந்து அறிவது கூச்சமாக இருந்தது.

“அப்படியா? எனக்குத் தெரியாமல் போச்சே?”

மிஸஸ் மல்ஹோத்ரா அவள் தோளின்மேல் கையை வைத்தாள்.

“நீங்கள் ஆஸ்பத்திரிக்கும், வீட்டுக்குமாக அலைந்து கொண்டிருந்தீர்கள். ஏகப்பிரச்னைகள் வேறு. நீங்கள் என்ன செய்வீர்கள்?”

"இப்பொழுது எப்படி இருக்கிறார்?"

"இந்த மாதிரி கேஸ்களில் என்ன சொல்ல முடியும்? வீட்டிற்கே அழைத்துப் போய்விடுங்கள் என்றாராம் டாக்டர். ராபின்சன் பாவம், வீட்டோடு நர்ஸ் போட்டிருக்கிறார். எங்கள் சத் சங்கத்திலிருந்து தினமும் யாராவது சற்றுநேரம் நோயாளியோடு இதமாகப் பேசிவிட்டு வருகிறோம். அவர்கள் தமிழர்கள். நீங்கள் ஒருநாள் சென்று தமிழில் பேசினால் அந்த அம்மாளுக்கு ஆறுதலாக இருக்கும் என்று நினைக்கிறேன்."

"கண்டிப்பாகப் போகிறேன்" என்றபோது சகுந்தலாவின் குரல் நெகிழ்ந்தது.

அலுவலகத்துக்கு வண்டியை ஓட்டும்போது டாரத்தியை நினைத்து மனசு திரும்பத் திரும்ப அதிர்ந்தது. வயது நாற்பதுக்குள்தான் இருக்கும். வெள்ளையாகச் சிரிப்பாள். சின்னப் பெண்ணாக எல்லாவற்றையும் ரசிப்பாள். "நீங்க தமிழ் பேசறவங்கன்னு என் வேலைக்காரி சொன்னா. உண்மையிலே சொல்றேங்க. காதிலே தேன் வந்து பாஞ்ச மாதிரி இருந்துச்சு!" பால்கனியிலிருந்தே கத்துவாள்.

"என் ரோஜாச் செடியைப் பார்த்தீங்களா? எவ்வளவு பெரிய பூ பார்த்தீங்களா?" பாதி நேரம் பால்கனியில் நின்று ஆகாசத்தைப் பரவசத்துடன் பார்த்தபடி நிற்பாள். ராபின்சன் அவளைவிட இளைஞராகத் தோற்றமளிப்பார். டாரத்தி எங்கேயோ டீச்சராக வேலை பார்த்தாள். பால்கனியில் கண்டபோது இரண்டொரு வார்த்தை நின்று பேசுவதோடு சரி. நேரத்துக்கு ஆலாய்ப் பறந்துகொண்டிருந்த வாழ்வில் ஒரு ஞாயிறன்று கூடப்போய் பார்க்க முடிந்ததில்லை. அவர்களது நண்பர் வட்டமே வேறாகிப்போன நிலையில், பாளையங்கோட்டையைச் சேர்ந்த ஓர் எளிய தமிழ்ப் பெண்ணின் பால்கனி சினேகிதம் ஆழமாகத் தொற்றிக் கொள்ளவில்லை.

மிஸஸ் மல்ஹோத்ரா ஓர் அச்சரியமான மனுஷி என்று தோன்றிற்று. சுபாவமாகவே கருணையுள்ளம் படைத்தவளாக

இருக்க வேண்டும். ராஜாவின் அம்மாவின் இடத்தில் அவள் இருந்திருந்தால் அவன் இப்படித் தன்னை அம்போவென்று விட்டுப்போக விட்டிருக்க மாட்டாளோ, காமாட்சியை மிஸஸ் மல்ஹோத்ரா ரூபத்தில் கற்பனை செய்வது சுவாரஸ்யமாக இருந்தது. காமாட்சி எதிரில் நின்றாள். முகமே மாறியிருந்தது. கண்களில் ஓர் அசாதாரண காருண்யம் படர்ந்தது. புன்னகையில் நேசம் நெளிந்தது. "பிரியப்பட்டுப் சேர்ந்து வாழ்ந்தீங்க. குழந்தை வேறே பிறந்தாச்சு, இதைவிட நிரூபணம் எதுக்கு? இந்துத் திருமணங்கள் நம்பிக்கையிலேதான் ஓடுது, நிரூபணங்கள்னால இல்லே. அவளோட நீ இருக்கிறதுதான் நல்லது. இல்லே, அவளும் நம்மகூட வரட்டும்."

பின்னாலிருந்து ஹார்ன் விடாமல் ஒலித்தது. அவள் சுய நினைவுக்கு வந்து நிமிர்ந்தபோது டிராஃபிக் சிக்னலில் அவளது வண்டி நிற்பது தெரிந்தது. பச்சை வந்துவிட்டதால் பின்னால் இருந்த வாகனங்கள் பொறுமை இழந்திருந்தன. சகுந்தலா வண்டியைக் கிளப்பியபடி தனக்குள் சிரித்துக்கொண்டாள். கற்பனையெல்லாம் நிஜமாக முடியாது. அதுவும் கறுப்பை வெள்ளையாக்கப் பார்க்கும் ஃபேர் அண்டு லவ்லி கற்பனை. சின்ன வயசில் பார்த்த சினிமாக்களில் வந்த மாமியார்களின் சாயலில் காமாட்சி இருந்ததாகத் தோன்றிற்று. மகன் ஒருத்தியுடன் சேர்ந்து வாழ்ந்த விஷயம் தெரிவதற்கு முன்பே காமாட்சிக்கு அவளைப் பிடிக்கவில்லை. ராஜாவின் இப்போதைய நிலைமை அவளுக்குக் கிடைத்த எதிர்பாராத வெற்றி. மிஸஸ் மல்ஹோத்ரா நடத்தும் சத் சங்கத்தில் உறுப்பினராக இருந்திருந்தால் காமாட்சி வித்யாசமாக நடந்து கொண்டிருப்பாள் என்று சகுந்தலா நினைத்துக் கொண்டாள். ராஜாவுக்கு அவள் எழுதிய ஒரு கடிதத்துக்கும் பதில் வராததோடு எல்லாம் மறு தபாலில் திரும்பி வந்தன. அவன் பெற்றோர்களுடன் கிளம்பிச் சென்றபோதே அவர்கள் தொடர்பை அறுத்துவிடக் கூடும் என்று அவள் எதிர்பார்த்திருந்தாலும், கடிதம் திரும்பியபோதெல்லாம் மனசு துவண்டது. ராஜாவுக்கு நினைவு திரும்பினால் ஒழிய நிலைமை

மாற வழியில்லை என்று தோன்றிற்று. அதற்குள் அவனுடைய அம்மா அவன் மனத்தை மாற்றாமலிருந்தால்...

“தாலி கட்டிக்கிட்ட பெண்டாட்டி கணக்கா இல்லே பேசறா!” கண்ட கண்ட நேரத்திலெல்லாம் இந்த வாக்கியம் தொடர்ந்து தாக்கியது. கல்லூரி நாட்களில் தமிழ் சினிமாவில் தாலிக்குக் கொடுக்கப்படும் மகத்தான முக்கியத்துவத்தைக் கேலி செய்து விவாதம் செய்ததெல்லாம் திருப்பி வந்து தன்னை அடிப்பதுபோல அவளுக்குத் திகைப்பேற்பட்டது. ஏதோ ஒரு கணக்கெடுப்பில் தில்லி ஜனத்தொகையில் கல்வி அறிவுள்ளவர்களில் ஒன்பது சதவீதம் அதாவது இரண்டில் இருந்து மூன்று லட்சம் பேர் திருமண பந்தமில்லாமல் சேர்ந்து வாழ்வதாகத் தெரிவிக்கப்பட்டது. அவர்களில் எத்தனை பேருக்குத் தன்னுடைய சிக்கல் இருக்கும் என்று அவள் யோசித்தாள். ஸ்தாபனத்திலிருந்து விலகி வாழ்பவர்கள் தங்கள் பலத்தில் மட்டுமே வாழ வேண்டும். தெய்வம்கூட அவர்களுக்குத் துணையில்லை, அந்த பலத்திற்குச் சேதம் ஏற்பட்டால். ‘ஊரோடு ஒத்து வாழ்’ என்று இதற்குத்தான் சொன்னார்கள் போலிருக்கு.

சனிக்கிழமை என்பதால் நான்கு மணிக்குள் அலுவலகம் காலியானது. கிரெஷ்ஷூக்குச் செல்வதற்கு முன் டாரத்தி ராபின்சனைப் பார்த்துவிட்டு வரலாம் என்று தோன்றிற்று. அவள் ராபின்சன் வீட்டு மணியடித்ததும் ஒரு பெண் கதவைத் திறந்தாள். புதிய நர்ஸாக இருக்க வேண்டும். வசீகர முகமும், கவர்ச்சியான உடல்கட்டும் கொண்ட பெண்.

‘கௌன் ஹை ஆப்?’ என்ற அவள் கேள்விக்குப் பதில் சொல்லுமுன் ராபின்சன் அவளைப் பார்த்து, “வாங்க வாங்க!” என்றார்.

சகுந்தலா கைகூப்பி நமஸ்கரித்து, “டாரத்திக்கு உடம்பு சரியில்லேன்னு இன்னிக்குத்தான் தெரிஞ்சுது. இதே பில்டிங்லே இருந்தும் இத்தனை நாள் தெரியாமல் போச்சு ஸாரி” என்றாள்.

“அதனால என்னங்க பரவாயில்லே” என்றார் ராபின்சன்.

“உங்க ஹஸ்பெண்டுக்கும் ஆக்ஸிடெண்ட் ஆச்சுன்னு கேள்விப்பட்டேன். அந்த டென்ஷன்லே நீங்க இருந்திருப்பீங்க. உங்க ஹஸ்பெண்டு எப்படியிருக்காங்க? நல்லா ஆயிட்டாங்களா?”

“நல்லா ஆயிட்டார். சென்னையிலே அவங்க அப்பா அம்மா வீட்டுக்குப் போயிருக்கார் ரெஸ்டுக்கு.” வார்த்தைகள் தன்னிச்சையாக உருண்டன.

“தாங்க் காட்!” என்றார் ராபின்சன்.

“டாரத்திக்கு எப்படி இப்படி திடீர்னு ஆச்சு? என்னால் நம்பவே முடியல்லே!”

“எனக்கே நம்ப முடியல்லீங்க. நாம எத்தனை பலவீனமானவங்க, நம்ம கையிலே எதுவுமே இல்லேன்னு இந்த மாதிரி சமயங்கள்லேதான்ங்க புரியுது. திடீர்னு சாதாரண விஷயத்தையெல்லாம் மறக்க ஆரம்பிச்சா. அப்பத்தான் சாப்பிட்டிருப்பா. சாப்பிடல்லேன்னு மறுபடி சாப்பிட உக்காருவா. தலைவலின்னு படுக்க ஆரம்பிச்சா. டாக்டர்கிட்ட காட்டின உடனே ஏக டெஸ்ட் செஞ்சாங்க. மூளையிலே சுண்டைக்கா அளவு கட்டி இருக்கு. உடனடியாக ஆப்ரேஷன் பண்ணி எடுக்கணும்னாங்க. இரண்டு மாசம் ஆஸ்பத்திரியிலே இருந்தோமுங்கம்மா. மூணு லட்சம் செலவாச்சு.”

ராபின்சன் குரல் தழுதழுத்தது. அந்த நர்ஸ் ஒரு டிரேயில் தேனீர் கோப்பைகளையும், பிஸ்கட்களையும் ஏந்தி வந்தாள்.

“மேஜைமேல் வெச்சிடு லில்லி, தாங்க்ஸ்” என்றார் ராபின்சன்.

அவள் ஒயிலாக அவரைப் பார்த்துப் புன்னகை செய்து, மேஜைமேல் டிரேயைக் குனிந்து வைத்தபோது ரவிக்கையின் இறங்கிய கழுத்தில் மார்பின் பிளவும், பூரிப்பும் தாராளமாகத் தெரிந்தன.

“டாரத்தி இப்ப எப்படியிருக்காங்க?”

கவனம் கலைந்து ராபின்சன் சகுந்தலாவை மெல்லிய சோகத்துடன் பார்த்தார்.

"டாக்டருங்க செய்யக்கூடியதைச் செய்யறாங்க. பிரார்த்தனையிலே நல்லா ஆயிடுவான்னு நம்பிக்கை எனக்கு இருக்குங்க. நீங்களும் பிரார்த்தனை பண்ணுங்க."

"கண்டிப்பா. நான் டாரத்தியைப் பார்க்கலாமா?"

"அவசியம், வாங்க. தமிழ் பேசறவங்களைக் கண்டா அவளுக்கு ரொம்ப சந்தோஷங்க."

அவரைத் தொடர்ந்து அவள் படுக்கையறைக்குச் சென்றாள்.

படுக்கையில் இருந்தது டாரத்தி என்று நம்ப முடியவில்லை. தலை மொட்டையடிக்கப்பட்டிருந்தது. உடம்பு துரும்பாக இளைத்திருந்தது. சகுந்தலாவைப் பார்த்து முகம் மலர்ந்து, 'வாங்க' என்று சிரித்தாள். அவள் படுக்கையில் எழுந்து உட்கார ராபின்சன் தலையணையை நிமிர்த்தி வைத்து உட்கார்த்தினார்.

"நீங்க பேசிக்கிட்டிருங்க" என்றார் ராபின்சன்.

"நீங்க எங்க போறீங்க?" என்றாள் டாரத்தி சந்தேகம் தொனிக்க.

"இங்கேதான் டாரத்தி, அடுத்த ரூமுக்கு. கொஞ்சம் ஆபீஸ் வேலை இருக்கு."

நர்ஸ் வாயிற்படியில் நின்று நமுட்டுச் சிரிப்பு சிரித்தாள்.

"நர்ஸ் வைச்சிருக்கேங்க. ரொம்ப நல்லா பார்த்துக்கறா. நீங்க உக்காருங்க."

சகுந்தலா அங்கிருந்த நாற்காலியில் அமர்ந்தாள். ராபின்சனைத் தொடர்ந்து நர்ஸும் பார்வையிலிருந்து மறைந்தாள்.

"வெறும் மேனா மினுக்கிங்க. எனக்கு ஒண்ணும் பிடிக்கல்லே" என்றாள் டாரத்தி அறைவாயிலைப் பார்த்தபடி. அவள் கண்களில் நிழலாடிய ஏதோ ஒன்று அடி வயிற்றைச் சில்லிட்டது. விரட்டப்பட்டிருந்த நினைவுப் பிசாசுகள் வாயு வேகத்தில் திரும்பி நெஞ்சில் சுமையாக அமர்ந்தன.

"நீங்க அநாவசியமான கவலைகள்லே மனசைத் தளரவிடக் கூடாது. உங்க உடம்பை கவனிச்சுக்கறதுதான் இப்ப முக்கியம்."

“என்னங்க இருக்கு நம்ம கையிலே? ஒரு நோய் நொடி எனக்கு இருந்ததில்லை. அப்படி இருந்தவளுக்கு இரண்டு மாசம் ஆஸ்பத்திரியிலே இருக்கும்படி ஆயிடுச்சு. பணமா தண்ணிபோல கரையுது. நான்தான் வீட்டுக்குப் போயிரலாம்னேன். ஆனா ஒண்ணும் என்னாலே செய்ய முடியல்லே... பாழாப்போன பெண் ஜென்மம் பாருங்க. என்ன உடம்பானாலும், மாசா மாசம் தீட்டு காண்றது மட்டும் கரெக்டா வந்துடுது. ஆண்பிள்ளை எவ்வளவுன்னு செய்ய முடியுங்க? நர்ஸ் வைச்சிருக்காங்க.”

அவளுடைய தாபப் பிரலாபம் நிறுத்த முடியாததாக இருந்தது. ஒவ்வொரு வார்த்தையும் உண்மையில் குரூர வெளிப்பாடாக இருந்தது. பேச்சுக்கிடையே அவளுடைய பார்வை அடிக்கடி அறைவாயிலைத் தாண்டி எங்கோ துழாவுவதை சகுந்தலா கவனித்தாள்.

“நல்லா ஆயிடுவீங்க, கவலைப்படாதீங்க டாரத்தி.”

“எப்ப ஆவேனோ, அந்த ஜீஸஸ்ஸுக்குத்தான் தெரியும்.” கண்களில் நீர் பெருகி கன்னத்தில் வழிந்தது. “எதுக்குங்க எனக்கு இப்படி வரணும்? நா யாருக்கும் தீங்கு நினைச்சதில்லேங்க. ஒரு ரோஜாச்செடி வாடினாலும் துடிச்சுப் போயிடுவேன்.”

“எனக்குத் தெரியும் டாரத்தி” என்றாள் சகுந்தலா உடைந்த குரலில்.

“உங்க நல்ல மனசுக்கு எந்த சோதனையும் நீடிச்சு இருக்காது. என்னை நம்புங்க.”

டாரத்தி அவளுடைய கரத்தைப் பற்றி முத்தமிட்டாள், உண்மையான நெகிழ்ச்சியோடு. “நீங்க வந்தது எனக்கு ரொம்ப மகிழ்ச்சிங்க” என்றாள்.

சகுந்தலா கூச்சத்துடன் சொன்னாள். “இதே பில்டிங்லே இருக்கேன்னு பேரு. இன்னிக்குத்தான் தெரிஞ்சுது உங்களுக்கு உடம்பு சரியில்லேன்னு” டாரத்தி புன்னகைத்தாள்.

“பரவாயில்லீங்க, உலகம் சுருங்கி போச்சுங்கறாங்க. ஆனா நாம் எல்லாரும் தனித்தனி உலகத்திலே இருக்கோம் இப்ப!”

"மறுபடி வரேன் டாரத்தி, தைரியமாயிருங்க."

டாரத்தி அவள் கையை மீண்டும் அழுத்தினாள். "நன்றிங்க" என்றுவிட்டு மெல்லிய குரலில் தொடர்ந்தாள். "ஏங்க, நர்ஸுன்னா சித்த வயசானவங்களா கிடைக்க மாட்டாங்களா?"

இரவு சகுந்தலாவுக்குத் தூக்கம் வரவில்லை. டாரத்தியின் முகமே, எதிரில் நின்றது. 'ஒண்ணும் பிடிக்கல்லே' என்கிற வார்த்தைகள் ஜனித்த காலத்திலிருந்து கேட்டவைபோல் இருந்தன. டாரத்தியின் முகம் மறைந்து புகைமூட்டம் போல் அம்மாவின் முகம் நின்றது. நிழல்போலச் சித்திரங்கள். இரவு வெகுநேரம் வாசலில் உட்கார்ந்திருக்கும் அம்மா.

"நீ போய் தூங்கு சக்கு. உங்கப்பா வரதுக்காக காத்துண்டிருக்கேன்."

"அப்பா எங்கேம்மா?"

"எந்தக் கழிசடை பின்னாலாவது போயிருப்பார்."

"கழிசடைன்னா?"

"எவளோ ஒருத்தி புடவை கட்டினவ!"

அம்மாவின் கோபம் புரியவில்லை. தூக்கத்துக்கிடையில் கனவா, நிஜமா என்று புரியாமல் செவியில் வார்த்தைகள் புரண்டன.

'நா புருஷன்டீ. நா அப்படித்தான் போவேன். உனக்குக் கேள்வி கேக்க அதிகாரமில்லே!'

'அப்ப, தாலிகட்டின பொண்டாட்டிங்கிறது எதுக்கு.'

'எனக்குப் பொங்கிப்போட! கழுத்தில் அது தொங்கறதனாலதான் மெதப்பா வளைய வரே தெரிஞ்சுக்கோ. அது இல்லேன்னா ஒரு பவிஷும் இல்லே உனக்கு.'

'எனக்கு வேண்டாம் இந்த மெதப்பும், பவிஷும். நா போறேன்!'

'எங்கேடி போவே? கூடப் பிறந்தவன் திருப்பி விரட்டுவான்.'

'செத்துப்போறேன். அப்பத்தான் என் அருமை தெரியும் உங்களுக்கு.'

'போயேன். யாரு தடுத்தா உன்னை?'

இப்படியாகத்தான் இருந்திருக்க வேண்டும் அவர்களிடையே - ஐந்து வயது ஞாபகத்தில் மிகத் தெளிவாக இருப்பது அம்மா நெருப்புப் பந்தாகச் சுழன்று சுழன்று நடுக்கூடத்தில் கெரசின் நாற்றமெடுக்க ஓலமிட்டது, பளிங்காக இருந்த முகம் கன்னங்கரேலென்று பயங்கரத்துடன் ஆஸ்பத்திரியில் கதறித் தவித்தது. பாட்டி தாத்தா கையை இறுகப் பற்றி 'சக்குவைக் கைவிட்டுடாதீங்கோ' என்றது.

வெகுநாள் கழித்து அவள் பாட்டியைக் கேட்டாள்.

"ஏன் பாட்டி அம்மா சாகணும்? அப்பா அநியாயமா நடந்துண்டார்னா வந்துட வேண்டியதுதானே?"

"பயம்டியம்மா. பயந்து செத்தா. புருஷன்கிட்டேந்து வந்துட்டா அப்பா அம்மாவுக்கு பாரமாயிடுவோம்னு பயந்தா. ஊர் தூத்தும்னு பயந்தார். கடைசியிலே அவ பண்ண காரியத்தைப் பாரேன். கழுத்திலே இருந்த தாலியைத் தூக்கிக் கொல்லையிலே எறிஞ்சுட்டு, நெருப்பு கொளுத்திண்டா!"

வெகு காலத்துக்குப் பல ஆண்டுகளுக்கு அம்மா கனவில் வந்தாள். பத்ரகாளியாய் - தாலியை வீசி எறிந்தாள். நெருப்புப் பந்தாய் சுழன்றாள்.

"பாட்டி, நான் கல்யாணம் பண்ணிண்டா தாலி கிடையாது!"

பாட்டி சிரிப்பாள். "அப்பத் தமிழன் வேண்டாங்கறே."

"தமிழனோ தெலுங்கோ, எனக்கு அந்த மாதிரி கல்யாணம் வேண்டாம்."

"ரெஜிஸ்டராவது பண்ணிப்பியோ இல்லையோ?"

அது ஒரு பெரிய ஹாஸ்யம் போல, அவள் பாட்டியை அணைத்துக்கொள்ள, இருவரும் சிரிப்பார்கள்.

பாட்டி பார்த்த வரன் எதுவும் அவள் போட்ட ஷரத்துக்கு உடன்படாததால் அந்தக் குறையுடனேயே பாட்டி செத்துப்போனாள். அன்றுதான் ராஜா அவளுக்காகவே காத்திருந்தவன் போல அவள் வாழ்வில் நுழைந்தான்.

23

அத்தியாயம்

அன்று பார்த்தத் திரைப்படம் இன்னமும் மனத்தைத் துன்புறுத்திற்று. மெமெண்டோ. ஞாபகப்படுத்தும் சின்னம். அடையாளம் நழுவிப்போகும் தனது நினைவுகளை மனத்தில் நிறுத்த அடையாளங்களைத் தேடிய அந்தக் கதாநாயகன், ராஜாவின் கண்களிலிருந்து அகலமறுத்தான். கார் நம்பரையும், தனது பெயரையும், விலாசத்தையும் இன்னும் எவ்வளவோ தகவல்களை உடம்பு பூராவும் பச்சைக் குத்திக்கொண்டு நின்றான். தன் மனைவிக்கு நேர்ந்த அநீதிக்காகப் பழிவாங்கும் தவிப்புடன் சதாநேரமும் ராஜாவின் எதிரில் நின்று வதைத்தான். பழிவாங்கினானா, அவனது ஐயங்களே பிரமையா என்று புரியாத குழப்பத்தைப் படம் ஏற்படுத்தினாலும் ராஜாவை ஒரு விஷயம் தாக்கிற்று. இழந்துபோன நினைவை மீட்க அவன் தவிக்கும் தவிப்பு. அதற்காக அவன் செய்யும் யத்தனங்கள். அதைப் பார்த்ததிலிருந்து ஒரு குற்ற உணர்வு அவனை ஆட்கொண்டது. அவனுடைய நிலை அந்தக் கதாநாயகனைப் போல பயங்கரமானது அல்ல என்று படம் பார்த்த அன்று சமாதானமேற்பட்டிருந்தது. ஆனால் மறந்துபோன அந்த ஆண்டுகளை மீட்க, தான் எந்த முயற்சியும் எடுக்கவில்லை என்று உறுத்திற்று.

'என்னையும், குழந்தையையும் விட்டுட்டு நீ போயிட்டியானா எங்களைப் பத்தி உனக்கு நினைவு எப்படித் திரும்பும்?' என்ற துக்கத்தில் உடைந்து கண்ணீரில் சிக்கிய கேள்வி எதிர்பாராத நேரத்தில் கொக்கிப்போட்டு இழுத்தது. அப்பாவும், அம்மாவும் அங்கு வந்து, 'நம்ம வீட்டுக்குப் போயிறலாம்' என்று சென்னை வீட்டைக் குறிப்பிட்ட போது ஏதோ பாதுகாப்பு கிடைத்ததுபோல கிளம்பிவிட்டது, அப்பட்ட சுயநலம் என்று குற்றம் சாட்டியது.

அந்த நினைவுகளை எப்படி மீட்பது? மீட்பது அவசியமில்லை என்று அப்பாவும், அம்மாவும் கருதுவது மிகத் தெளிவாகத் தெரிந்தது. அப்படித்தான் அன்று அந்தக் கல்யாணத்தில் எதிர்பாராமல் ஒரு பெண்ணைக் கொண்டுவந்து அவன் எதிரில் நிறுத்தினார்கள். அப்பாவும், அம்மாவும் இப்படி இணைந்து ஒரு காரியத்தில் இறங்குவது அவனுக்கு அதிசயமாக இருந்தது. சபாபதி மாமாவும், கமலம் மாமியும், அப்பாவும், அம்மாவும் ஏதோ பெரிய திட்டம் போடுபவர்கள் போல் முகத்தில் பெரிய புன்னகையுடன் நிற்பது முதலில் வேடிக்கையாக இருந்தது.

"ராஜா இவங்கதான் ரத்னம், சபாபதியுடைய சம்பந்தி" என்று ஒரு பெரியவரை அப்பா அறிமுகம் செய்தார். கூடவே கூப்பிட்டு வந்ததுபோல ஒரு பெண் பட்டும், வைரமுமாக வந்து நின்றாள். "இது அவங்க மக ரேவதி. எம்.ஏ. படிச்சிருக்கா."

ராஜா கூச்சத்துடன் அவளைப் பார்த்துக் கை கூப்பினான், எதற்கு இந்த அறிமுகம் என்று புரியாமல். அந்தப் பெண்ணும் சற்றுநேரத்திற்கு நெளிந்துகொண்டு நின்றது.

"உக்காரும்மா கூச்சப்படாதே" என்று அவளை உற்சாகப்படுத்தி அமர்த்தினார் சபாபதி மாமா. 'நா அமெரிக்கா போறதுக்குள்ளே நல்ல சேதி சொன்னேன்னா சந்தோஷமா கிளம்புவேன் சரவணன்' என்று அவர் சொன்னபோதுதான் இது ஏதோ திட்டமிட்ட செயல் என்று அவனுக்குப் புரிந்தது. தன்னுள் ஏற்பட்ட எரிச்சலை சிரமப்பட்டு அடக்க வேண்டியிருந்தது. அம்மா அவன் அருகிலேயே வராமல் நழுவினாள். அந்தப் பெண்ணுடன் என்ன

பேசுவது என்று புரியாமல் அவன் தவிக்க, அந்தப் பெண்ணும் அதேபோன்ற அவஸ்தையை அனுபவிப்பவள் போலிருந்தது. வீட்டிற்குச் சென்றதும் அவன் வெடித்தான்.

“என்னம்மா இதெல்லாம்?”

“எதெல்லாம் கண்ணு?”

“அந்தப் பெண்ணை எதுக்காக அப்படிக் கூப்பிட்டு உட்கார்த்தி வெச்சீங்க?”

அம்மா சுரணையில்லாதவள் போலச் சிரித்தாள்.

“நல்லாயிருக்கே நீ எம்பேரிலே பழியைப்போடறது? பெண்ணைப் பெத்தவங்களையில்லே நீ போய்க் கேக்கணும், ஏன் இப்படி அனாவசியமா கவலைப்படறீங்க, வயசானா ஆயிட்டுப் போவுதுன்னு?”

“அவங்களுக்கு நீங்க போய்ச் சொன்னீங்களா உங்க பிள்ளை கல்யாணத்துக்கு இருக்கான்னு?”

‘அட, இவனைப் பாருடா எம்மேலேயே தப்பு சொல்றதை!' என்றாள் அம்மா கோபமில்லாமல். “குதிராட்டம் எதிர நிக்கறே. நா சொல்லணுமா வேற? அவங்க ஆசைப்படறதை நா தடுக்க முடியுமா சொல்லு!”

“அம்மா, அவங்க ஆசைப்பட்டா அவங்கபாடு. ஒப்புக்கறேன். நீங்க ஆசைப்படாதீங்க.”

அம்மா பதிலே பேசாமல் உள்ளே சென்றாள். அப்பா எல்லாவற்றையும் கேட்டுக்கொண்டு உள்ளே அமர்ந்திருந்தார், உடுப்பை மாற்றும் பாவனையில்.

அவன் தன் அறைக்குச் சென்று எரிச்சல் குறையாமல் உடுப்பை மாற்றிக்கொண்டான். அதன் தொடர்ச்சிபோல ஹாங்கரில் ஷர்ட்டை மாட்டும்போது சகுந்தலாவின் நினைவு வந்தது. அவனுடைய உடுப்புகளையெல்லாம் சகுந்தலா அழகாகப் பேக் செய்து தில்லி கெஸ்ட் ஹவுஸுக்கு அனுப்பிய போது, அன்று சங்கடப்பட்டது இப்பவும் பசுமையாக இருந்தது. அவன் அவளுடன் வசித்ததற்கான

நிரூபணம் அது. அவளுடன் வாழ்ந்தது மட்டும் நினைவு வராமல் போவது என்ன சோதனை! சேர்ந்து வாழ நினைத்தது ஏன்? அவளைப் பலாத்காரப்படுத்தியிருப்பேனோ? அதன் பிறகு கோழைத்தனத்தினால் சேர்ந்து வாழ முடிவு செய்தேனோ? அப்படிப்பட்டக் கயமை தனக்கு இருந்திருக்குமா என்று அவனுக்குச் சங்கடமேற்பட்டது. நான் அவளை நிர்பந்தித்ததாக அவள் சொல்லவில்லை. அதைக் கயமை என்று நிச்சயமாக அவள் கருதவில்லை. பாதுகாப்பு என்று நினைக்கப்படும் ஸ்தாபனங்களை எதிர்க்கும் அளவுக்குத் தனக்குக் கோபமோ, வெறுப்போ இருந்திருக்க வேண்டும். 'ரொம்ப முற்போக்கு எண்ணங்கள்' இருந்தது உனக்கு. சேர்ந்து வாழணும்ங்கறது உன் முடிவு. நீ என்னைக் கட்டாயப்படுத்தினதா நான் சொல்லமாட்டேன். உன்மேல எனக்கு இருந்த ப்ரியத்தினாலே - அவள் பிராமணத் தமிழ் பேசினது நினைவுக்கு வந்தது. அவள் ஒரு அநாதை என்று விவேக் சொன்னதாக அப்பா சொன்னார் பேச்சுவாக்கில். படித்தவள், புத்திசாலி என்பதிலும், குழந்தையைக் காப்பாற்றும் அளவுக்குச் சம்பளம் வாங்கும் உத்யோகம் பார்ப்பவள் என்பதிலும் சந்தேகமில்லை. புகைமூட்டமாகவேனும் ஏதாவது நினைவலைகளை உசுப்ப முடிந்தால், காமாட்சி அறையில் ஓசைப்படாமல் வந்து நிற்பதை உணர்ந்து அவன் திரும்பினான்.

"உங்கிட்ட கொஞ்சம் பேசலாம்னு வந்தேன்!"

"பேசலாமே, என் கல்யாணத்தைப் பத்திய அசட்டுப்பிசட்டுப் பேச்சைத் தவிர."

"அசட்டுப்பிசட்டுப் பேச்சில்லே ராஜா அது; நான் ஆசைப்படறது தப்புங்கறியா?"

"ஆசைப்படுங்களேன்! ஆசைப்படறதெல்லாம் நடந்துடும்னு மட்டும் எதிர்பார்க்காதீங்க. நா இன்னும் நார்மல் ஆகல்லே. இங்கே வேலைக்குப் போறேன், தொந்தரவில்லாம வளைய வரேன் என்கிறதனாலே நான் நார்மலாயிட்டேன்னு நினைக்கல்லே. பெரிய குழப்பம் என்னை இன்னும் வாட்டுதுன்னு நீங்க புரிஞ்சுக்கணும்."

"அதைத்தான் நீ தெளிய வெச்சுக்கணும். ஆண்டவனே உனக்கு அந்த உறவு லாயக்கில்லேன்னுதான் இந்த மறதியைக் கொடுத்தார்னு நீ நினைக்கணும்."

"இப்படிப்பட்ட விளக்கத்தையெல்லாம் நான் நம்பல்லே."

"நா நம்பரேண்டா கண்ணு!"

காமாட்சியின் குரல் உடைந்தது. கண்களிலிருந்து சரம் சரமாக நீர் வழிந்தது.

அவளுடைய கண்ணீர் வழக்கம்போல் அவனைப் பலவீனப்படுத்திற்று.

"அம்மா, ப்ளீஸ் இப்ப அழாதீங்க. அஞ்சு வருஷ ஞாபகங்களை, மறந்துபோறது சாதாரண விஷயமில்லே எனக்கு. உங்களுக்குச் சாதகமா இருக்கிறதனாலே எல்லாப் பிரச்னையும் எளிமையாத் தீந்துபோச்சுன்னு நினைக்கிறீங்க. உங்களுக்குக் கருணை காட்டணும்னு இன்னொருத்தருக்குத் தண்டனை கொடுக்கிறவனா உங்க ஆண்டவன்?"

அம்மா கண்ணைத் துடைத்துக்கொண்டு ஆவேசத்துடன் சொன்னாள்.

"தப்பு செஞ்சா தண்டனை கிடைக்கத்தான் கிடைக்கும். ஆம்பிளைங்க தெரிஞ்சும், தெரியாமையும் உறவு வெச்சுக்கறதைப் பார்த்திருக்கேன். உங்க தாத்தாவே அப்படி ஒரு பொம்பளையோட இருந்தாரு. யாரும் அந்த மாதிரி பொம்பளைங்களை மதிச்சதில்லே. அந்த உறவு முறிஞ்சா பெரிசா நினைக்கறதுமில்லே."

"அம்மா அந்தப் பெண்ணைப் பத்தி உங்களுக்கு ஒண்ணுமே தெரியாது."

"உனக்கு மட்டும் இப்ப என்ன தெரியும்? சுத்தமா நினைவில்லே. எனக்குத் தெரியாட்டி என்ன, இப்படி ஒரு பொம்பளை இருக்க எப்பத் துணிஞ்சாளோ, அவளை நான் எப்படி மதிக்க முடியும்?"

"நானும் அதுக்கு உடந்தைன்னு ஞாபகம் வெச்சுக்க, நானே அவளை அப்படி இருக்கச் சொல்லியிருக்கலாம்."

“அதுதான் சொன்னேனே. ஆம்பிளை சொல்றது ஒண்ணும் அதிசயமில்லே. நல்ல குடும்பத்தைச் சேர்ந்த பொண்ணா இருந்தா கல்யாணமில்லாம இருக்க சம்மதிச்சிருப்பாளா? பிள்ளையை வேற பெத்துக்குவாளா? அதுக்கு முந்தி எத்தனை பேரோட படுத்தவளோ?”

அவன் திடுக்கிட்டு நிமிர்ந்தான். அம்மாவைக் கட்டுப்படுத்த முடியாது போலிருந்தது.

“அம்மா! தயவுசெய்து இனிமே இதைப்பத்தியெல்லாம் பேச வேண்டாம். என்னை இதெல்லாம் சந்தோஷப்படுத்தும்னு நினைக்காதீங்க.”

“காமாட்சி!” என்று உள்ளேயிருந்து சரவணன் அதட்டினார். “நானும் பார்த்துக்கிட்டே இருக்கேன், அவனை ரெஸ்ட் எடுக்கவிடாம என்ன தொணதொணத்துக்கிட்டே இருக்கே.”

காமாட்சி மறுபடி கண்ணீர் பெருக்கினாள்.

“அந்த ஏழுமலையான்தான் எல்லாருக்கும் புத்தி கொடுக்கணும்” என்று கண்ணைக் கசக்கியபடி வெளியேறியபோது அவனுக்கு அம்மா மாறவேயில்லை என்று தோன்றிற்று. அம்மாவும், அப்பாவும் முன்புபோல் சண்டை போடாதது ஒரு வகையில் நிம்மதியளித்தது. ஆனால் அவர்களிடம் நெருக்கம் ஏற்பட்டுவிட்டதாகத் தெரியவில்லை. எதிரிகள் ஏதோ ஒரு நிர்ப்பந்தத்தால் போர் நிறுத்தம் செய்திருப்பதுபோல் இருந்தது. அலுவலகத்தில் இப்போது நெருக்கமாகிவிட்ட சுதாகரிடம் இதைச் சொன்னபோது, “பெரியவங்க செஞ்சுவெக்கிற கல்யாணமெல்லாம் என் அபிப்பிராயப்படி முக்கால்வாசி இப்படித்தான் முடியும்” என்றான் சுதாகர். “இரண்டு பேரும் அதிர்ஷ்டவசமா ஒத்துப்போகலைன்னா வாழ்நாள் முழுவதும் தண்டனைதான். காதலிச்சுக் கல்யாணம் செய்துக்கறதெல்லாம் சொர்க்க வாசமான்னு கேக்காதே. அதிலேயும் தோத்துப்போகிற கேஸ் உண்டு. ஆனா அப்படிப்பட்ட கேசும் கொஞ்ச காலத்துக்காகவாவது காதல் வாழ்க்கை வாழ்ந்திருக்கும்.”

அப்படிப்பட்ட ஒரு வாழ்க்கை சகுந்தலாவுடன் அவன் வாழ்ந்தானா என்று புரியவில்லை. இப்போது அவள் ஓர் அந்நியனின் மனைவி என்பதுபோன்ற கூச்சம் ஏற்பட்டது.

"நீ காதலிச்சுப் பண்ணிக்கிட்டியா?"

சுதாகரின் முகத்தில் மென்மையான புன்னகை விரிந்தது. "ஆமாம், என் காலேஜ் மேட். நல்லவேளை. என் அப்பா அம்மாவுக்கும் ராதாவுடைய குடும்பம் புடிச்சுப்போச்சு. ஏத்துக்கிட்டாங்க. இல்லேன்னா அதுவும் பெரிய பிரச்னை ஆயிருக்கும் தெரியுமோ!"

இன்று சனிக்கிழமை. அலுவலகம் பாதி நாள்தான் இயங்கும். மாலை எங்கு செல்வது என்கிற யோசனையுடன் அவன் தன் வேலை முடிந்ததும் கம்ப்யூட்டரை மூடிவிட்டு ஹிந்து பேப்பரின் என்கேஜ்மெண்ட் பகுதியை ஆராய்ந்தான்.

"ஹலோ!" என்ற குரல் கேட்டு நிமிர்ந்தான். சிக்கென்று ஒரு பெண் நின்றிருந்தாள். பிரகாசமான முகம், பளிச்சென்ற புன்னகை, கல்லூரி மாணவிபோலத் தெரிந்தாள். ஜீன்ஸ், டீ-ஷர்டில் மொழுமொழுவென்று உடம்பு.

அவன் தயக்கத்துடன் 'ஹலோ!' என்றான்.

"என் பேரு மீரா. சுதாகருடைய தங்கை!"

"ஓ!" என்று அவன் சினேகிதத்துடன் சிரித்தான். "ஃபிலிம் இன்ஸ்டியூட்லே படிக்கறவங்க தானே?"

"ஆமாம், இங்கே இல்லே, புனேயிலே!"

"அப்படியா? இங்கதான்னு நினைச்சேன். இப்ப லீவா?"

"ஆமாம், சுதாகர் உங்களைப்பத்தி அடிக்கடிச் சொல்வான். உங்களுடைய ரொம்ப அதிசயமான அம்னீஷியா பத்தி. மெமெண்டோ படம் பார்த்ததும், அதை நீங்க பார்க்கணும்னு கொடுத்தனுப்பிச்சேன். பார்த்தீங்களா?"

"ஓ, யெஸ். தாங்க்ஸ், பார்த்தேன்."

“அது உங்களை டிஸ்டர்ப் செய்திருக்கும்” என்றாள். அவள் மன்னிப்பு கேட்கும் தொனியில்.

“ஒருவகையில், ஆமாம்” என்று அவன் ஒப்புக்கொண்டான்.

“ஆனால் அந்த ஹீரோவுடைய தவிப்போடு என்னை ஐக்கியப்படுத்திக்க முடிஞ்சுது.”

“படம் புரிஞ்சுதோ?”

“அது சந்தேகந்தான். உங்களுக்குப் புரிஞ்சுதுன்னு சொன்னா நீங்க மேதாவியாயிருக்கணும்.”

“எனக்கும் புரியல்லே, கவலைப்படாதீங்க. ஆனா ஒரு நூதன டைரக்ஷன் அது. ரொம்ப அனுபவிச்சு ஏற்படுத்தின சிக்கல் அது. நீங்க அந்த மாதிரி ஏதாவது உடம்பிலே எழுதி வெச்சிருக்கீங்களா?”

அவன் சிரித்தான்.

“இல்லே, அவனுடைய பிரச்னை எனக்கு இல்லே நல்லவேளை. கடந்த அஞ்சு வருஷத்தை மறந்துட்டேன், அவ்வளவுதான்.”

“என்ன அவ்வளவுதான்?” என்றாள் அவள் வியப்புடன். “அஞ்சு வருஷத்திலே என்னவெல்லாம் நடக்கலாம்! புரட்சி வெடிக்கலாம். நீங்களே வித்தியாசமான ஆளா மாறிப்போகலாம்.”

அவன் மெல்லிய வியப்புடன் அவளைப் பார்த்தான். ஒரு நடிகைபோல விநாடிக்கு விநாடி முகபாவனைகள் மாறின.

“உண்மைதான்” என்றான் மெல்ல. “நா எப்படியிருந்தேன்னு நினைவில்லே. அந்த அஞ்சு வருஷத்திலே நா பழகினவங்களோடு என்னால இப்ப தொடர்புகொள்ள முடியல்லே. அதனாலதான் டில்லியிலேந்து எனக்கு ஞாபகம் இருக்கிற சூழலுக்கு வந்தேன்.”

“குட்!” என்று அவள் சிரித்தாள். “ஆழமான உறவு அந்த அஞ்சு வருஷத்திலே ஏற்பட்டிருந்தாதான் பிரச்னை. இல்லேன்னா சமாளிச்சுக்கலாம்.”

அவன் பதிலேதும் சொல்லவில்லை. இவள் தன்னை ஆழம் பார்க்கிறாளோ என்று சந்தேகம் வந்தது. நல்ல வேளையாக சுதாகர் வந்து சேர்ந்தான்.

"இன்னிக்கு ஏதாவது நல்ல ப்ரோக்ராம் இருந்தா சொல்லேன்" என்றான் ராஜா. "இப்பவே வீட்டுக்குப் போய் என்ன செய்யறது?"

"என் வீட்டுக்கு வா. அங்கிருந்து ராதாவையும் அழைச்சிட்டு நம்ம நாலுபேரும் சினிமா பார்க்கலாம்" என்று சுதாகர் சொன்னதும்,

"குட் ஐடியா!" என்று மீரா முந்திக்கொண்டாள்.

"எந்த குப்பைப் படத்தையும் நான் பார்க்கற மூடிலே இருக்கேன். நீங்க?" என்றாள் ராஜாவைப் பார்த்து.

"ரெடி" என்று ராஜா சிரித்தான். அவளுடைய உற்சாகம் தொத்திக்கொள்வதாக இருந்தது. பழனியிடம், நண்பர்களுடன் தான் வெளியில் போவதாகவும், இரவு தாமதமாக வீட்டுக்குத் திரும்புவதாகவும் சொல்லி வண்டியை வீட்டுக்கு அனுப்பினான். சுதாகரின் வண்டியில் பயணிக்கும்போது, சளசளவென்று மீரா நூறாயிரம் விஷயங்களைப் பற்றிப் பேசிக்கொண்டு போனாள்.

"மீராகிட்ட ஒரு நல்ல குணம். அவ பேசிக்கிட்டே இருப்பா. பதிலை எதிர்பார்க்க மாட்டா, அதனால நீ தூங்கினாலும் கவலைப்பட மாட்டா."

வீட்டைச் சென்று அடையும் வரை அண்ணனும், தங்கையும் கேலி பேசி ஒருவரையொருவர் சீண்டிக்கொண்டது ராஜாவுக்கு வெகு நாள் கழித்து உற்சாகமானவர்கள் மத்தியில் இருக்கும் நிம்மதியை அளித்தது.

சுதாகரின் வீட்டில் அவனுடைய பெற்றோர்களும் இருந்தார்கள். வீட்டிற்குள் நுழையும்போதே, "ராதா!" என்று சுதாகர் சப்தமாக அழைத்தான்.

"குழந்தையைக் குளிப்பாட்டிக்கிட்டிருக்காடா அவ" என்றார் அவனுடைய அம்மா.

"ஓ, சரிதான். அம்மா, இவன்தான் ராஜ்மோஹன். என்னோடு வேலை செய்யறான். காபி, டிபன் ஏதாவது கிடைக்குமா?"

"ஓ கண்டிப்பா" என்று சிரித்தபடி அந்தம்மாள் எழுந்து சென்றாள். மீரா அதற்குள் கோக் பாட்டிலைத் திறந்து கிளாஸ்களில்

ஊற்றிக்கொண்டு வந்தாள். சுதாகரின் தந்தை அங்கே வர, அவருக்கு ராஜாவை சுதாகர் அறிமுகம் செய்து வைத்தான். 'ராதா என்ன செய்யறான்னு பார்க்கறேன்' என்று சுதாகர் எழுந்து சென்றான். ராஜா உட்கார்ந்திருந்த இடத்திலிருந்து அவன் திறந்து சென்ற அறை நன்றாகத் தெரிந்தது. இரட்டைக் கட்டிலை ஒட்டி ஒரு குழந்தைக் கட்டிலின் மையத்தில் ஒரு வயது இருக்கக்கூடிய ஒரு குழந்தை, கையில் பொம்மையுடன் உட்கார்ந்திருந்தது. அதற்கு ஒரு பெண், அது ராதாவாக இருக்க வேண்டும், பேசி சிரித்தபடி பவுடர் போட்டுக்கொண்டிருந்தாள். சுதாகர் உள்ளே நுழைவதைப் பார்த்து, "வந்தாச்சா பவுடர் போட?" என்று சிரித்தாள். "அப்பாதானே உனக்குப் பவுடர் போடணும்?" என்று கொஞ்சியபடி சுதாகர் பவுடரைக் குழந்தையின் உடம்பில் பூச ஆரம்பித்தான்.

ராஜா உறைந்துபோனான். மண்டை முழுவதும் புகைமூட்டம் சூழ்வது போலிருந்தது. 'இதையே நானும் செஞ்சிருக்கேன்' என்ற மனசு இரைந்தது.

"உங்களுக்குக் கல்யாணம் ஆகியிருக்கா" என்று சுதாகரின் அப்பா கேட்டார்.

"ஏம்பா, உங்களுக்கு வேற ஒண்ணும் பேச விஷயமில்லையா?" என்றாள் மீரா.

குழந்தை தொம்தொம்மென்று கைக்கு அடங்காமல் அரிசிப் பல்லைக் காட்டிச் சிரித்தபடி குதித்தது. விநாடிக்கு விநாடி என்ன நடக்கும் என்று அறிந்தவன்போல் ராஜா பார்த்தான். அவன் பிடித்துக்கொள்ள, அவள் ஜட்டி போடுவாள். போட்டாள். அவனும் அவளுமாக சட்டையை மாட்டுவார்கள், அசகாய சூரத்தனத்துடன். மாட்டினார்கள். 'சமத்து' என்று முத்தம் கொடுப்பார்கள். கொடுத்தார்கள். 'எனக்கு?' என்று அவள் கன்னத்தைக் காட்டுவாள் - காட்டினாள். ராஜா கண்களை மூடிக்கொண்டான். மேகமூட்டம் சூழ்ந்தது, திரை விழுந்தது போல.

"ராஜா, இதுதான் ராதா. இது அஜித்" என்று எதிரில் சுதாகர் நின்றான்.

24
அத்தியாயம்

காலையில் கண் விழித்தபோது தலை கனத்தது. இரவு முழுவதும் தூக்கமும், விழிப்புமாகப் புரண்டதுதான் காரணமாயிருக்க வேண்டும். ஆனால் நன்றாகத் தூங்கி எத்தனையோ நாட்களாகிவிட்டன. சில நாட்கள் பரத் எதற்காவது சிணுங்கிக்கொண்டிருப்பான். சென்ற வாரம் திடீரென்று அவனுக்கு வயிற்றுப்போக்குக் கண்டது. விடியற்காலை அவன் அழுவதைக் கண்டு அவனது டயாப்பரை அவிழ்த்தபோது திட்டாக ரத்தக்கறை இருந்தது. அவள் நடுங்கிப்போனாள். ஏழு மணி அடிக்கும்வரைக் காத்திருந்து டாக்டரின் வீட்டிற்கு போன் செய்து விஷயத்தைச் சொல்வதற்குள் அழுகை வெடித்துக்கொண்டு வந்தது. நல்லவேளையாக டாக்டர் உடனடியாக வீட்டிற்கே வந்தாள். 'குழந்தைன்னா ஏதாவது உடம்புக்கு வராதா என்ன? தைரியமாயிருங்கள்' என்று மருந்து எழுதிக் கொடுத்துவிட்டு போனாள். "தனியாகத் திண்டாடுகிறேன்" என்று டாக்டரிடம் புலம்ப முடியவில்லை. சமேலி வரும்வரைக் காத்திருந்து பதைப்புடனேயே காரை எடுத்து மருந்துக் கடைக்குச் சென்று வந்தாள். நான்கு நாட்கள் லீவு எடுத்தாள். ஐந்தாம் நாள் ஆபிசுக்குச்

சென்றபோது மானேஜர் முகம்கொடுத்துப் பேசவில்லை. அவரைச் சமாதானப்படுத்துவதற்காக மூச்சைப் பிடித்துக்கொண்டு குவிந்துபோன வேலையை முடித்துக்கொடுக்க வேண்டியிருந்தது.

பரத்துக்கு உடம்பு தேவலை என்றாலும், இரவில் சரியாகத் தூங்காமல் சிணுங்கினான். அம்மாவும் பாட்டியும் ஏதாவது ஒருவகையில் கனவில் வந்து அலைக்கழித்தார்கள். அம்மா நெருப்புப் பந்தாய் ஹுங்காரமிட்டாள். 'சக்குவை என் உசிர் இருக்கிற வரைக்கும் காப்பாத்துவேண்டி' என்று பாட்டி வாக்குக்கொடுத்தாள். "தாத்தா செத்துப்போனதாலே நீங்க மாமா வீட்டுக்குப் போக வேண்டியதில்லே. நா உங்களைக் காப்பாத்துவேன்" என்றாள் சக்கு, பாட்டியை அணைத்து. "உன்னை ஒருத்தன் கையிலே பிடிச்சுக்கொடுக்காமப் போறேனேடி" என்று பாட்டி கண்ணீர் விட்டாள். கையைப் பிடிச்சிண்டிருந்தவன் போயிட்டான் பாட்டி.

வாசல் மணி ஓசை கேட்டு அலறிப் புடைத்துக்கொண்டு சகுந்தலா எழுந்தாள். பரத் எழுந்து தன்னுடைய கட்டிலின் சட்டத்தைப் பிடித்தபடி நின்றிருந்தான். "ஹலோ!" என்றாள் அவள். "லோ!" என்றான் அவன் பதிலுக்கு. அவள் சிரித்தபடி, "இதோ வரேன், ஸாரிடா, பசிக்கறதா?" என்று கன்னத்தை நிமிண்டிவிட்டு, வாசல் கதவைத் திறக்க ஓடினாள். "என்ன தீதீ இப்பத்தான் எழுந்தீங்களா?" என்று சமேலி உள்ளே நுழைந்தாள். சகுந்தலா பரத்தை வெளிக்கிருக்க 'பாட்டி'யில் உட்கார்த்தி வைத்துவிட்டு முகம் கழுவி வருவதற்குள் சமேலி தேநீரைத் தயாராக வைத்திருந்தாள். சமேலி மட்டும் இல்லாவிட்டால் திண்டாடி நாறிப்போயிருப்பேன் என்று சகுந்தலா தனக்குள் நூறாவது தடவையாக நினைத்துக்கொண்டாள். பரத்துக்குப் பாலைக் கொடுத்த பிறகு தன் வேலையைச் சற்று கவனிக்கச் சென்றால், சமேலி சமயங்களில் குழந்தையைக் குளிப்பாட்டி க்ரெஷ்ஷுக்குத் தயார்கூடச் செய்துவிடுவாள். நன்றிப் பெருக்கினால் சகுந்தலா தானாக அவள் சம்பளத்தை உயர்த்தியபோது, "எதுக்கு தீதீ?" என்று கேட்ட அதிசய வேலைக்காரி. "உங்க சம்பளத்திலேதானே இப்ப வீடு நடக்குது?"

அவளுக்குத் தூக்கிவாரிப் போட்டது. “அதனாலே என்ன, நா சமாளிச்சுக்குவேன், கவலைப்படாதே.”

“நன்றி தீதீ.”

அவள் அநாவசியமாக ராஜாவைப் பற்றிப் பேசாதது சௌகர்யமாக இருந்தது. மதிப்புக் குறையாமல் சினேகிதத்துடன் வேலை செய்தது இதமாக இருந்தது.

“தீதீ, இங்கே வாங்க, சிக்கிரம் வாங்க!” என்று சமேலி கத்த, பேப்பர் படித்துக் கொண்டிருந்த சகுந்தலா திகிலுடன் ஓடினாள். படுக்கையறையில் தரையில் சமேலி அமர்ந்து, “ஆஜா ஆஜா” என்று கைநீட்டி அழைக்க, பரத் பல்லைக் காட்டிச் சிரித்தபடி நடந்து அவளிடம் வந்தான். “மேரா முன்னா!” என்று சமேலி அவனது உச்சி முகர்ந்தாள். சகுந்தலாவுக்குப் பரவசத்தில் கண்ணில் நீர் திரையிட்டது.

“முன்னா நடக்க ஆரம்பிச்சுட்டான் தீதீ. இனிமே நம்மளை உக்காரவிட மாட்டான்!”

மிகப்பெரிய அதிசய ஜாலத்தை அவன் செய்வதுபோல இருவரும் பரத்தை மாறிமாறிக் கொஞ்சினார்கள். கம்ப்யூட்டர் டேபிள்மேல் இருந்த ராஜாவின் படத்தை அவள் திருப்பி வைத்தாள்.

“நீ நடக்கறதை உங்க அப்பா பார்க்க வேண்டாம். அவர்தான் உன்னை விட்டுட்டுப் போயிட்டாரே - பனிஷ்மெண்ட்” என்று அவள் சிரிக்க, பரத் கைகொட்டிச் சிரித்தபடி, அவளிடம் தத்தித் தத்தி ஓடி வந்தான். “உனக்குத்தான் நஷ்டம்” என்று புகைப்படத்தின் பின்புறத்தைப் பார்த்து, அவள் முணுமுணுத்தாள்.

இரண்டு மாதங்களுக்கு முன் குழந்தையின் பிறந்த நாள் வந்தபோது அதைக் கொண்டாடும் மனநிலையில் அவள் இருக்கவில்லை. விவேக்கும், சுதீரும்தான் கட்டாயப்படுத்திக் கொண்டாட வைத்தார்கள். அவள் அழக்கூடாது என்ற நிபந்தனையுடன் பலூனும், கேக்கும் வாங்கிக்கொண்டு வந்து அமர்க்களப்படுத்தினார்கள். அவளையும், பரத்தையும் பல

கோணங்களில் புகைப்படம் எடுத்தார்கள். "ராஜாவுக்கு ஒரு படம் அனுப்பட்டுமா?" என்றான் விவேக்.

"வேண்டாம்" என்றாள் அவள் உறுதியாக. "நா எழுதின ஒரு லெட்டர்கூட அவன் கைக்குப் போய்ச் சேரல்லே. விவேக், நா இப்ப அதைப்பத்தி யோசனையே செய்யறதில்லே. அவனுக்கு நினைவு திரும்பி, வரணும்னு தோணித்துன்னா வரட்டும் - நா போய் நீதிகேட்கப் போறதில்லே."

"அதுதான் புத்திசாலித்தனம்" என்றான் சுதீர்.

"நா எதுக்கு தப்பு செஞ்சவளாட்டம் மண்டியிடணும்? அவன் விலகியிருக்கறது சரிதான். அவன் இப்ப நா காதலிச்ச ராஜா இல்லே - இது வேற யாரோ! விவேக், நீ அன்னிக்கு அவனுக்கு ஆக்ஸிடெண்ட் ஆயிட்டதுன்னு போன் பண்ணியே, அவன் செத்துப் போயிடுவான்னு பயந்தேன். என் வரையிலே இப்ப அது உண்மை."

கண்களில் நீர் நிறைவதை அவள் சிரமப்பட்டு உள்ளே இழுத்துக்கொண்டாள்.

"உங்க ரெண்டு பேருக்கும் ரெஜிஸ்டர் மேரேஜ் ஆகியிருந்தா அவன் போயிருக்க மாட்டான்னு எங்கம்மா சொல்றாங்க" என்றாள் சுதீரின் சினேகிதி சினேகா.

"நான்சென்ஸ்!" என்றான் சுதீர்.

சகுந்தலா சிரித்தாள். "எங்க பாட்டி என்ன சொல்வா தெரியுமா? இங்கே என்ன எழுதியிருக்கோ அதுதான் நடக்கும்பா" என்று நெற்றியைச் சுட்டிக் காண்பித்தாள். சினேகா குழப்பத்துடன் தலையாட்டினாள்.

"எனக்கு இது உரிமைப் பிரச்னையில்லே சினேகா" என்றாள் சகுந்தலா. உணர்வுப் பிரச்னை. அவனுக்கு அந்த உணர்வே செத்துப்போனப்புறம் நா எதையும் எதிர்பார்க்க முடியாது.

"நீ அப்ப எந்த முயற்சியையும் எடுக்க மாட்டியா?"

"மாட்டேன்" என்றாள் அவள் தீர்மானமாக.

ஞாயிற்றுக்கிழமை என்பதால் பரத்துக்கு சாவகாசமாகக் குளிப்பாட்டிவிட முடிந்தது. கட்டிலுக்குக் கொண்டுவந்து துவட்டிப் பவுடர் போடும்போது ராஜாவின் நினைவு வந்தது.

“இன்னிக்கு என்ன சமைக்கட்டும் தீதீ?” என்றாள் சமேலி. “ஃப்ரீஜ்லே பனீர் இருக்கு. பாலக் பனீரும், மட்டர் (பட்டாணி) புலாவும் செய்யட்டுமா?”

“ஜமாய்!” என்றாள் சகுந்தலா. “நீ இல்லேன்னா நா ஏன் என் சாப்பாட்டைக் குறைச்சுக்கணும்?” என்று முணுமுணுத்தாள். பாட்டி சொன்ன கதை நினைவுக்கு வந்தது. கணவன் ஊருக்குச் சென்றிருந்தபோது, நெய் உருக்க, தயிர் கடைய சோம்பல்பட்டு, “அவரில்லா சாப்பாட்டுக்கு இதுவானும் போராதா” என்று ஒருத்தி கட்டித்தயிரும், விழுது நெய்யுமாக உள்ளே தள்ளினாளாம். ராஜா சென்ற பிறகு கொஞ்ச நாட்களுக்குச் சாப்பிடப் பிடிக்கவில்லை. சமைத்து வைத்ததையெல்லாம் மறுநாள் சமேலி கொட்டுவாள். ஒருநாள் கண்ணாடியில் உருவத்தைப் பார்த்தபோது ஞானோதயம் ஏற்பட்டது. கன்னம் ஒட்டி, கண்கள் புதையுண்டு போயிருந்தன. பரத்தைத் தூக்க முடியாமல், அலுவலகத்தில் வேலையில் கவனம் நிலைக்காமல், உடம்பில் பலவீனம் ஏற்பட்டிருந்தது. யாருக்காக, எதற்காக என்னையே மாய்த்துக்கொள்ள வேண்டும் என்று வைராக்யம் பிறந்தது. குழந்தையை வளர்க்கிற பொறுப்பு எனக்கிருக்கு. அது எனக்கு ஞாபகமிருக்கணும், யாருக்கு மறந்தாலும். உடம்பில் தெம்பு வந்ததும் மனசுக்குள் தைரியம் வந்தது.

வாசல் அழைப்பு மணி அடித்தது.

“நான் பார்க்கறேன் சமேலி” என்றபடி அவள் பரத்தைத் தூக்கிக்கொண்டு வாசலுக்கு விரைந்தாள். கதவைத் திறந்தபோது வெளியில் சினேகாவும், சுதீரும் நின்றிருந்தார்கள்.

“ஹாய்!” என்றாள் சகுந்தலா சந்தோஷத்துடன். “கமான் இன்! என்ன திடீர்னு? ஆனா நல்லதாப்போச்சு. இன்னிக்கு சமேலி நல்ல சமையல் செய்யறா. நீங்க இங்கே சாப்பிடலாம்.”

"இல்லே. சாப்பிட உக்கார நேரமில்லே சக்கு. இன்னும் நிறையப் பேர் வீட்டுக்குப் போகணும்."

"என்ன விஷயம்?" என்றாள் சகுந்தலா வியப்புடன்.

"நல்ல விஷயம்" என்று சினேகா சிரித்தாள். வெட்கம் கலந்த சிரிப்பாகத் தோன்றிற்று.

"எனக்கும், சுதீருக்கும் கல்யாணம். அடுத்த ஞாயிற்றுக்கிழமை. நீ சனிக்கிழமையே வந்துடணும். மெஹந்தி சடங்குக்கு."

ஆச்சரியத்தில் சகுந்தலாவுக்கு திணறிப்போயிற்று.

"அடி சக்கை. பராத் எல்லாம் கொண்ட சம்பிரதாயக் கல்யாணமா?"

"இல்லே, இல்லே. ரெஜிஸ்டர் கல்யாணம் காலையிலே, சாயங்காலம் ரிஸெப்ஷன்!"

சுதீர் சங்கடத்துடன் அவளைப் பார்த்து, அசட்டுச் சிரிப்புச் சிரித்தான்.

"கடைசியிலே சரின்னு ஒத்துக்கிட்டேன். இல்லேன்னா இவ உறவை முறிச்சுக்கறேன்னு பயமுறுத்தினா!"

"உண்மையைச் சொல்றேன் சக்கு. உனக்கு நேர்ந்த கதியைப் பார்த்து நா பயந்து போயிட்டேன்" என்றாள் சினேகா. "கடவுளே, எந்தக் காரணத்துக்காகவும் இவனை இழக்க நா தயாரில்லே!"

"நானும் ராஜாவை இழக்கத் தயாராயிருக்கல்லே சினேகா!" என்றாள் சகுந்தலா மெல்லிய குரலில்.

"ஐ நோ, உனக்கு எவ்வளவு கஷ்டம் இருக்கும்னு எனக்குத் தெரியும். ஆனா உன்னால் எதுவுமே செய்ய முடியாமப் போச்சா இல்லையா? எங்கம்மா வேற என் உயிரை வாங்கிட்டாங்க. ரிஜிஸ்டர் கல்யாணமாவது பண்ணத்தான் வேணும்னு."

"ரிஸப்ஷனுக்கு ரொம்ப நெருங்கினவங்களைத்தான் கூப்பிட்டிருக்கோம்" என்றான் சுதீர்.

அவர்கள் சென்ற பிறகு வெகுநேரம் அவளுக்குப் பிரமை பிடித்ததுபோல இருந்தது. பரத்துக்கு விளையாட்டுக் காட்டும்போதும், ஆகாரம் கொடுக்கும்போதும் கூடவே இருந்தது. வேறு ஏதேதோ பிரதேசங்களுக்கு இட்டுச் சென்றது. எது சரி, எது தப்பு என்று விவாதத்தைக் கேள்விபோல கொக்கி போட்டு நிறுத்திற்று. ஒருமுறை அலுவலக விஷயமாக, ஸ்வீடனுக்குச் சென்றிருந்தபோது ஜேக்கப் என்ற நண்பர் வீட்டில் தங்கினாள். திருமணம் என்ற ஸ்தாபனமே அங்கு மறைந்துபோய் பல வருஷங்கள் ஆகிவிட்டன என்றார் ஜேக்கப். எங்களுக்கு அது தேவையில்லை என்று உணர்கிறோம் என்றார். அவரும், அவரது மனைவி ஜேனட்டும் இருபத்தி ஐந்து வருஷங்களாகச் சேர்ந்து வாழ்கிறார்கள். சமூகத்தில் யாரும் புருவத்தை உயர்த்துவதில்லை. அரசாங்கம் எல்லாருக்கும் பாதுகாப்பு அளிக்கும். பிறக்கும் எல்லாக் குழந்தைகளுக்கும் சலுகை உண்டு. அலவன்ஸ் உண்டு. தகப்பன் யார் என்ற கேள்வியே கேட்காது. "ஆனால் இன்றைய பெண்கள்!" என்று ஜேக்கப் ஆயாசத்துடன் சிரித்தார். "அவர்களுக்குப் பாரம்பர்யத்திற்குச் செல்ல ஆசை வந்துவிட்டது. வெட்டிங் கௌன் அணிந்து சர்ச்சில் திருமணம் செய்துகொள்ள மோகம் ஏற்பட்டுவிட்டது. ஸ்வீடனில் மறுபடி சர்ச் திருமணங்கள் நடக்க ஆரம்பித்திருக்கின்றன!"

அது முற்றிலும் வேறு உலகம் என்று அவளுக்குத் தோன்றிற்று. "எல்லாரும் சேர்ந்து வாழ நினைத்தது ஒரு நிஜப் பிரச்னைக்காக" என்றார் ஜேக்கப், "கத்தோலிக்க நாடுகளில் விவாகரத்து கிடைப்பது ரொம்பக் கஷ்டமான காரியம். கத்தோலிக்க நாடாக இல்லாவிட்டாலும், டைவர்ஸ் என்றால் ரொம்பப் பணம் செலவாகும். இந்தத் தொல்லையே வேண்டாம் என்றுதான் பலர் இப்படி வாழ ஆரம்பித்தார்கள். என்னைப் பொறுத்தவரையில் விவாகம் என்ற சடங்கு தேவையற்றது. நம்பிக்கை, அன்பு என்பது மட்டுமே இருவர் சேர்ந்து வாழத் தேவைப்படும் விஷயங்கள். நம்பிக்கை போய்விட்டதென்றால் சேர்ந்து வாழ்வதில் அர்த்தமில்லை."

ராஜாவுக்கு என்னைக் காதலித்ததே நினைவில்லை. அந்த உணர்வே என்னைப் பார்க்கும்போது ஏற்படாதபோது நம்பிக்கை எங்கிருந்து வரும்? எனக்கும், அவனுக்கும் திருமணம் நடந்திருந்தால், என்னுடன் அவன் தொடர்ந்து வாழ அது நிர்பந்தித்திருக்கலாம். ஆனால் அப்படித் திணிக்கப்பட்ட வாழ்வு எப்படி இருந்திருக்கும்?

சுதீர் சினேகா திருமண அழைப்பிதழை பரத் விசிறிபோலப் பிரித்து பட்பட்டென்று தரையில் அடித்தான். அவள் அதை அவனிடமிருந்து லாவகமாக வாங்கிப் பார்த்தாள். தங்க நிறத்தில் வார்த்தைகள் பளிச்சிட்டன. சனிக்கிழமை பதினோரு மணிக்கு மெஹந்தி சடங்கு என்று இருந்தது. வெட்டிங் கௌன் அணிய ஸ்வீடன் நாட்டுப் பெண்களுக்கு மோகம் ஏற்பட்டது போல, ஜே.என்.யூவில் படித்த சினேகாவுக்கு மருதோன்றியில் சிவந்த கைகளுடன் மணப்பெண் கோலம் பூண ஆசை வந்திருக்கும் என்று சகுந்தலா சிரித்துக்கொண்டாள். பீரோவைத் திறந்து கல்யாணத்துக்கு அணிந்துகொள்ளும் படியாக ஏதேனும் உருப்படியான உடை இருக்கிறதா என்று ஆராய்ந்தாள். முதல் நாளைக்கு சூடிதார் செட் ஒன்றை எடுத்து வைத்தாள். மைசூருக்கு அலுவலாகச் சென்றிருந்தபோது ராஜா வாங்கி வந்திருந்த மைசூர் க்ரேப் ஸில்க் புடைவை இருந்தது மறுநாள் கட்ட. அரக்கு நிறத்தில் சின்ன மாங்காய் ஜரிகை பார்டருடன். அதை அணிந்து அவன் எதிரில் நின்றபோது, “தேவதைபோல இருக்கே” என்று அவன் பாராட்டி அணைத்து முத்தமிட்டது நினைவுக்கு வந்தது. புடைவையைத் தன்மேல் போர்த்திக்கொண்டு பரத்திடம் அபிப்பிராயம் கேட்டாள். “அம்மா அழகாயிருக்கேனாடா?” அவன் அவள் கழுத்தை அணைத்து கன்னத்தில் முத்தமிட்டான்.

சமேலியின் சமையல் அன்று வழக்கத்தைவிட ருசியாக இருந்தது. ரசித்து ஒரு பிடி பிடித்ததில் இரவு தூங்காத தூக்கம் வரும்போல் இருந்தது. படுப்பதற்கு முன் அவள் சமேலியிடம் சொன்னாள், “சமேலி, எனக்கு நினைவுபடுத்து, இன்னிக்கு அந்த ராபின்சன் வீட்டிற்குப் போகணும். நீ பரத்தைப் பார்த்துக்கோ,

நா போயிட்டு வரேன். இப்பக் கொஞ்சம் படுக்கணும் எனக்கு. நேத்து ராத்திரி சரியாத் தூங்கல்லே."

"அச்சா தீதீ!" என்றாள் சமேலி. டாரத்தியைப் பார்க்க ஒரு ரோஜாக் கொத்து வாங்கிச் செல்ல வேண்டும். காலனி வாசலிலேயே கிடைக்கும் என்று நினைத்தபடி படுத்தாள். அதிசயமாகக் கனவற்ற நித்திரையில் ஆழ்ந்திருக்கையில், "தீதீ, தீதீ!" என்று சமேலியின் குரல் உலுக்கி எழுப்பிற்று. கண்ணைத் திறந்து இலேசான எரிச்சலுடன், "என்ன சமேலி நல்லத் தூக்கத்தைக் கெடுத்தே" என்றாள்.

"ஸாரி தீதீ" என்றாள் சமேலி தயங்கியபடி. "அந்த மேடம் இறந்துட்டாங்களாம்."

சகுந்தலா விருட்டென்று எழுந்து உட்கார்ந்தாள். "என்னது? யார் சொன்னது உனக்கு? இப்பத்தானே பத்து நாள் முந்தி அவங்களைப் பார்த்தேன்?"

"சௌக்கீதார் சொன்னான் தீதீ. இன்னிக்கு விடியற்காலத்திலே செத்துப்போச்சாம்."

"அடப் பாவமே!" சந்தேகம் நிழலாடும் டாரத்தியின் விழிகள் ஞாபகத்திற்கு வந்தன. நர்சுன்னா வயசான பொம்பளைங்க கிடைக்கமாட்டாங்களா என்று சற்றுமுன் கிசுகிசுத்ததுபோல் இருந்தது. மரணத்தின் வாசலில் நின்றிருந்தவளுக்குள் இருந்த பாமரத் தவிப்புப் பரிதாபமாக இருந்தது.

"வேலை முடிஞ்சதும் நா பால்கனியிலே போய் நின்னேன். ராபின்சன் வீட்டு பால்கனியிலே நிறையப் பேர் இருந்ததுபோல இருந்தது. சந்தேகம் வந்து சௌக்கீதாரைக் கூப்பிட்டுக் கேட்டேன்."

சகுந்தலா எழுந்தாள்.

"நா போய் ராபின்சனை துக்கம் விசாரிக்கப் போகணும் சமேலி."

"ஆமாம், கிளம்புங்க. அவங்க கிருஸ்துவங்க இல்லே? அடக்கம் பண்ணுவாங்களாம். அஞ்சு மணிக்குக் கிளம்பப் போறாங்களாம்."

முகத்தைக் கழுவி தலையைச் சீவிக்கொண்டு அவள் கிளம்பியபோது, “துக்கம் விசாரிக்கக் கலர் உடுப்போடவா போவாங்க?” என்றாள் சமேலி. தயாராக வெள்ளை சூடிதார் செட் வைத்திருந்தாள். “அவங்க தமிழங்க. கலர் உடுத்தினா பரவாயில்லே” என்று முணுமுணுத்தபடி சகுந்தலா வெள்ளை உடுப்பை அணிந்துகொண்டு புறப்பட்டாள். வெள்ளை நிறம் ராபின்சன் மனத்துக்கு இதத்தைத் தரலாம். டாரத்தி இத்தனை விரைவாக இறந்துபோவாள் என்று சத்தியமாக அன்று அவளுக்குத் தோன்றவில்லை. பலவீனமாகத் தெரிந்தாளே தவிரத் தெளிவாகப் பேசினாள். அவளிடம் வாக்குக் கொடுத்திருந்தபடி இன்னொருமுறை அவளைப் போய்ப் பார்த்துவிட்டு வந்திருக்கலாம்.

ராபின்சன் வீட்டில் தமிழர், வட இந்தியர் என்ற கலப்படமான கூட்டம், முக்காலும் இந்தக் காலனியைச் சேர்ந்தவர்கள் - இருந்தது. ராபின்சனின் அருகில் அவள் சென்று, “ரொம்ப ஸாரி, அவங்க இவ்வளவு சீக்கிரம் இறந்தது அநியாயமா இருக்கு” என்றபோது ராபின்சன் அவள் எதிர்பாராமல் அவள் கைகளைப் பற்றி குலுங்கக் குலுங்க அழுதார்.

“அநியாயம்மா, நாற்பதுகூட ஆகல்லே. நேத்து ராத்திரி மாரடைப்பு வந்துடுச்சு. டாக்டரைக் கூப்பிடரதுக்குள்ளே போயிட்டா.” அவருடைய உறவினர்கள் யாரோ வந்திருந்தது போலிருந்தது.

“குழந்தை கணக்கா அவளுக்கு எல்லாத்துமேலயும் ஆசை. வாழணும்னு ரொம்பத் தீவிர ஆசை இருந்துச்சு அவளுக்கு.”

குளிர்பதனப் பெட்டிக்குள் உடலை வைத்திருந்தார்கள். கண்ணாடி வழியாகத் தெரிந்த அந்த அப்பாவிப் பிறவிக்கு அமைதி கிடைத்ததுபோல முகம் சாந்தமாக இருந்தது. சகுந்தலா கண்களைத் துழாவிப் பார்த்தாள். அந்த நர்ஸைக் காணோம்.

“உங்களுக்கு என்னாலே செலவு செலவுன்னு மாஞ்சுபோவா. நர்ஸ் வேண்டாம் அனுப்பிடுங்கன்னு பிடிவாதமா சண்டை பிடிச்சா. சரின்னு இரண்டு நாள் முன்னால அனுப்பிட்டேன்.”

அந்த முகத்தின் சாந்தத்திற்கு அதுதான் காரணம். இனி நீ எக்கேடு கெட்டுப்போகலாம் என்பதுபோல - சகுந்தலாவுக்குத் திடீரென்று அம்மாவின் ஞாபகம் வந்தது. அம்மாவின் மனக்கஷ்டம் டாரத்தி பட்டிருக்கமாட்டாள். ஆனால் அடிப்படையில் இருவரும் ஒரே உணர்வுநிலையைக் கொண்டவர்களாகத் தோன்றிற்று. பாதுகாப்பின்மையே அவர்களது பயத்தின் ஆதாரம். நிராகரிக்கப்பட்ட உணர்வே அவர்களது கோபத்தின் காரணம்.

அம்மா அப்படி செத்துப் போயிருக்காவிட்டால் தன்னுடைய வாழ்க்கையே வித்தியாசமாக இருந்திருக்கும் என்று சகுந்தலா நினைத்துக்கொண்டாள்.

25
அத்தியாயம்

உள்ளே அப்பாவும், அம்மாவும் ஏதோ தர்க்கம் செய்து கொண்டிருந்தார்கள். சரளைக் கற்கள் உருளுவதுபோல என்ன வார்த்தைகள் என்று புரியாத அளவுக்கு அடிக்குரலில் பேசுவது அவனுக்கு விநோதமாக இருந்தது. ஆயாசத்தை ஏற்படுத்திற்று. அவர்கள் என்ன பேசுகிறார்கள் என்று தெரிந்துகொள்வதில் அவனுக்கு ஆர்வமில்லை. முன்பெல்லாம் அக்கம்பக்கத்துக்குக் கேட்டுவிடுமோ என்று அவன் பயப்படுவான். அந்த அளவுக்கு அப்பா பெருங்குரலில் சண்டை போடுவார். அம்மா பதிலுக்குக் கத்துவாள். ஆறு கிரவுண்டுக்கு மத்தியில் கட்டப்பட்டிருந்த பெரிய வீடு என்பதால் அவர்களது சண்டை அக்கம்பக்கத்துக்குக் கேட்காது என்று அவர்கள் நினைத்திருக்கலாம். ஆனால் அவனுக்குக் கூசும். டிரைவருக்குக் கேட்கும். சமையல்காரிக்குக் கேட்கும் - வேலைக்காரர்களுக்குக் கேட்கும். அவர்கள் சண்டை போடும்போது தோட்டக்காரன் மாணிக்கம் அலுப்புடன் தலையசைத்துக்கொண்டு ஏதோ முணுமுணுத்தபடி வேலை பார்ப்பதை அவன் கவனித்திருக்கிறான். ஆனால் வேலை பார்ப்பவர்கள் எல்லாம் சம்பளம் வாங்கும் கடனுக்காக வாயை மூடிக்கொண்டு அது

காதிலேயே விழாததுபோல நடந்து கொள்வார்கள். அல்லது கணவன் மனைவி சண்டை போடுவது வீட்டுக்கு வீடு நடப்பதுதான் என்று நினைத்திருப்பார்கள். இப்பொழுது பெரிய குரலில் தர்க்கம்செய்வது குறைந்திருப்பது சிலசமயங்களில் அவனுக்கு வியப்பை ஏற்படுத்துகிறது. அவனிடம் அப்பா முன்பு கோபத்தைக் காண்பிப்பாரே தவிர, பாசத்தைக் காண்பித்ததே இல்லை, ஒரு தகப்பன் மகனிடம் அப்படித்தான் நடந்துகொள்ள வேண்டும் என்று நினைத்தவர்போல. அம்மா அதற்கு சேர்த்து வைத்து அவன்மேல் பாசத்தைப் பொழிவாள். புருஷனிடம் கிடைக்காத பிரியத்துக்கு ஈடுகட்டப் பார்த்தது போல. இப்போது அப்பா அவனைப் பார்க்கும்போது ஒரு மென்மை கண்களில் தெரிகிறது. சாப்பிட்டியா, தூங்கினியா என்று கேட்கையில் குரல் கனிந்துபோகிறது. ஆனால் அம்மாவிடம் இன்னமும் அவர் நெருக்கத்தைக் காண்பிக்கவில்லை. அம்மாவும் அவருக்குப் பழக்க தோஷத்தாலேயே பணிவிடை செய்வது போலிருந்தது. இதைவிட பொருத்தமற்ற ஜோடி இருக்க முடியாது. ஆனாலும் சேர்ந்து வாழ்ந்து கொண்டிருக்கிறார்கள்.

இதைப்பற்றி வெளியில் பேச அவனுக்கு எப்பவுமே கூச்சம். ஒருநாள் அவனுடன் கூடப் பள்ளியில் படித்த கோபாலன், ‘வீட்டிலே நிம்மதியா படிக்கவே முடியறதில்லே. அப்பாவும் அம்மாவும் போடற சண்டையிலே!’ என்று அலுத்துக்கொண்டபோது இது சகஜமானது என்று மற்றவர்கள் ஆமோதித்தார்கள். தியாகு என்ற பையன், தன் வீட்டில் அப்படிப்பட்ட சண்டையைப் பார்த்ததேயில்லை என்று சொன்னபோது, அவன் பொய் சொல்கிறான் அல்லது அது அபூர்வ கேஸ் என்று முடிவு கட்டினார்கள்.

அவன் எழுந்தான். இப்போது பேச்சுக்குரல் அடங்கியிருந்தது. போர் நிறுத்தக் காலமாக இருக்க வேண்டும். அவனுக்குச் சிரிப்பு வந்தது. பல் தேய்த்து முகம் கழுவி நிமிரும்போது எதிர்பாராமல் அன்று சுதாகர் வீட்டில் கண்ட அந்தக் காட்சி நினைவுக்கு வந்தது. அது வெகுநேரத்துக்கு அன்று மனத்தை

உலுக்கிற்று. அவர்கள் எல்லோருடனும் அமர்ந்து ஏதோ ஒரு மூன்றாந்தர சினிமா பார்த்தபோது, இடையிடையில் மீரா அளித்த விமர்சனத்துக்குச் சிரித்தபோது, பிறகு அவர்களுடன் ஓட்டலுக்குச் சென்று சாப்பிடும்போது, அந்தக் காட்சி கூடக்கூட வந்தது. தான் ஒரு குழந்தைக்குப் பவுடர் போடுவது போன்ற பிம்பம் உள்ளே தோன்றும்போதெல்லாம் மனசு விம்மிற்று. ஆர்ப்பரித்தது. காரணம் புரியாமல். அவன் ஊடுருவிப் பார்க்க முனைந்தான். வேறு ஏதாவது நினைவு வருமா என்று. கண்ணாமூச்சி விளையாட்டுப்போலத் தொட்டுவிட்டு அது ஓடிவிட்டது. ஒரு துப்பு துலக்குபவன்போல அதைப் பின்தொடருவது எப்படி என்கிற தவிப்பு அவனை சதா வருத்தியது. மீண்டும் அதே காட்சியைப் பார்த்தால் நினைவுக்கு வருமோ? அதற்கு ஆசைப்படுவது அபத்தம். குழந்தைக்குக் குளிப்பாட்டும் நேரம் பார்த்து எப்படி சுதாகர் வீட்டுக்குச் செல்வது?

காபி குடிக்க அவன் சாப்பாட்டு அறைக்குச் சென்றபோது, அதை அடுத்த ரேழியில் இருந்த ஊஞ்சலில் யாரோ உட்கார்ந்திருந்தார்கள். அம்மா அவருடன் ஏதோ தீவிரமாகப் பேசிக்கொண்டிருந்தாள். அவர்களைத் தவிர்ப்பதற்காக சமையல்கார அம்மா கொடுத்த காபியை வாங்கிக்கொண்டு அவன் ஓசைப்படுத்தாமல் தன் அறைக்குத் திரும்புகையில், வந்தவர் சொல்லிக் கொண்டிருந்தார்.

“எல்லாம் ஆண்டவன் சித்தம்னு வெச்சுக்குங்க. போனமுறை வந்தப்ப அண்ணன் போட்ட சப்தத்தைப் பார்த்து பயந்துபோனேன்... எத்தனைக் கடுமையா என் மகன் செத்தாச்சுன்னாரு.”

“உஷ், மெள்ள பேசுங்கள். அவன் காதிலே விழப்போகுது” என்றாள் அம்மா.

அவன் நின்றான்.

“அண்ணன் இப்ப சமாதானமாயிட்டாங்களா?”

“கோபப்பட வேண்டியவன் அவன். அவனே மறந்துட்டபோது இவருடைய வீம்பு எத்தனை நாளைக்கு இருக்கும்?”

அவன் தன் அறைக்குச் சென்றான்.

சகுந்தலாவை மறந்ததைவிட, இந்தப் புதிர் அவனை அதிகமாகத் துன்புறுத்திற்று. ஏதோ ஒரு தணுத்துப்போன எரிமலையின் மீது உட்கார்ந்தது போல. அது என்று வேண்டுமானாலும் வெடிக்கலாம் என்று அச்சமேற்பட்டது. கோபப்பட வேண்டியவன் அவன். வீட்டை விட்டு வெளியேறும் அளவுக்கு - மகன் செத்தாச்சு என்று சொல்லுமளவுக்கு. அப்பாவா அப்படிச் சொன்னார்? சுத்தமாக நம்ப முடியவில்லை. அவனுக்குச் சுறுசுறுவென்று மண்டையில் ரத்தம் ஏறுவது போலிருந்தது. அவன் தலையைப் பிடித்துக்கொண்டு நாற்காலியில் அமர்ந்தான். செத்திருந்தால் நிம்மதியாக இருந்திருக்கும் என்று தோன்றிற்று. அவன் இறந்துபோன துக்கம் ஒன்றோடு சகுந்தலா சமாதானமாகியிருப்பாள். இப்படி இரண்டுகெட்டான் மறதியுடன், அது விளைவித்த குற்ற உணர்வுடன் அவன் சொச்ச வாழ்வைக் கழித்திருக்க வேண்டியதில்லை.

"என்னடா ராஜா, உடம்பு சரியில்லையா என்ன?"

காமாட்சியின் குரல் கேட்டு, அவன் நிமிர்ந்தான்.

"ஒண்ணுமில்லையே" என்றான்.

"காபி குடிச்சியா?"

"குடிச்சேன்."

"நீ காபி குடிக்க வந்ததியே நா கவனிக்கவில்லை."

"நீங்க யார்கிட்டயோ சுவாரஸ்யமா பேசிக்கிட்டிருந்தீங்க."

காமாட்சி ஒரு விநாடி அவனை உற்றுப் பார்த்தாள். பிறகு தன்னைச் சமாளித்துக்கொண்டு, "நம்ம மணியக்கார் ஜம்புலிங்கம்டா அது. நீ வந்திருக்கேன்னு கேள்விப்பட்டு கிராமத்திலேந்து வந்திருக்காரு. சித்த வர்றியா?"

அவனுக்குத் தூக்கிவாரிப் போட்டது.

"அம்மா, ப்ளீஸ் காலை நேரத்திலே என்னைத் தொந்தரவு செய்யாதீங்க. எனக்கு ஆபீசுக்குத் தயாராகணும்" என்றான் அவன் இலேசான எரிச்சலுடன்.

குடும்ப விஷயத்தையெல்லாம் ஒரு கிராமத்து ஆளுடன் பேசுகிறாள் என்பது மெல்லிய கோபத்தை ஏற்படுத்தியது.

"என்னடா இது. நம்ம குடும்பத்துக்கு எத்தனை வருஷமா பழக்கம். உன்னைப் பாக்கணும்னே வந்திருக்காரு. ரெண்டு நிமிஷம் பார்த்திட்டுப் போயேன்."

அவன் செல்லாவிட்டால் தனக்குத் தோல்வியாக அவள் சங்கடப்படுவாள் என்ற நினைப்புடன் அவன் தயங்குகையில், சமையல்கார அம்மாள் வாயிற்படியில் நின்றிருந்தாள்.

"என்ன வேணும்?" என்று காமாட்சி அவளை அதட்டினாள்.

"மணியக்காரரைச் சாயங்காலமா வரச்சொல்லி அனுப்பிச்சுட்டதா ஐயா சொல்லச் சொன்னாங்க."

"ஓ, சரிதான் நீ போ" என்றாள் காமாட்சி விறைப்புடன்.

"அப்பா வாழ்க!" என்று அவன் சிரித்தான்.

காமாட்சியின் முகம் மாறிற்று. "ஜம்புலிங்கத்தை உக்காத்தி வெச்சுப் பேசினாலே அவருக்குப் பத்திக்கிட்டு வரும். சரி நீ தயாராகு போ."

"அம்மா!" என்றான் அவன்.

"என்ன?"

"அந்த ஆள் சொன்னதை நா கேட்டேன்."

காமாட்சியின் முகத்தில் மெல்லிய கலவரம் படர்ந்தது.

"என்ன கேட்டே?"

"என் மகன் செத்தாச்சுன்னு அப்பா சொல்ற அளவுக்கு என்ன நடந்தது?"

காமாட்சிக்கு உடனடியாகக் கண்களில் நீர் நிறைந்தது. அருகில் வந்து அவன் கன்னத்தை வருடினாள்.

"நா பண்ணின பாவம்டா, உங்கப்பாவுடைய கோபத்தைத் பத்தித் தெரியாதா? நாக்கிலே நரம்பில்லாம வார்த்தை வரும். இப்ப அதெல்லாம்தான் பழங்கதையாப் போச்சே, அதை ஏன் கிளர்றே? அது ஞாபகம் வராததாலே ஒண்ணும் நஷ்டமில்லே. நல்லதுன்னு நினைச்சுக்க. இப்ப காலை வேளையிலே என் மனசைக் கலங்கடிக்காதே ராஜா."

அம்மா அவன் பதிலுக்குக் காத்திராமல் வெளியே சென்றாள். அவன் யோசனையுடன் எழுந்தான். எதற்காகவாக இருந்தாலும் அது ஒரு அசிங்கமான சண்டையாகப் பரிணமித்திருக்க வேண்டும். உறவு முறியும் அளவுக்கு. அது ஒரு அபத்தமான காரணமாகவும் இருந்திருக்கலாம். அம்மா சொல்வதுபோல அதைத் தெரிந்துகொள்வதில் இப்போது அர்த்தமில்லை என்று அவன் உணர்ந்தான். ஆனால் அதற்கும், அதற்குப் பிறகு தில்லியில் தான் வாழ்ந்த வாழ்விற்கும் தொடர்பு இருக்கவேண்டும். கணப்பொழுது ஞாபகச் சிலிர்ப்பில் அறுபட்ட இழைகள் ஒன்று சேரக் கூடும்.

அவன் குளிக்கும்போது டெலிபோன் ஒலித்தது. அவன் அறையிலிருந்த கார்ட்லெஸ் போனை எடுத்து காமாட்சி பேசுவது கேட்டது. அவன் குளிச்சிட்டிருக்கான். அப்புறமா பண்ணுங்க. இப்ப ஆபீஸ்போகிற அவசரத்திலே இருக்கான். அம்மாவின் குரல் சினேகிதமில்லாமல் ஒலித்தது. குளித்து முடித்து அவன் உடையணிந்தபின் அறைக்கு வெளியே வந்து "யாரும்மா போன்?" என்றான்.

"போனா எந்த போன்?" என்றாள் காமாட்சி.

"நான் குளிச்சுக்கிட்டிருக்கேன்னு யார்கிட்டேயோ சொல்லல்லே?"

"ஓ அதுவா?" என்றபடி காமாட்சி அருகில் வந்தாள். "யாரோ மீராவாம்."

"ஓ, ஏன் சொல்லல்லே?"

"மறந்து போச்சு. யாரு அது?"

"என் ஃப்ரண்டோட தங்கச்சி."

"சரிதான்."

காமாட்சியின் கண்களில் சந்தேகம் நிழலாடுவதைக் கண்டு அவன் தனக்குள் சிரித்துக்கொண்டான். அறைக்குச் சென்று சுதாகரின் வீட்டு நம்பரைச் சுழற்றினான். மீராவே எடுத்தாள்.

"ஹலோ! நீங்க ஆபீசுக்கு அவசரமாகக் கிளம்பறதா சொன்னாங்க உங்க அம்மா!"

"யார்கிட்ட எந்த பதிலைச் சொல்லணும்னு எங்கம்மாவுக்குத் தெரியாது" என்றான் அவன். "காலங்கார்த்தாலே கிராமத்திலேந்து ஒரு வழுக்கைத் தலை மணியக்காரர் வந்திருந்தார். அவரைப் பார்க்க நேரமில்லே, ஆபீசுக்குப் போற அவசரத்திலேன்னேன். அம்மா உங்களையும் அவரோடு சேத்துட்டாங்க!"

அவள் பெரிதாகச் சிரித்தாள். "தொந்தரவு பண்ணறவளா என்னை நினைச்சாங்க போல இருந்தது!"

"நா அப்படி நினைச்சாத்தான் நீங்க கவலைப்படணும். என்ன விஷயம் சொல்லுங்க."

"இன்னிக்கு லன்ச் சாப்பிடப் போகலாமா? இன்னிக்குக் கன்னிமரா லைப்ரரிக்குப் போகணும் காலையிலே. அங்கே ஒரு மணி வரைக்கும் இருப்பேன். பக்கத்திலேதானே இருக்கு உங்க ஆபீஸ்? சுதாகரைப் கூப்பிட்டேன், அவன் வேற ஏதோ லன்ச்சுக்குப் போகணுமாம். நீங்க ஃப்ரீயா?"

"ஃப்ரீதான். ஆனா நீங்க அவன் வராததுக்கு பதிலா என்னைக் கூப்பிடறதுதான் உதைக்குது."

அவள் மீண்டும் கிண்கிணிச் சிரிப்பு சிரித்தாள். "சாரி, அப்படியா சொன்னேன்? உங்களுக்காகவே கூப்பிடறேன். வர்றீங்களா?"

"வித் ப்ளெஷர், தாங்க்ஸ்" என்றான் அவன். "ஒண்ணரை மணிக்குள்ளே வந்துருவீங்களா?"

"ஒண்ணேகால்!" என்றாள் அவள். போனைக் கீழே வைத்தபோது அதரங்களில் புன்னகை அமர்ந்திருந்தது. வீட்டில் அம்மா

அப்பாவுடன் அதிகம் பகிர்ந்துகொள்ள முடியாத இறுக்கத்தில் இளமை துள்ளும் மீராவுடன் பேசுவது உற்சாகத்தை ஏற்படுத்தியது. இரண்டு மூன்றுமுறை அவள் கன்னிமரா லைப்ரரிக்கு வந்த சமயத்தில், அலுவலகத்துக்கு வந்து சுதாகருடனும், அவனுடனும் அரட்டை அடித்துவிட்டுப் போவாள். அவள் வரும்போதெல்லாம் புதிய காற்று வீசுவது போல, விடாத மழைக்கு நடுவில் அடிக்கும் பளீர் வெய்யிலைப் போல அவனுக்குத் தோன்றும். அதென்ன உற்சாகம். அதென்ன சிரிப்பு. இன்னும் பத்து நாட்களில் ஊருக்குக் கிளம்பிவிடுவாள் என்று சுதாகர் நேற்று சொன்னான். மெல்லிய ஏமாற்றம் ஏற்பட்டது. மதியத்துக்குச் சாப்பாடு கட்டித் தரவேண்டாம் என்று அம்மாவிடம் சொன்னபோது, வெளியே சாப்பாடா என்றாள் அவள். 'ஆமாம்' என்றான் அவன் சுருக்கமாக, அவள் பார்வையில் நிழலாடிய சந்தேகத்தை கவனிக்காமல்.

அலுவலகத்தில் வேலை விஷயமாக ஏதோ பேச சுதாகர் அவனைப் பார்க்க அவனது கேபினுக்கு வந்திருந்தான். கிளம்பும் முன் ஞாபகம் வந்தவன்போல் கேட்டான்.

"மீரா உன்னை லன்ச்சுக்குக் கூப்பிட்டிருக்காளாமே?"

"ஆமாம்" என்று ராஜா புன்னகைத்தான். "நீ வரல்லேன்னியாம். உனக்குப் பதிலா நான், அவங்களுக்குப் பேச ஆள் தேவைன்னு நினைக்கிறேன்!"

"கரெக்ட்!" என்று சுதாகர் சிரித்தான். "பேசியே நம்பளைக் கொன்னுடுவா!"

"அத்தனை உற்சாகமான பெண்ணை நா பார்த்ததில்லே. அவங்களோட உற்சாகம் தொத்திக்கிற உற்சாகம்."

சுதாகர் ஏதோ யோசனையுடன் தலையசைத்தான். "ஆமாம் அவ ஒரு அதிசயமான பெண்" என்றான். "வெல், ஆல் தி பெஸ்ட்!" என்று புன்னகைத்துவிட்டுச் சென்றான்.

ராஜா அவசரமாக வேலையை முடித்துவிட்டு மீராவுக்காகக் காத்திருந்தான். அவள் சொன்னபடிக்கு ஒன்று அடித்துப்

பதினைந்து நிமிஷத்துக்கு வந்து நின்றாள், பிரகாசமான அகலப் புன்னகையுடன். இன்று ஸ்கர்ட்டும், ப்ளவுசும் அணிந்து சின்னப் பெண்ணைப்போல இருந்தாள்.

“கரெக்டா வந்துட்டீங்களே!” என்று அவன் பாராட்டினான். அவள் சிரித்தாள்.

“வயத்திலே மணி அடிக்குதாக்கும். வாங்க போகலாம்.”

“எங்கே போகலாம்?”

“உங்ககிட்ட வண்டியிருந்தா அதிக சந்தடியில்லாத ஒரு இடத்துக்குப் போகலாம்.”

“இருக்கே, வாங்க.”

அவனுக்குப் பரிச்சயமில்லாத ஒரு புதிய ஓட்டலின் பெயரைச் சொல்லி வழியையும் தெரிவிக்க, பழனி அங்கு அழைத்துச் சென்றான். “உங்களுக்குப் பஞ்சாபி சாப்பாடு பிடிக்குமா?” என்றாள் அவள்.

“பிடிக்கும்” என்றான் ராஜா.

“இங்கே நல்ல அசல் பஞ்சாபி சாப்பாடு கிடைக்கும் - மக்கய்கி ரோட்டி, ஸர்ஸோங்கா ஸாக், டாபா ஸ்டைல்!”

அவன் சலனமில்லாமல், “எதுவாயிருந்தாலும் எனக்கு சரிதான். சாப்பாட்டைவிடப் பேச்சுத்தான் முக்கியம்” என்றான்.

அவள் சிரித்தாள். “நா பேச ஆரம்பிச்சதும் அபிப்பிராயத்தை மாத்திப்பீங்க.”

“அவன் பதில் பேசாமல் புன்னகையுடன் அவளைத் தொடர்ந்தான். எளிமையான உள் அலங்காரத்துடன் ஒரு வீட்டை உணவகமாக மாற்றியிருந்தார்கள். வட இந்திய இளைஞர்கள் சமையற்கட்டில் சமையலில் ஈடுபட்டிருந்தார்கள். உள்ளே அதிகக் கூட்டமில்லை. ஒரு ஒதுக்குப்புறமான மேஜைக்குச் சென்று இருவரும் அமர்ந்தார்கள். அவனுடைய ஒப்புதலையும் கேட்டுக்கொண்டு அவள் சோள ரொட்டிக்கும், கடுகுக்கீரை

மசியலுக்கும், தயிர்ப் பச்சடிக்கும் ஆர்டர் கொடுத்தாள். தாகம் தணிக்க முதலில் வந்த ஜல்ஜீரா பானத்தை சுவைத்தபடி அவள் புன்னகையுடன், 'எப்படியிருக்கீங்க?' என்றாள். அஞ்சு வருஷ ஞாபக நஷ்டத்துக்குப் பழகிட்டீங்களா?"

"பழகிட்டு வரேன்" என்றான் அவன் மெல்ல.

"கொஞ்சம்கூட ஞாபகம் வர்றதில்லையா?"

அவன் சிறிது தயக்கத்திற்குப் பின், "இல்லே" என்றான்.

"எனக்கு அந்த மாதிரி ஒரு மறதி வந்தா சந்தோஷப்படுவேன்!" என்றாள் அவள் மெலிதாகப் புன்னகைத்து.

அவன் திடுக்கிட்டு அவளைப் பார்த்தான். "வாட் டு யூ மீன்?" அவள் முகத்தில் வழக்கமான உற்சாகம் இல்லை. ஆனால் அதரங்களில் புன்னகை மறையவில்லை. அவள் சாதாரணமாகப் பேசும்போது புன்னகையுடனேயே பேசினாள். டிரைவருடன், உணவகத்து பேரருடன் - அவளுடைய அதரங்களின் அமைப்பே அப்படி என்று தோன்றிற்று.

"உங்களைப் பார்த்தா எப்பவும் உற்சாகமாக இருக்கீங்க!"

அவள் சிரித்தாள். "உற்சாகமா இருக்கிறது ஒரு தெரபி!"

"அப்ப நடிக்கிறீங்களா?"

"சேச்சே. நடிப்பு இல்லே அது. பழக்கம்."

"பழக்கப்படுத்திக்கிட்டா உற்சாகம் வரும்ங்கிறீங்க."

"கண்டிப்பா!" என்று அவள் உற்சாகமாகச் சிரித்தாள்.

"பின்னே எதுக்கு இப்ப மறதி வந்தா தேவலேன்னு நினைக்கிறீங்க?"

"குற்ற உணர்வு இல்லாம இருக்கும். உற்சாகம் என்கிற பழக்கம் நிஜமாக மாறும்."

அவன் வியப்புடன் அவளைப் பார்த்தான். மறந்ததாலேயே தனக்குக் குற்ற உணர்வு ஏற்படுவது, இவளுக்குப் புரியாது.

“ஏன் குற்ற உணர்வு?”

“ஏன்னா” என்றாள் அவள் நிதானமாக, புன்னகையுடனேயே. “ரெண்டு வருஷத்துக்கு முந்தி நா ரொம்ப விரும்பிய என் சினேகிதன் காணாம போயிட்டான். அதுக்காக நான் துக்கம் காக்காம எப்படி உற்சாகமா இருக்கலாம்?”

“காணாம போயிட்டானா? அப்படீன்னா?”

“ஒருநாள் வேலைக்குப் போனவன் திரும்பி வரல்லே. எங்கே போனான், அவனுக்கு என்ன ஆச்சு, ஒரு விவரமும் இன்னிவரைத் தெரியல்லே.”

“என்ன வேலை?”

பம்பாயிலே ஒரு பெரிய இங்கிலீஷ் தினசரியின் பெயரைக் குறிப்பிட்டு அதில் அவன் தலைமை நிருபராக இருந்ததாகச் சொன்னாள்.

“ரொம்பத் துணிச்சலா எழுதுவான். அரசியல்வாதிகள் செய்யற தப்பு தெரிஞ்சா கொதறி எடுத்துடுவான். மேனேஜ்மெண்டுடைய சப்போர்ட் அவனுக்கு இருந்தது. ஏன்னா அவனாலே அவங்களுக்கு விளம்பரம். ஒருமுறை அவன் புனே ஃபிலிம் இன்ஸ்டிட்யூட்டைப் பத்தி எழுத வந்தப்பதான் எனக்கும், அவனுக்கும் சினேகமாச்சு.”

“காணாம போனதுக்கு என்ன காரணம்னு நினைக்கிறீங்க?”

“அரசியல்தான் காரணம். வேற என்ன?” ரொம்ப செல்வாக்குள்ள ஒரு தலைவரின் பெயரை அவள் குறிப்பிட்டாள்.

“அவரை அவன் ஆதாரத்தோடு ரொம்பக் கடுமையா அப்பத்தான் அட்டாக் செஞ்சு எழுதியிருந்தான். அதைப் படிச்ச நா கவலைப்பட்டேன். புனேயிலிருந்து போன் பண்ணி ஜாக்கிரதையா இருன்னேன். அந்தக் கட்சிக்கு நிழல், உலக தாதாக்கள் எல்லாம் ரொம்ப நெருக்கம்னேன். நானே பெரிய தாதான்னு அவன் சிரிச்சான். அதுதான் நா கடைசியா அவனோடு பேசினது.”

அவள் புன்னகை மாறாமல் இந்தச் செய்தியைச் சொன்னது ராஜாவுக்கு வினோதமாக இருந்தது.

"போலீஸ் ஒண்ணும் செய்யல்லியா?"

அவள் அழகாக உதட்டைப் பிதுக்கினாள்.

"எஃப்.ஐ.ஆர் ஃபைல் பண்ணினோம். ஏதோ தேடற மாதிரி பாவனை செஞ்சு, கடைசியிலே ஃபைலை க்ளோஸ் பண்ணிட்டாங்க."

"எமர்ஜென்ஸியின்போது இப்படி ஆன ஒரு கேஸ் எனக்குத் தெரியும். இப்பவும் அப்படி நடக்குதா என்ன?"

மீரா வாய்விட்டுச் சிரித்தாள்.

"நீங்க சரியான அப்பாவின்னு நினைக்கிறேன். இப்பல்லாம் எமர்ஜென்ஸி பிரகடனப்படுத்தத் தேவையே இல்லே. ஜனநாயகப் போர்வை போர்த்திக்கிட்டே என்ன வேணா செய்வாங்க. அரசியல் செல்வாக்கோட, போலீஸையும் கைக்குள்ள போட்டுக்கிட்ட பிறகு யாருக்கு பயப்படணும்? இதுக்கெல்லாம் கோபப்படறவங்களைக் கண்டு அவங்களுக்கு பயமில்லே. அவங்களுடைய ஓட்டு வங்கி வேறே."

"என்னாலே நம்ப முடியல்லே மீரா!"

அவள் மீண்டும் சிரித்தாள்.

"ஆனா, இது கதையில்லே, நிஜம்! ஆனா பாருங்க எதுக்கும் எதுவும் ஸ்தம்பிச்சுப் போறதில்லே - உலகம் உருளுது. வாழ்க்கை ஓடுது! ஓடணும், நிக்கக்கூடாது."

அவர்கள் ஆர்டர் செய்தது மேஜைக்கு வந்தது. மக்கய்கி ரோட்டி, ஸர்ஸோங்கா ஸாக்.

அவன் அதையே பார்த்தபடி எங்கோ நழுவும் மனசை அதன்போக்கில் விட்டுவிட்டு அமர்ந்திருந்தான். ரொட்டியை விண்டு கீரையில் அதை முக்கி எடுத்து வாயில் போட்டு

மென்றபோது, ஓர் இரவு ஓர் இளம்பெண்ணின் எதிரில் அமர்ந்து இதேபோல மக்கய்கி ரோட்டி சாப்பிட்ட பிம்பம் எதிரில் நின்றது.

"நா எவ்வளவு பெரிய தத்துவம் சொன்னேன், அதுக்கு சபாஷ் சொல்லமாட்டீங்களா?" என்று மீரா உற்சாகமாகச் சிரித்தாள்.

26

அத்தியாயம்

சினேகாவின் முகமே மாறிவிட்டது. பிஸ்மில்லாகானுடைய ஷெனாய் வாத்தியத்தின் ஒலி நடுக்கூடத்திலிருந்த மியூஸிக் ஸிஸ்டத்திலிருந்து, அந்த பிரும்மாண்ட மாளிகையின் அறைகளிலெல்லாம் சாம்பிராணி புகைபோல சுகந்தமாகத் தவழ்ந்து, வெளித்தாழ்வாரத்துக்குப் பயணித்து, வாயிலில் இருந்த அகண்ட புல்வெளியில் புல்லுக்கு சேதமில்லாத வகையில் நின்று பூத்தோரணம் கட்டிக்கொண்டிருந்த பணி ஆட்களின் செவியில் விழுந்தது. புதிதாக ஒரு மங்கலப்போர்வை போர்த்தி வளாகமே களை கட்டியிருந்தது.

சகுந்தலாவுக்கு ஆச்சரியமாக இருந்தது. சினேகாவின் முகத்தில் இருந்த மாறுதல்களைக் கண்டு. ஜரிகை வேலைப்பாடு செய்யப்பட்ட இளஞ்சிவப்பு ஜார்ஜெட் துணி தலையைப் போர்த்தியிருக்க வெட்கம் கலந்த புன்னகையுடன் மறுதோன்றியிடப்படுவதற்காகக் கைகளை நீட்டியபடி அமர்ந்திருந்தாள். முழங்கைவரை ஒரு கை முடிந்திருந்தது. இடதுகையில் மறுதோன்றி இடும்பெண் வெகு லாவகமாக வரைந்துகொண்டு

போனாள். கொடிகள், மலர்கள், கிளிகள், கண் சொடுக்கும் நேரத்தில் ஆவாகித்தன. வேகமாக, சீரான கோடுகளில் அமர்ந்தன. மறுதோன்றி இடும் பெண்கள் இன்னும் சிலர், வந்திருந்த பெண்களுக்கு இட்டுக் கொண்டிருந்தார்கள். அவளைக் கண்டதும் சினேகா மகிழ்ச்சியுடன், "ஹாய் சக்கு! நீயும் மெஹந்தி வெச்சுக்கோ!" என்றாள்.

சகுந்தலா புன்னகையுடன், "நா வெச்சிண்டதேயில்லே" என்றாள்.

"நானும்தான் வெச்சிண்டதேயில்லே. எல்லாம் ஒரு தமாஷ்தானே, வெச்சுக்கோ!"

சகுந்தலா தயங்கிக்கொண்டு அமர்ந்தாள். அவளுடன் வந்திருந்த சமேலியிடம் பரத்தைப் பார்த்துக்கொள்ளச் சொன்னாள். அந்தச் சூழலே ஒரு வினோத சந்தோஷத்தை அளித்தது. அறையில் பெண்கள் மட்டுமே இருந்ததால் வயது வந்த பெண்கள் தயக்கமில்லாமல் விரச ஜோக் அடித்தார்கள். ஒருவரையொருவர் கிண்டலடித்துக் கொண்டார்கள். "சினேகா இங்கே இல்லை!" என்று ஒரு பெண் பரிகாசமாகக் கத்தினாள். சகுந்தலா நிமிர்ந்து பார்த்தாள். அறை வாயிலில் சுதீர் நின்றிருந்தான். பட்டு அச்கன் ஷர்வானியில், ராஜகுமாரன் போல நின்றான். வாயிலை மறைத்த பெண்ணின் தலைக்கு மேல் எம்பி சுலபமாக சினேகாவைப் பார்த்துச் சிரித்தான். சினேகாவும் சிரித்தாள். அவர்களிடம் ஏற்பட்டிருந்த மாற்றம் சகுந்தலாவுக்குப் புதிராக இருந்தது.

"ஹாய் சக்கு!" என்றான் சுதீர் அவளைப் பார்த்து. மறுதோன்றி இடுவதற்காகக் கையை நீட்டிய நிலையில் சகுந்தலா அவனைத் திரும்பிப் பார்த்து சிரித்தாள்.

"ராஜகுமாரன் மாதிரி இருக்கே!" என்றாள்.

"ராஜகுமாரனாவே ஆயிட்டதா எனக்குத் தோணுகிறது" என்று அவன் சிரித்து, சினேகாவைப் பார்த்து ஒரு முத்தத்தை வீசிவிட்டு அகன்றான். சினேகா கன்னிகழியாத பெண்போல முகம் சிவந்தாள். சித்திகளும், அத்தைகளும், பாட்டிகளும்

ஏகமாய் பரிகாசம் செய்ய ஒரு பெண் டோலக்கைத் தட்டிப் பாட ஆரம்பிக்க, எல்லாரும் சேர்ந்துகொள்ள, பிஸ்மில்லாகானின் ஷெஹனாய் அடங்கிப் போயிற்று.

சினேகாவும், சுதீரும் ஒரு வருஷமாக சேர்ந்து வாழ்வது இவர்களுக்குத் தெரியாமல் இருக்காது. தங்களது வழிக்குக் கடைசியில் அவர்கள் இணங்கி வந்தது இவர்களுக்கு சந்தோஷமளித்திருக்க வேண்டும். அதற்கான கொண்டாட்டமே இது. அவர்களது உறவை சடங்கின் மூலம் புனிதப்படுத்துவதாக இவர்கள் நினைக்கலாம். நாங்கள் எல்லாரும் அந்த பந்தத்துக்கு சாட்சிகள் என்பதுபோல - எந்த இக்கட்டிலும் சாட்சி சொல்ல நாங்கள் இருக்கிறோம் என்பதுபோல.

மறுநாள் ரிஸெப்ஷனுக்கு விவேக் வந்திருந்தான். சகுந்தலாவைப் பார்த்துப் பெரிய புன்னகையுடன் அருகில் வந்தான். அவனை போனில் அடிக்கடி கூப்பிட்டுப் பேசினாலும் நேரில் பார்த்து நாளாகியிருந்தது. இதுவரை அவன் அவளுக்கு எத்தனைப் பக்கபலமாய் இருந்து வந்திருக்கிறான் என்கிற நினைப்பு அவனை நேரில் காணும்போது நெகிழ்ச்சியை அளித்தது.

"ஹாய்! புடவையிலே ரொம்ப அழகா இருக்கே!" என்றான். "இந்த அரக்கு உனக்கு ரொம்பப் பொருத்தமா இருக்கு."

"தாங்க்ஸ்" என்றாள் அவள் மகிழ்ச்சியுடன். "இது ராஜாவுடைய செலக்ஷன். ஒரு தடவை மைசூருக்கு அவன் போகல்லே? அப்ப வாங்கிண்டு வந்தான்."

"ஓ! ராஸ்கலுக்கு அப்ப நல்ல டேஸ்ட்தான்" என்றான் விவேக் லேசாக. பிறகு எதேச்சையாகக் கேட்பதுபோல, "ஏதாவது தகவல் உண்டா?" என்றான்.

"அவன்கிட்டேந்து எனக்கா?" என்றாள் சகுந்தலா. "சான்ஸே இல்லே."

"நினைவு மெல்ல மெல்ல திரும்பலாம்னு டாக்டர் சொன்னார் சக்கு."

"டாக்டர் தெய்வமில்லே" என்றாள் சகுந்தலா மென்மையாக. அவளைவிட விவேக்தான் அதிகமாக ராஜாவின் மறதிக்காக வேதனைபடுவது போல இருந்தது. "நினைவு திரும்பலாம் என்கிறது அவரது ஊகம், நம்பிக்கை. எனக்கு நம்பிக்கை போய் ரொம்ப நாளாச்சு விவேக்."

"ஓ, சக்கு!" என்று விவேக் அவள் தோளை ஆதரவாக அணைத்தான்.

"நா அழமாட்டேன், பயப்படாதே. ஒரு வேடிக்கை தெரியுமோ? அன்னிக்கு நீயும் நானும் அவனை கெஸ்ட் ஹவுஸிலே பார்த்தமே அன்னிக்குதான் எனக்கு துக்கமும், அழுகையும் வந்தது. ரொம்ப அநியாயமா நா ஏமாற்றப்பட்ட மாதிரி கோபம் வந்தது. நாம் திரும்பும்போது நீ சொன்னே, உணர்ச்சிவசப்படாம மூணாம் மனுஷியா யோசிச்சுப் பார்த்தா ராஜாவுடைய பிரச்னை புரியும்னு. தினமும் யோசிச்சுப் பார்க்கும்போது நீ சொன்னது சரிதான்னு தோண ஆரம்பிச்சது."

விவேக் புன்னகையுடன் சொன்னான். "நான் சொன்னதாலே இல்லே. நீயே யோசிச்சு அந்த முடிவுக்கு வந்திருப்பே. நீ ரொம்ப தைர்யசாலி சக்கு."

"அதெல்லாம் ஒரு மண்ணும் இல்லே. சின்ன வயசிலேந்து எனக்கு எதிர்நீச்சல் போட்டே வழக்கமாயிட்டது. விதிக்கு என்னோட விளையாடறதே வேலையாப் போச்சு."

"விதியிலெல்லாம் எனக்கு நம்பிக்கையில்லே!"

"என் வாழ்க்கையிலே நடக்கிற, எனக்கு புரியாத விஷயங்களுக்கு நா விதின்னு பெயர் வெச்சிருக்கேன். ஏன் இப்படி நடந்தது, ஏன் நடக்கிறது, என்ன தப்பு பண்ணேன் இப்படி ஒரு தண்டனை கிடைக்கங்கற கேள்விக்கு பதில் கிடைக்காதபோது அதுக்கு என்ன பெயர் சொல்லுவே?"

"கேள்வி கேக்கறதுதான் தப்பு சக்கு! கேள்வி கேட்டேன்னா விளக்கம் வேணும், விளக்கம் கிடைச்சா காரணம் வேணும்,

பாவம், புண்ணியம், பிராயச்சித்தம்னு நம்ம சமாதானத்துக்காகச் சொல்லலாம். ராஜாவுக்கு ஏற்பட்டது ஒரு மருத்துவ ப்ராப்ளம். அத்தைப் பாட்டி மாதிரி பேசாதே?"

சகுந்தலா சிரித்தாள். "ஆமாம், நீ சொல்றது சரிதான். வரவர நா என் பாட்டி மாதிரி யோசனை பண்றேன்னு நினைக்கிறேன்."

"ஏன், வேலைக்குப் போறியோ இல்லையோ?"

"பின்னே? அதை விட்டுட்டா நானும் பரத்தும், நடுத்தெருவிலே நிக்க வேண்டியதுதான்."

"அந்த சரவணனைக் கொஞ்சம் பயமுறுத்தினா, சில லட்சங்கள் உனக்கு ஒதுக்கி வைக்கலாம்."

"சே, அப்படிப்பட்ட கேவலத்துக்கு நா இறங்கமாட்டேன். பயமுறுத்தணும்னா, ராஜா சென்னைக்குக் கிளம்பறதுக்கு முந்தியே பயமுறுத்தியிருக்கலாம். அன்னிக்கு பர்ஃபெக்ட் லீனாக இருந்தது. உனக்கு நினைவு இருக்கா, அன்னிக்கு என்னைப் பார்க்கவே ராஜா கூச்சப்பட்டான். நா என்னவோ இன்னொருத்தனுடைய மனைவி மாதிரி. துஷ்யந்தன் அப்படித்தான் சகுந்தலை குழந்தையோட நின்னப்ப நினைச்சானாம்."

"சக்கு, ப்ளீஸ், மகாபாரத காலத்திலேயே நிக்காதே!"

அவள் சிரித்தாள். "மனுஷனுடைய கதை ஏற்கனவே சொல்லப்பட்ட கதை விவேக், எதுவுமே புதுசா நடக்கல்லே."

"தாங்க்யூ பாட்டி" என்று விவேக் கைகூப்பினான். "நான் நிகழ்காலத்தில் வசிப்பவன்."

எதிர்த்தாற்போல் இருந்த புல் தரையில் சமேலி பரத்துக்கு விளையாட்டுக் காட்டியபடி அமர்ந்திருந்தாள். அவள் 'ஆஜா ஆஜா' என்று கையசைத்துக் காட்ட, பரத் சிரித்தபடி அவளருகில் ஓடி வந்தான். அவள் கையுடன் கொண்டுவந்திருந்த அவனது உணவை கொடுத்துக் கொண்டிருந்தாள்.

விவேக் வியப்பும், சந்தோஷமுமாய் பார்த்தான்.

“அட, பரத் நடக்க ஆரம்பிச்சாச்சா?”

“ஆமாம்” என்றாள் சகுந்தலா பெருமையுடன். “ஒரு வாரமா. எனக்கென்னவோ இதுவரை எந்தக் குழந்தையும் செய்யாத சாகஸத்தை அவன் செய்யற மாதிரி இருக்கு.”

விவேக் சிரித்தான். “எல்லா அம்மா அப்பாக்களும் அப்படித்தான் நினைப்பாங்க.”

சற்றுநேரம் இருவரும் ஏதும் பேசவில்லை. பரத்தைப் பார்த்தபடி நின்றார்கள்.

“விவேக், நா ஒரு கேள்வி கேக்கலாமா?”

“கேளேன்.”

“நீ ஏன் சிங்கிளாவே இருக்கே?”

“எனக்குப் பிடிச்ச மாதிரி யாரும் கிடைக்கல்லே.”

“எத்தனை பேரோடப் பழகறே, யாருமேவா பிடிக்கல்லே?”

அவன் உதட்டைப் பிதுக்கினான். “லைஃப் பார்ட்னரா இருக்கும்படியாக எனக்கு யாரும் கிடைக்கல்லே. எனக்குள்ள இருக்கிற குறையா இருக்கலாம் அது.”

அவள் விளையாட்டாகச் சிரித்தாள். “நா தேடறேன். சொல்லு உனக்கு எப்படி இருக்கணும்?”

“சுமாரா உன்னை மாதிரின்னு வெச்சுக்கயேன்!”

அவள் புருவத்தை உயர்த்தி சிரித்தாள். “கஷ்டம்! என்னை மாதிரி இன்னொரு பேக்கு கிடைக்கமாட்டா!”

அவன் தோளைக் குலுக்கி உதட்டை சுழித்து, “அப்ப கஷ்டம்தான். இப்படியே இருந்துட்டுப் போறேன் போ. ஐ ஆம் ஹாப்பி!”

இருவரும் சிரித்தார்கள். யாரோ ஒருத்தர் வந்து, “கானா தயார் ஹை, ஆயியே!” என்று அழைத்தார். இருவரும் பஃபே சாப்பாட்டுக்குச் சென்றார்கள். ஷெஹனாய் வாத்தியம் மெலிதாகப்

பின்னணியில் கேட்டுக்கொண்டிருந்தது. அங்கு பரத்தப்பட்டிருந்த சாப்பாட்டு வகைகளைப் பார்த்து அவள் அசந்துபோனாள்.

"ஆறு மாசத்துக்கு முந்தி நினைச்சிருப்பியா விவேக், சுதீர் இப்படிக் கல்யாணம் செஞ்சுப்பான்னு!"

"எல்லார் சித்தாந்தமும் ஆடிப்போச்சு, உனக்கு ஏற்பட்ட அனுபவத்திலே!"

"உன்னுடையதுமா?"

அவன் இல்லை என்பதுபோலத் தலையசைத்தான். "என்னைக் கேட்டா இந்தச் சடங்கு தேவையில்லேம்பேன். ஆனா எந்தக் காலகட்டத்திலேயும் இது தப்பு, அதுதான் சரின்னு எப்படி சொல்ல முடியும்? நீ சேர்ந்து வாழப்போற நபருடைய கருத்துக்கும் நீ மதிப்பு கொடுக்கணும். சினேகா பயந்ததாலே சுதீர் ஒப்புக்கொண்டான்."

"இதையெல்லாம் அவனே இப்ப ரசிக்கிற மாதிரி இருக்கு" என்று சகுந்தலா சிரித்தாள்.

"பின்னே? இன்னிக்கு ஹீரோ அவன்தான்! நீயும், ராஜாவும் இப்படிக் கல்யாணம் பண்ணிண்டிருந்தா, இந்த ஷெஹனாய் வாத்தியத்தை அவன் கேட்கும்போது ஞாபகம் வந்திருக்கும். டாக்டர் சொன்னார், சிலசமயம் சங்கீதம் ஞாபக அலைகளை எழுப்பும்னு!"

"நடக்காததைப்பத்தி இப்ப என்ன பேச்சு" என்றாள் அவள் திடீர் அலுப்புடன்.

"ஸாரி" என்றான் விவேக். அவன் ஏதோ சொல்லத் தயங்குபவன் போலிருந்தது.

"ஏதாவது கேள்விப்பட்டியா அவனைப்பத்தி?" என்றாள் அவள். குரல் அவள் அடக்கப்பார்த்தும் படபடத்தது.

"உனக்குக் குல்ஃபி வேணுமா, ஐஸ்க்ரீம் வித் ஹாட் ஜிலேபி வேணுமா?" என்றான் அவன்.

"குல்ஃபி" என்றாள் அவள்.

"குட்! எனக்கும் அதுதான் வேணும். நா கொண்டு வரேன் இரு" என்றுவிட்டு அவன் விரைந்தான். மார்பு ஏன் படபடக்கிறது என்று புரியாமல் அவள் காத்திருந்தாள். அவன் இரண்டு ப்ளேட்களில் குல்ஃபியும், ஸ்பூனுமாக வந்தான். "ஏதாவது விஷயமிருந்தா இப்பச் சொல்லாதே" என்றாள் அவள். "சமேலிக்கு சாப்பாடு கொண்டுபோய் கொடுக்கணும். இந்தக் குல்ஃபி ஒழுங்கா உள்ளே போகணும்."

அவன் மென்மையாகச் சிரித்தான்.

"பூகம்பத்தை ஏற்படுத்தப்போற விஷயம் எதுவுமில்லே."

"எதுவானாலும்."

அவள் நிதானமாக குல்ஃபியை ரசித்துச் சாப்பிட்டாள். பட்டும், வைரமுமாக மின்னும் உயர்மட்ட நவநாகரிகக் கும்பலில்தான் ஒரு பரதேசியைப்போல நிற்பதாகத் தோன்றிற்று. சினேகா இத்தனைப் பணக்கார குடும்பத்தைச் சேர்ந்தவள் என்று அவளுக்குத் தெரியாது. ராஜாவின் குடும்பத்தைப் பற்றியே அவளுக்குத் தெரியாது. அவனுடைய பெற்றோர்கள் பெரும் பணக்காரர்களாக இருக்கலாம். அவர்கள் கண்ணுக்கு அவள் பரதேசியைப் போலத் தோற்றமளித்திருக்க வேண்டும். அதனால்தான் அத்தனை சுலபமாக அவளைக் கடாசிவிட்டுப் போக முடிந்தது. அவள் குல்ஃபியை முடித்துவிட்டு, "சமேலிக்கு சாப்பாடு எடுத்து வரேன், நீ புல்வெளிக்குப் போ" என்று விவேக்கிடம் சொல்லிவிட்டு, சமேலிக்கு அவள் சாப்பிட்டிருக்க முடியாத பதார்த்தங்களை ப்ளேட்டில் அடுக்கிக்கொண்டு போனாள். விவேக் பரத்திடம் விளையாடிக் கொண்டிருந்தான். சமேலி விரிந்த விழிகளுடன், "இவ்வளவா!" என்று கூவியபடி சாப்பாட்டை வாங்கிக்கொண்டாள். "நீ சாப்பிடு சமேலி, அப்புறம் ஐஸ்க்ரீம் கொண்டுவந்து தரேன்" என்றுவிட்டு, விவேக்கிடம் "நாம கொஞ்சம் நடந்துட்டு வரலாம் வா" என்றாள். விவேக் பரத்தைத் தூக்கிக்கொள்ள இருவரும் நடந்தார்கள்.

"இப்பச் சொல்லு!"

"ஒண்ணும் பெரிய விஷயமில்லே சக்கு. எனக்குத் தெரிஞ்ச மதராசிப் பையன் ஒருத்தன் இங்கே இருக்கான். அவன் ராஜாவைப் பார்த்திருக்கான். அவனுக்கு ராஜாவுடைய ப்ராப்ளம் தெரியும். அவன் ஒரு கல்யாணத்துக்காக சென்னைக்குப் போயிருந்தான். ராஜாவும், அவனுடைய அப்பாவும், அம்மாவும் கல்யாணத்துக்கு வந்திருந்தார்களாம். ராஜாவுக்குத் தன்னை அடையாளம் தெரியாதுன்னு இவன் போய் பேசல்லே. ராஜாவுக்கு ஏதோ கல்யாணப் பேச்சு நடந்தாப்பலே இருந்ததுன்னான்."

அவன் சற்று நிறுத்தினான், அவள் ஜீரணித்துக்கொள்ளக் காத்திருந்தவன் போல. இதயம் வெகுவேகமாக அடித்துக்கொள்வதைத் தடுக்கமுடியாத பலவீனத்துடன் அவள் நின்றாள். செவி மடல்கள் சூடேற, மேல் உதட்டில் வியர்வை அரும்பு கட்ட அவள் கேட்டாள்.

"அப்புறம், வேற என்ன சொன்னான்."

"பேச்சு ஒண்ணும் முடிவடையல்லே போலிருக்குன்னான். பெண் வீட்டுக்காரங்க ரொம்ப பணக்காரர்கள், ராஜாவுடைய அம்மாவும் அப்பாவும் ரொம்ப ஆர்வமா இருக்கிற மாதிரி பேசிக்கொண்டதாகச் சொன்னான்."

"ராஜா? அவன் என்ன சொன்னான்?" அவள் குரலிலிருந்த நடுக்கத்தைக் கண்டு, விவேக், அவள் தோளை அணைத்து, "ரிலாக்ஸ் சக்கு, ராஜா எதுவும் பதில் சொல்லல்லே போலேயிருக்கு. அதனாலேதான் பேச்சு ஒண்ணும் முடிவாகல்லே" என்றான்.

"நா உனக்குச் சொல்ல வேண்டாம்னு நினைச்சேன். நீயே அன்னிக்கு சொன்னே, அவனுக்கு அவர்கள் கல்யாணம் செய்து வைக்க முயன்றால் நீ ஆச்சரியப் படமாட்டேன்னு சொன்னே. தைரியசாலி மாதிரி பேசறே, நிச்சயமில்லாத ஒரு சேதிக்குக்கூட எப்படி கலங்கறே பாரு."

அவள் பதிலே பேசாமல் சில விநாடிகள் நின்றாள். தன் உணர்ச்சிகளை மறைத்துக்கொள்ள, "நா சமேலிக்கு ஐஸ்க்ரீம்

கொண்டுவந்து தரேன்" என்று அவள் நகர்ந்தாள். ஒரு ஜடத்தனத்துடன் இனிப்பு வழங்கும் இடத்திற்குச் சென்று ஐஸ்க்ரீமும், சூடான ஜிலேபியும் வாங்கிக்கொண்டு நன்றியும் ஆவலுமாக நீண்ட சமேலியின் கரங்களில் வைத்து 'சாப்பிடு' என்று புன்னகைத்தாள்.

விவேக்கைச் சென்று அடைந்தபோது மார்பின் படபடப்பு அடங்கியிருந்தது.

"ஆர் யூ ஓ.கே?" என்றான் அவன்.

"ஃபைன்!" என்று அவள் சிரித்தாள்.

"நா எதுக்காக இந்த விஷயத்தை உனக்குச் சொன்னேன்னா, நீ இதுக்கெல்லாம் உன்னைத் தயார்படுத்திக் கொள்ளணும் என்கிறதுக்காக" என்றான் அவன் மிருதுவாக.

"எனக்குப் புரிகிறது" என்றாள் அவள் நிதானமாக. "அவனுக்குக் கல்யாணம் நடந்தாலும், சட்டப்படி அவனை நா சேலஞ்சு செய்ய முடியாதுன்னும் எனக்குத் தெரியும்."

"அதுக்கெல்லாம் துணிஞ்சுதான் இந்த உறவுக்கு நீ சம்மதிச்சிருப்பே சக்கு!"

"உண்மைதான்."

"அதனாலே நிதானமா, யோசித்து எதிர்காலத்தைப் ப்ளான் பண்ணு. ராஜா உனக்கு மோசம் செஞ்சுட்டுப் போயிட்டதா நீ நினைக்கக்கூடாது."

"நா நினைக்கல்லே."

"குட்! எப்படி வந்தே நீ இங்கே? உன் காரிலேயா?"

"இல்லே, சினேகா கார் அனுப்பியிருந்தா."

"அப்ப நா டிராப் செய்யறேன் வா. சினேகாவுக்கு நா தகவல் சொல்லிடறேன்."

அவள் நிம்மதியுடன் அவனுடன் கிளம்பினாள். பரத் தூங்கிவிட்டிருந்தான். வழி நெடுக விவேக் அவளுக்கு

சமாதானமாக பேசிக்கொண்டு வந்தான். நான் உனக்கு ஒரு நண்பன் இருக்கிறேன் என்று தைரியம் சொல்வது போல.

“ரொம்பக் குறைவான பேருக்குதான் வாழ்க்கை ஒரே சீராகப்போகும். எத்தனைக் குடும்பங்கள்லே நம்ப முடியாத நிகழ்வுகள் ஏற்படுகிறதுன்னு நமக்குத் தெரிய வரதில்லே. உனக்கு ஏற்பட்டதுபோல நம்ம புத்திக்கு உட்பட்டு எதுவுமே செய்யமுடியாத இக்கட்டுகள் ஏற்படுகிறது. எங்க மாமாவுக்கு ஒரே பிள்ளை. மரீன் இன்ஜினியரிங் படிச்சு ஒரு கப்பல் கம்பெனியிலே வேலைக்கு சேர்ந்தான். இருபத்தி மூணு வயசு. சூதுவாது தெரியாத குழந்தை. கப்பல்லே போனவன் வீட்டுக்கே வரல்லே. கப்பலே காணாம போயிட்டது. ரொம்ப நாள், ரொம்ப வருஷம் எங்க மாமா அவன் வருவான்னு எதிர்பார்த்திருந்தார் பாவம். இதெல்லாம் ஏன் நடக்கிறது? சிலபேருக்கு மட்டும் ஏன் நடக்கிறது? இதுக்கெல்லாம் பதில் இல்லை. என்னைக் கேட்டா பதிலைத் தேடிப் போகக்கூடாது. இப்படித்தான் என் சித்தியுடைய சினேகிதி. ஜே.என்.யூவிலே படிச்சிட்டிருந்தா. காலேஜ்லே சஞ்சிகை ஒண்ணு வெளியிடுவா. அப்ப எமர்ஜென்ஸி சமயம், இவ காரசாரமா அரசாங்கத்தை அட்டாக் பண்ணி எழுதினா. மறுநாளைக்கு என் சித்தி வீட்டுக்கு சாப்பிட வரேன்னு சொன்னவ வரவேயில்லே. காணாம போயிட்டா. கடத்திட்டு போனாங்களா, கொலை செய்யப்பட்டாளா ஒண்ணும் தெரியவரல்லே. அவளுடைய அம்மா ரொம்ப பூஜை செய்கிறவர் பாவம். எனக்கு ஏன் இப்படி நடந்ததுன்னு அழுவாராம்.”

விவேக்கின் பேச்சு இதமாக வருடுவதுபோல இருந்தது. சகுந்தலா பதிலே பேசாமல் அமர்ந்திருந்தாள். பின்சீட்டில் சமேலியும், பரத்தும் தூங்கிப் போயிருந்தார்கள்.

“என்னுடைய தாத்தா ஒரு வேதாந்தி” என்று விவேக் தொடர்ந்தான். “எல்லா உறவும் - தகப்பன் பிள்ளை, அம்மா பெண் உறவுகூட ஒரு விபத்துன்னு சொல்வார். எங்கேயாவது ஒரு உயிர் பிறக்கணும். அதுக்கு ஒரு இடம் தேவை. தகப்பனோட

பிள்ளை, அம்மாவுடைய பெண், மனைவியோட புருஷன் என்கிற உறவுநிலையை விட, மனுஷனா, மனுஷியா வாழறதுதான் முக்கியம்னு சொல்வார். இதை நாம் புரிஞ்சுக்கிட்டம்னா, இப்படிப்பட்ட இக்கட்டுகள்லே தடுமாற்றம் ஏற்படாதுன்னு சொல்வார்."

சகுந்தலாவின் வீட்டுக்கு முன்பு, அவன் வண்டியை நிறுத்தினதும், "தாங்க்ஸ் விவேக், உன் உபதேசத்தை நினைவு வெச்சுக்கறேன்" என்று அவள் புன்னகைத்தாள்.

அவர்கள் லிஃப்டுக்குள் ஏறும்வரை கவனித்துக் கொண்டிருந்துவிட்டு அவன் கிளம்பினான். ஒரு பஞ்சாபி ரெஸ்டாரெண்டில் ஒரு இளம் பெண்ணுடன் ராஜா மக்கய்கி ரோட்டி சாப்பிட்டுக் கொண்டிருந்ததையும், சென்னைக்குச் சென்றவன் பார்த்தான் என்று அவளிடம் சொல்லியிருந்தால் அவள் தாங்கியிருக்க மாட்டாள் என்று நினைத்துக்கொண்டான். ராஜா வேலை செய்யும் அலுவலகத்தின் விலாசத்தைக் கொடுப்பதாக அவன் சொன்னது நினைவுக்கு வந்தது. நாளைக்கு முதல் வேலையாக அவனுக்கு போன் செய்து வாங்கிக்கொள்ள வேண்டும் என்று நினைத்துக் கொண்டான்.

27

அத்தியாயம்

“உங்கிட்ட கொஞ்சம் பேசணும்” என்றான் சுதாகர் அலுவலகத்து லிஃப்ட்டில் சந்தித்தபோது. “இன்னிக்கு எப்ப உனக்கு நேரம் கிடைக்கும்?”

“பகல் முழுவதும் எனக்கு மீட்டிங் இருக்கு” என்றான் ராஜா. லன்ச்சும் வெளியிலே. சாயங்காலம் பீச்சுப்பக்கம் போகலாமா?”

“ஃபைன்” என்றான் சுதாகர். மாலை ராஜாவின் அறைக்கு வந்து அழைத்துக்கொண்டு போவதாகச் சொல்லிவிட்டு அவன் விரைந்தபோது, அவன் எதைப் பேச விரும்புகிறான் என்கிற யோசனையுடன் ராஜா தன் அறைக்குச் சென்று அமர்ந்துகொண்டான். அறைக்குச் சென்ற சில நிமிடங்களிலேயே மீட்டிங்கிற்குச் செல்ல வேண்டியிருந்ததால் அதைப்பற்றின யோசனை விலகிக்கொண்டது. மற்ற மாநிலங்களிலிருந்து, பல நிறுவனங்களிலிருந்து வந்திருந்த கார்ப்பரேட் தலைவர்களின் கூட்டம் அது. கூட்டம் நடக்கவிருந்த கன்னிமரா ஹோட்டலுக்கு அவன் சென்றபோது, ஏற்கனவே பலர் அங்கு வந்திருந்தார்கள். அவன் உள்ளே நுழைந்து எல்லாரிடமும் தன்னை அறிமுகம் செய்துகொண்டு கை குலுக்கினான். கடைசியாக

அவன் கை குலுக்கிய நபர் அகலமாகப் புன்னகைத்தார். "நாம் ஏற்கனவே அறிமுகமானவர்கள்" என்றார்.

அவனுக்கு லேசாகத் தடுமாற்றம் ஏற்பட்டது.

"ஸாரி" என்றான் அவன். "அது கடந்த ஐந்து ஆண்டுகளில் ஏற்பட்ட அறிமுகம் என்றால் எனக்கு ஒரு பிரச்னை இருக்கிறது."

"அதுவும் எனக்குத் தெரியும்" என்று அவர் புன்னகைத்தார். "தில்லியில் ஏஸர் கம்பெனியில் வேலை பார்த்தாய். நான் அதன் மார்க்கெட்டிங் மானேஜர், ராஜீவ் சுக்லா."

"ஓ, அப்படியா" என்றபோது ஒரு இயலாமை அவனை ஆட்கொண்டது.

"மறந்தவை எல்லாம் இப்பவும் கொஞ்சம்கூட நினைவுக்கு வருவதில்லையா?"

சிதறல்களாக பிம்பங்கள் மனத்திரையில் நிழலாடி அகன்றன. ஒரு கிருஷ்ண விக்ரகம் டாட்டா என்றது. 'இல்லை' என்றபோது அவருக்கு சகுந்தலாவைப் பற்றித் தெரிந்திருக்கலாம் என்று தோன்றிற்று. அவராகவே அதைப்பற்றிப் பேசலாம் என்று எதிர்பார்த்தான்.

"ரொம்ப விசித்திரமான கேஸ் இல்லை?" என்றார் ராஜீவ்.

என்ன செய்வது என்பதுபோல ராஜா தோளைக் குலுக்கினான்.

"அந்தக் கம்பெனியில் உனக்கு நல்ல எதிர்காலம் இருந்தது" என்றார் ராஜீவ். "நீ பயந்துகொண்டு ஓடி வந்து விட்டாய்."

"ஓரளவுக்கு அது உண்மைதான்" என்று ராஜா ஒப்புக்கொண்டான். "அந்த சமயத்தில் ரொம்ப அரண்டு போய் விட்டேன்."

"யூ நோ ஸம்திங்?" என்றார் ராஜீவ்.

"நீ அங்கேயே இருந்திருக்க வேண்டும். மெல்ல மெல்ல பழைய நினைவு வந்திருக்கும். ஒரு புதிய ப்ராஜெக்டை நீ திட்டமிட ஆரம்பித்திருந்தாய். மிக நல்ல திட்டம் என்று ஜிஎம்

ரொம்ப நம்பிக்கையோடு காத்திருந்தார். இரவு பகல் பாராமல் உழைத்தாய். அதுவே உனக்கு அந்த ஹார்ட் அட்டாக்கைக் கொடுத்திருக்கலாம். ஆனால் உன்னுடைய மறதியோடு திட்டமும் இப்பக் காணாமல் போய்விட்டது."

"ஏன்?"

"அது உன் கம்ப்யூட்டரில் உனது ஃபைலில் இருந்தது. உன்னுடைய பாஸ்வர்டு யாருக்கும் தெரியாது. இப்போது உனக்கும் ஞாபகமிருக்காது. ரொம்பப் பெரிய நஷ்டம் என்கிறார் ஜிஎம்."

"ஐ ஆம் ஸாரி" என்றான் அவன், எதற்கு மன்னிப்பு கேட்கிறோம் என்று புரியாமல். சம்பந்தமில்லாமல் வேறு கோணத்தில் சிந்தனை எகிறிற்று. சகுந்தலாவைப் பற்றி ஏதேனும் சேதி தெரியுமா என்று கேட்க நினைத்து சட்டென்று தன்னை சுதாரித்துக்கொண்டான்.

"உன்னுடைய எதிர்காலப் பிளான் என்ன? இங்கேயே இருக்கத் தீர்மானித்துவிட்டாயா?"

"இப்போதைக்கு இங்கேதான். வாழ்க்கை தடுமாற்றமில்லாமல் போகிறது."

"ஆனால் பாவம்" என்று அவர் ஆரம்பித்தார். அவன் காத்திருந்தான். அதற்குள் கூட்டம் ஆரம்பித்து விட்டதற்கான அறிவிப்பு வரவே, "பிறகு பார்ப்போம்" என்று ராஜீவ் சுக்லா நகர்ந்தார்.

அதற்குப் பிறகு, அவருடன் தனியாகப் பேசமுடியாமல் போனது. மதிய உணவுக்குப் பிறகும் கூட்டம் தொடர்ந்தது. அங்கிருந்தே விருந்தினர்கள் விமானத்தைப் பிடிக்கக் கிளம்பினார்கள். ராஜீவ் சுக்லா அவனைத் தேடிக்கொண்டு வந்து தன்னுடைய விசிட்டிங் கார்டைக் கொடுத்தார். "தொடர்பு வைத்துக் கொண்டிரு, நினைவு திரும்பினாலும், திரும்பாவிட்டாலும்" என்றார். "உன்னிடம் அக்கறைக் கொண்டவர்களை நீ ஒரேயடியாய் புறக்கணித்துவிடக் கூடாது."

வேறு எதையாவது மனத்தில் வைத்துக்கொண்டு இவர் பேசுகிறாரோ என்று அவன் சந்தேகப்பட்டான். அவனுடைய

அந்தரங்க விஷயங்களை வெளிப்படையாகப் பேச அவர் தயங்கியதாகத் தோன்றிற்று. அவர் கேட்டிருந்தால், தனக்கு பதில் சொல்லத் தயக்கமிருந்திருக்காது என்று தனக்குள் சொல்லிக்கொண்டான். நீங்கள் சொல்வது சரி. அந்த ஐந்து ஆண்டுகள் என்பது இப்போது ஒரு காணாமல்போன ஃபைல். சிதறல்களாக சில பிம்பங்கள் தோன்றினாலும் அவை என் வாழ்வோடு ஒட்டாதவையாகப் படுபவை. சென்ற ஜென்மத்து ஞாபகம் போல. எப்பொழுதோ பார்த்த சினிமாக் காட்சி போல. இப்போது நான் வாழும் வாழ்க்கையோடு, என் உணர்வுகளோடு சம்பந்தமில்லாமல் எட்டி நின்று என்னை சங்கடப்படுத்துபவை. என்னைக் குற்றவாளி ஆக்குபவை. அந்த சங்கடத்திலிருந்து, அந்தக் குற்ற உணர்விலிருந்து என்னை நான் விடுவித்துக்கொள்ள முயற்சி செய்கிறேன் - நிரந்தரமாக விடுவித்துக்கொள்ள.

அன்று மீராவுடன் அந்தப் பஞ்சாபி உணவகத்தில் சாப்பிடும்போது எதிர்பாராமல் அவனைத் தாக்கிய பிம்பம் அன்று முழுவதும் அவனை அலைக்கழித்தது. ஆனால் அதற்குமேல் அதை ஊடுருவ அவனால் முடியவில்லை. அந்தரங்க உணர்வுகளோடு ஒட்டாமல் அது நழுவிற்று. அந்த நினைவிலிருந்து விடுபடுவதற்காகவே அவன் மீராவுடன் தினமும் எங்காவது செல்லும் வழக்கத்தை ஏற்படுத்திக்கொண்டான். அவள் தெளிந்த உற்சாகத்தில் நனைவது தெம்பை அளித்தது. அத்தனை பெரிய ஏமாற்றத்தையும், துக்கத்தையும் விழுங்கிக்கொண்டு அவளால் எப்படி இப்படி உற்சாகமாக வளைய வர முடிகிறது என்று ஆச்சரியமாக இருந்தது.

அது ஒரு 'தெரப்பி' என்று அவள் சொன்னாள். வரவழைத்துக்கொள்ளும் உற்சாகம். அதுவே பழக்கமாகிவிடும் அளவுக்கு. அது ஒரு சுய ஏமாற்றல் என்று அவன் நினைத்துக்கொண்டான். ஒருநாள் அது எந்த ரூபத்திலாவது வெடிக்கலாம். வியாதியாகப் பரிணமிக்கலாம். அது பொய்யான வாழ்க்கை என்று தோன்றிற்று. அப்படிப்பட்ட வாழ்வை வாழ இஷ்டப்படாததால்தான் தில்லியிலிருந்து கிளம்ப, தான் முடிவு

எடுத்ததாக இப்போது சமாதானமேற்பட்டது. ஆனால் அதன் எச்சங்கள், வாழ்நாள் முழுவதும் தன்னை அரைகுறையாக ஹிம்சைப்படுத்தாமல் இருக்க ஏதாவது செய்தாக வேண்டும். அப்படிப்பட்ட எத்தனத்தில்தான் மீராவும் இருப்பதாகப்பட்டது.

அவன் அலுவலகத்துக்குத் திரும்பியதும், அன்று முடிக்க வேண்டிய முக்கியமான வேலை இருப்பதை உணர்ந்து, அதில் ஆழ்ந்த சமயத்தில் அன்றைக்கு வந்த தபாலை ப்யூன் வைத்துவிட்டுச் சென்றான். கம்ப்யூட்டரின் மானிட்டரில் பார்வைப் பதித்தபடியே ஓரக்கண்ணால் வந்திருந்த தபாலின் மேல் பார்வையைப் பதித்தான். ஒரு கூரியர் தபால் இருந்தது. அனுப்பியது விவேக் குப்தா என்று தில்லி விலாசம் இருந்தது. ஒரு விநாடி விவேக்கின் அமைதியான முகம் எதிரில் நின்றது. 'நான் உன்னுடைய நண்பன். அது உனக்கு நினைவிருக்கணும்' என்று அவன் அன்று தளபதி ரஜினிகாந்த் ஸ்டைலில் ஆஸ்பத்திரி வார்டில் அவனுடைய கையைப் பிடித்துச் சொன்னது நினைவுக்கு வந்தது. அவர்களிடையே இருந்த நட்பை ராஜா மறந்துபோனதில் அதிக துக்கமடைந்தவனாக விவேக் தென்பட்டது பசுமையாக நினைவில் இருந்தது.

'உன்னிடம் அக்கறை கொண்டவர்களை நீ புறக்கணிக்கக் கூடாது.'

'நான் என்ன செய்வேன்' என்ற சய பச்சாதாபம் அவனை ஆட்கொண்டது. நட்பும், சினேகமும், நெருக்கமான உறவுகளும் உயிர்ப்புடன் இருப்பதற்கான இழை அறுந்துவிட்டது. அல்லது காணாமல் போய்விட்டது. தேடி மீட்கும் வஸ்துவாக அது தோன்றவில்லை. சினிமா காட்சிபோல ஒன்றன்பின் ஒன்றாக நினைவுகள் திரும்பும் என்ற நம்பிக்கை அவனுக்கு இல்லை. நினைவு என்பதும், உணர்வு நிலை என்பதும் வேறு வேறு. சரித்திர நிகழ்வுபோல நினைவு வந்தால் போதாது, உணர்வைத் தட்டியெழுப்பும் நினைவாக இருக்க வேண்டும். அது ஏற்படாதவரை, அவனோடு சம்பந்தப்படாதவை அவை.

அவன் அவசரமாக வேலையை முடித்து கம்ப்யூட்டரை மூடிவிட்டு விவேக்கின் உறையைப் பிரித்தான். இரண்டு மூன்று

புகைப்படம் இருப்பது தெரிந்தது. லேசாக ஒன்றை இழுத்தபோது, குழந்தையை வைத்துக்கொண்டு சகுந்தலா நின்றிருந்தாள். பளிச்சென்று சிரிப்புடன், குழந்தையின் வாயில் கேக் துண்டு. அவன் அதை முழுவதும் எடுக்காமல் உறைக்குள் தள்ளினான். அடிவயிறு லேசாகத் துவண்டது. பிறந்தநாள் கொண்டாட்டம். குழந்தைக்கு ஒரு வயது. 'ப்ளாக்'மெயில் பண்ணப் பார்க்கிறார்கள் என்று மெலிதாகச் சீற்றம் ஏற்பட்டது. உறையை மீண்டும் திறக்கக் கை தன்னிச்சையாகச் சென்றபோது சுதாகர் வந்து நின்றான். உறையை அவசரமாக தனது கைப்பெட்டியில் வைத்துவிட்டு நிமிர்ந்து, "போலாமா?" என்றான் ராஜா புன்னகையுடன்.

"என்னுடைய வண்டியிலே போகலாம். பழனியைப் பின்னாலே வரச்சொல்லு" என்றான் சுதாகர்.

'ஏதோ அந்தரங்கமான பேச்சு' என்கிற லேசான வியப்புடன், அவன் பழனியை பின்னால் தொடரும்படி சொல்லிவிட்டு சுதாகரின் வண்டியில் அமர்ந்தான்.

"மீட்டிங் எப்படியிருந்தது?" என்றான் சுதாகர்.

"நல்லா போச்சு. அங்கே நா டில்லியிலே வேலை பார்த்த கம்பெனியிலேந்து ஒருத்தர் வந்திருந்தார்."

"உனக்கு அடையாளம் தெரிஞ்சுதா?"

"கொஞ்சம்கூட ஞாபகம் வரல்லே" என்றான் ராஜா தனக்குள் பேசிக்கொள்பவன் போல. "ஏதோ புது ப்ராஜெக்ட் பண்ணிக்கிட்டிருந்தேனாம், என் பாஸ்வர்ட் யாருக்கும் தெரியாததினாலே அது என் கம்ப்யூட்டர்லேயே மாட்டிக்கிட்டதாச் சொன்னார். எனக்கு சுத்தமா நினைவில்லே!"

"அநியாயம் இல்லே?"

"நா இதப்பத்தியெல்லாம் கவலைப்படக் கூடாதுன்னு முடிவுக்கு வந்துட்டேன் சுதாகர். அது ஏதோ போன ஜென்மம்னு வச்சுக்க வேண்டியதுதான். மனுஷன் திரும்பித் திரும்பிப் பிறக்கறான்னு நாம நம்பறோம். அது உண்மையோ, பொய்யோ தெரியாது. பிந்தின

ஜென்மத்து நினைவுகளைப் பத்தி நாம் கவலைப்படறோமா? பட்டா அது முட்டாள்தனம். அதோட நாம் உணர்வுபூர்வமா சம்பந்தப்படுத்திக்க முடியாது, அந்த நினைவுகள்னாலே நமக்கு லாபமில்லே."

"குட்!" என்றான் சுதாகர். "உன் மனசு தெளிவாயிருக்கணும். அதுதான் முக்கியம்."

காந்தி சிலையைத் தாண்டி வண்டியை சுதாகர் நிறுத்திய பிறகு, இருவரும் இறங்கி கடலை நோக்கி நடந்தார்கள். சென்னை நகரத்தைக் காலிசெய்து ஜனங்கள் இங்கு வந்துவிட்டதுபோல் கூட்டம் இருந்தது. சந்தடியற்ற இடத்தைத் தேடிச் செல்கையில் சுதாகர் அலுப்புடன் சொன்னான் – "எந்த இடம் கிடைச்சாலும் அதை ஆக்ரமிக்கத் தயாரா இருக்கோம். எந்த ஊருக்குப் போனாலும் இதே கதைதான் - ஆனா இதை ஒருவகையிலே முன்னேற்றத்தின் அடையாளம்னு சொல்லலாம். கையிலே இப்பக் காசு இருக்கு, மொத்தக் குடும்பத்துக்கும் வெளியிலே போகணும், வெளியிலே சாப்பிடணும்னு ஆசை இருக்கு, அதை நிறைவேற்ற முடியுது."

ராஜா பதில் சொல்லாமல் புன்னகையுடன் நடந்தான். கையில் காசு இருந்தாலும் முன்பு கணவனும் மனைவியும், குழந்தைகளுடன் இப்படி வெளியில் போவதோ, ஹோட்டலில் சாப்பிடுவதோ சரளமாக இருக்கவில்லை என்று நினைத்துக்கொண்டான். அவன் ஒருநாள் கூட அப்பா அம்மாவுடன் பீச்சுக்கு வந்ததாக நினைவில்லை. இத்தனைக்கும் பணத்துக்கு ஒன்றும் பஞ்சமில்லை. வீட்டில் எப்போதுமே வண்டி இருந்திருக்கிறது. ஊருக்கு வந்த விருந்தாளிகளுடன்தான் அவன் ஊர் சுற்றிப் பார்த்திருக்கிறான். இதையெல்லாம் சுதாகரிடம் சொன்னால் அவன் புரிந்துகொள்ளமாட்டான் என்று தயக்கம் ஏற்பட்டது. சுதாகரின் வீடு இறுக்கமற்ற வீடு. எந்த அழுத்தமும் சுமையாக உட்காரவிடாத சரளம்கொண்ட மனங்கள் அங்கு. எந்த இழப்பையும் சிரித்தே சமாளிக்கத் தெரிந்த வெள்ளை மனங்கள்.

அவர்கள் சுண்டல் விற்பவர்கள், பலூன் விற்பவர்களைத் தாண்டிக்கொண்டு சென்றார்கள். "பூ வாங்கலியா பூ?" குரல் காதில் விழுமுன் மல்லிப்பூவின் வாசனை அவனைச் சலனப்படுத்திற்று. அவன் நடை தளர்ந்து நின்றது. எதிரில் ஒரு சிறுமி வட்டத்தட்டில் தொடுத்த மல்லிச் செண்டுகளை வைத்திருந்தாள். "வாங்குங்க சாமி முழம் வெளியிலே அஞ்சு ரூபா. மூணு ரூபாய்க்குத் தரேன்." அவன் கனவில் செயல்படுபவன் போல, "இரண்டு மாலை கொடு" என்றான்.

"மாலையா?" என்று பெண் சிரித்தது. ரெண்டு முழம் என்று திருத்திற்று. அவன் பேசாமல் காசைக் கொடுத்து பிளாஸ்டிக் பையில் போட்டு அவள் கொடுத்ததை வாங்கிக்கொண்டான். சுதாகர் முன்னால் சென்றிருந்தான். அவனுடன் சேர்வதற்கு முன் கையிலிருந்த பைக்குள் மூக்கை நுழைந்து முகர்ந்தான். அது கிளப்பிய நினைவலைகளில் பயணிக்க முற்பட்டு, தோற்று, சுதாகருடன் சேர்ந்துகொண்டான்.

கடைசியில் கரைக்கு அண்மையாக இருந்த ஒரு மேடான பகுதியில் இருவரும் அமர்ந்தார்கள். மணல் ஈரமாக இருந்தது. தண்ணென்ற அதன் சுகம் இருவரும் கீழே விரித்த கைக்குட்டையைத் தாண்டி உடலை ஸ்பரிசித்தது. இரண்டு நாட்களில் பௌர்ணமியாக இருக்க வேண்டும். நிலா வந்துவிட்ட எக்களிப்பில் அன்றே பௌர்ணமி என்ற மயக்கத்தில் அலைகள் நுரை கக்கி ஆர்ப்பரித்தன.

"நா காத்துக்கிட்டிருக்கேன் சுதாகர், என்னவோ பேசணும்னு என்னைக் கூப்பிட்டே!" என்றான் அவன் மெல்ல.

சுதாகர் லேசாகப் புன்னகைத்தான்.

"சொல்றேன்" என்றான். "எங்கப்பா அந்தக் காலத்து மனுஷன். இரண்ட மூணு நாளா ஒரு விஷயத்தை ரொம்பத் தீவிரமா பேசிக்கிட்டிருக்கார். எதுவுமே எதேச்சையா நடக்காதுங்கறது அவருடைய சித்தாந்தம். உங்கிட்ட மீரா தன் கதையைச் சொல்லியிருப்பான்னு நினைக்கிறேன்."

"சொன்னாங்க. அதையெல்லாம் மறந்து உற்சாகமா இருக்கப் பழகியிருக்கிறதாவும் சொன்னாங்க."

"அசாதாரணப் பெண் அவ. சந்தேகமில்லை. ஆனா எங்க அப்பா அந்தப் பிள்ளைக் காணாம போனதெல்லாம் எதேச்சையானது இல்லேன்னு நம்பறார்."

"எப்படி?"

"அதான் சொன்னேனே. அவருடைய நம்பிக்கை அது. எல்லாமே ஒரு திட்டப்படிதான் இயற்கையிலே நடக்கிறது என்கிறார்."

"சரி, அதிலே நா எங்க வர்றேன்?"

"கேளு. அவருடைய லாஜிக் இது. நீ மீராவுடைய வாழ்க்கையிலே நுழையணும்னு விதிச்சிருக்கலாம், அதனாலேதான் உனக்கு விபத்து ஏற்பட்டு சென்னைக்கு வந்து சேர்ந்தே, மீராவுடைய சினேகிதன் காணாம போனான், உன்னையும் எங்க எல்லாருக்கும், மீராவுக்கு உள்பட பிடிச்சுப்போச்சுங்கறார்."

ராஜாவுக்குத் தூக்கிவாரிப் போட்டது. பிறகு சமாளித்துக்கொண்டு சிரித்தான்.

"நல்ல அத்தைப் பாட்டிக் கதையா இருக்கே இது? எங்க அம்மாவுக்குதான் அப்படியெல்லாம் யோசனை வரும்னு நினைச்சேன்? நடக்கற விஷயத்துக்கெல்லாம் காரணம் கற்பிச்சுக்கிட்டே போனம்னா ஆண்டவனைவிட ரொம்பப் பெரிய சூட்சிக்காரன் இருக்க முடியாது!"

ராஜா பெரிதாகச் சிரித்துத் தொடர்ந்தான். "உலகத்தை ரட்சிக்கிறதை விட சூட்சி செய்யறதுக்கே அவனுக்கு நேரம் பத்தாது."

சுதாகர் சிரித்தான். "எங்கப்பா ஆண்டவனைப் பத்திப் பேசறதில்லே. இயற்கை அப்படி நடக்கிறது என்கிறார். அதனுடைய சிக்னல்களை நாம் புரிந்துகொள்ளணும் என்கிறார். அமெரிக்காவிலே இப்பப் பிரபலமாயிட்ட சினிமா டைரக்டர்

நைட் சியாமளன் இருக்கானே அவன்கூட இதைத்தான் ‘சைன்ஸ்’ படத்திலே சொல்றான்னு மீரா சிரிச்சா.”

ராஜா குழப்பத்துடன் அவனைப் பார்த்தான். “மீராவும் இதை நம்பறாங்களா?”

“மீரா என்ன நம்பறான்னு எனக்குத் தெரியாது. ஆனா உன்னை அவளுக்குப் பிடிச்சிருக்கு, பிடிக்கல்லேன்னா உன்னோட வெளியிலே வர்றதுக்கெல்லாம் சம்மதிச்சிருக்க மாட்டா.”

ராஜாவுக்கு மெலிதாக அதிர்ந்தது. அவளுடன் வெளியில் சென்றதை இவர்கள் அவனது சாதகமான பதிலாக நினைப்பார்கள் என்று தோன்றிற்று.

“மீராவை உனக்குப் பிடிச்சிருக்கா?”

சுதாகரின் நேரிடையான கேள்விக்கு என்ன பதில் சொல்வது என்று அவன் தடுமாறினான்.

“பிடிச்சிருக்கு பிடிக்கல்லேங்கற கேள்வி இல்லே இது. நா அந்த மாதிரியான எண்ணத்தோட பழகல்லே.”

சுதாகர் சிரித்தான். “அந்த எண்ணத்தோட யாரும் பழகறதில்லே, சினிமாக்கதையிலே வர மாதிரி. ஒருத்தர் தோழமையிலே மனசுக்கு சந்தோஷமேற்படுதா என்கிறதுதான் முதல்படி. மத்ததெல்லாம் பின்னால் வரும்.”

திடீரென்று ஒரு பெரிய அலை சீறிக் கொப்பளித்துக்கொண்டு அவர்களை நோக்கி வந்தது. நீரை வாரி இறைத்தது. அதில் விவேக் குப்தா அனுப்பிய குழந்தையேந்திய சகுந்தலாவின் புகைப்படமும் மிதந்து வந்தது. பிறகு வந்த மாத்திரத்தில் பின்னால் நகர்ந்து மணலில் மெல்லிய கோடுகளை வரைந்தது. சுதாகர் இன்னும் பேசிக்கொண்டிருந்தான்.

“அப்பா சொல்ற மாதிரி ஆச்சரியமாத்தான் இருக்கு. நீயும் பழைய வாழ்க்கையை மறந்து நிம்மதியா வாழறது எப்படிங்கற துடிப்பிலே இருக்கே. நீ அஞ்சு வருஷ ஞாபகத்தைத் தொலைச்சே. அவ நாலு வருஷத்து சினேகிதனைத் தொலைச்சு,

அதை மறக்கற எத்தனத்திலே இருக்கா. நீ கல்யாணமாகாதவன் - இதைவிட பொருத்தம் எப்படி இருக்க முடியும்?"

ஏக இரைச்சலுடன் அலைகள் சுழன்று சுழன்று நுரைத்து கரையை நோக்கிப் பயணிக்க ஆரம்பித்தன. அதன் தாக்கத்தில் தான் புதையுண்டு போகலாம் என்கிற பீதி ஒரு விநாடி தோன்றிற்று.

"எனக்கு ஒண்ணும் சொல்லத் தெரியல்லே சுதாகர்."

"டேக் யுவர் டைம்" என்றான் சுதாகர் கருணையுடன். "நீ மீராவைக் கல்யாணம் செய்துகிட்டா, நா ரொம்ப சந்தோஷப்படுவேன்."

ராஜா தலையைக் குனிந்துகொண்டான். மல்லிப்பூவின் மணம் ஏதோ ஒரு பயணத்துக்கு அழைப்பதுபோல் இருந்தது.

"என்ன மல்லிப்பூ வாங்கினயா என்ன?"

"ஆமாம், பாவம் ஒரு சின்னப்பெண் ரொம்பக் கெஞ்சினா. நீ எடுத்துட்டுப் போ" என்று பையை நீட்டினான்.

28

அத்தியாயம்

"அப்புறம் என்ன ஆச்சு" என்றாள் சகுந்தலா கொட்டாவியை அடக்கியபடி. பரத்திடமிருந்து எந்த ஒலியும் வரவில்லை. அவளுடைய தலையணையில் முகத்தைக் கவிழ்த்து உறங்கியிருந்தான். அவனை மெள்ளத் தூக்கி அவனது கட்டிலில் கிடத்தினாள். கவிழ்ந்திருந்த கன்னம் சிவந்திருந்தது. வியர்வையில் ஒட்டியிருந்த சுருண்டமுடியை அவள் மெல்ல நகர்த்திக் குனிந்து நெற்றியில் முத்தமிட்டாள். இப்போது ரெண்டு மூன்று வார்த்தைகள் கூட்டி அவன் பேச ஆரம்பித்திருப்பது, அவளுக்கு அவளது வாழ்வில் ஏற்பட்ட மிகப்பெரிய திருப்பம்போல இருந்தது, திக்குத்தெரியாமல் நாற்சந்தியில் நிற்கையில் திடீரென்று ஒரு தோழனை சந்தித்தது போல. அவள் பேச்சையெல்லாம், அதற்குப் பின்னால் இருக்கும் எண்ணங்களையெல்லாம், அவன் புரிந்துகொள்வான் என்று நம்பிக்கை ஏற்பட்டது. அவனுடன் இருக்கும் நேரத்தையெல்லாம் பேசித் தீர்த்தாள். நடு நடுவில், ராஜாவின் புகைப்படம் கண்ணில் படும்போது அவளைத் திருப்திபடுத்துவதற்காகவே சொல்வதுபோல அவன் "அப்பா எங்கே? கா... ணும்" என்று கை விரிக்கும் போது. 'நான்

இருக்கேன் கவலைப்படாதே' என்று சொல்வதுபோல அவள் கற்பித்துக்கொள்வாள். சமேலியுடன் பரத் ஹிந்தி பேசினான். முன்னாவின் அறிவின் சூட்சுமத்திற்குத் தான்தான் காரணம் என்று சமேலி மார்தட்டிக் கொள்வது வேடிக்கையாக இருக்கும். ஆச்சரியமாகத்தான் இருந்தது. ஒன்றரை வயதில் பரத்துக்கு நிறைய பக்குவம் இருப்பதாகத் தோன்றிற்று. இரண்டு வயதிலேயே அவனைப் பள்ளிக்கு அனுப்ப வேண்டியிருக்கலாம் என்று அவள் நினைத்துக்கொண்டாள். விண்ணப்பத்தாளில், தந்தையின் பெயர் என்னும் இடத்தில் வெற்றுக் கோடிழுத்து, ஸிங்கிள் மதர், என்று எழுத வேண்டியிருக்கும் என்று நினைத்துக்கொண்டாள். அவள் தனியாகத்தான் குழந்தையை வளர்க்கிறாள் என்பது எல்லாருக்கும் தெரிந்த விஷயம். இதில் பாசாங்குத்தனம் எதற்கு? ஆனால் விதிமுறைகள் பாசாங்குத்தனம் நிறைந்தவை. தகப்பன் பெயர் இல்லாமல் குழந்தையைச் சேர்த்துக்கொள்ள மாட்டார்கள்.

அவள் செய்தி கேட்கும் எண்ணத்தில் டி.வியை ஆன் செய்தாள். ஏதோ தமிழ் சேனல் காட்சியளித்தது. ஏக நகையும், அகல ஜரிகைக் கரை கொண்ட பட்டுப்புடவையும் அணிந்த ஒரு பெண், இழைய இழையப் பாடிக்கொண்டிருந்தாள். 'மறவேன் மறவேன் என்று வேலின் மேல் ஆணையிட்ட மன்னவர் மறந்தாரோ?'

சகுந்தலா திடுக்கிட்டாள். உலகத்து எல்லாப் பெண்களுக்கும், எல்லா யுகத்திலும் அடிப்படையில் ஒரே பிரச்னை என்று தோன்றிற்று. நம்பிக்கைத் துரோகம். அறிந்தோ அறியாமலோ, நினைவிருந்தோ நினைவில்லாமலோ. புராண காலத்திலிருந்து வரும் கதைகள், துக்கங்கள், ஏமாற்றங்கள்.

கதைகளில் எந்த மாற்றமும் இல்லை. சரித்திரம் மறுபடி மறுபடி திரும்பும் என்பது போல. மனிதன் மாறமாட்டான் என்ற நிச்சயத்தில். உலகத்து இதிகாசங்கள் எல்லாமே நம்பிக்கைத் துரோகம் என்ற படிமத்தைச் சுற்றியே, பொருளை ஆதாரமாகக்கொண்டே பின்னப்பட்டிருக்கின்றன, என்கிற ஞானோதயத்தில் தன்

மனசில் இப்போது நிம்மதி ஏற்பட்டுவிட்டதாக அவள் நினைத்துக்கொண்டாள். ஆனால் சுலபத்தில் வராத நிம்மதி. பல இரவுகள் காம்போஸ் விழுங்கியும் வராத தூக்கம், மறுநாள் கண்ணுக்கு அடியில் தொங்கும் பைகளில் மறைந்திருக்கும்.

'மறவேன் மறவேன் என்று...' அந்தப் பெண்ணின் குரலிலிருந்த உருக்கம் அவளுடைய அலங்காரத்துக்குப் பொருத்தமில்லாமல் இருந்தது. சோனியாவை இரண்டு கர்நாடக சங்கீத பெண் பாடகிகளின் கச்சேரிக்கு அழைத்துச் சென்றபோது, சோனியா கேட்டாள்.

"ரொம்பப் பணக்காரர்கள்தான் கர்நாடக சங்கீதம் கற்றுக்கொள்ள முடியுமா என்ன? அவர்களுடைய டிரெஸ்ஸைப் பார்த்தால் வர்க்கபேத பறைசாற்றல் மாதிரி இருக்கிறது."

சோனியாவின் சிந்தனைக் கோணத்தைக் கண்டு அன்று சிரிப்பு வந்தது. வைரமும், பட்டுமாக ராஜாவின் அம்மா நின்றபோது, தனக்கு அதே மாதிரி எண்ணம் எழுந்ததாக சோனியாவிடம் சொன்னபோது, அவள் "அப்படிப்பட்ட எண்ணம் உனக்கு ஏற்பட வேண்டும் என்பதுதான் அலங்காரம் செய்து கொள்பவர்களின் எண்ணம்" என்றது குரூரமான விமர்சனமாகத் தோன்றிற்று. சமேலி அன்று பரத்தைப் பார்த்துக்கொள்ள வீட்டில் தங்கியிருந்ததால், கச்சேரி முடிந்ததும் இருவரும் வெளியில் சாப்பிடச் சென்றார்கள். தென்னிந்திய பதார்த்தங்களை அளித்து வந்த 'கோவில்' ரெஸ்டாரெண்ட் இப்போது செயல்படவில்லை என்பது சோனியாவுக்குப் பெரிய வருத்தமாக இருந்தது. அதை மறக்க இருவரும் 'காஞ்சி' ஓட்டலுக்குச் சென்றார்கள். தென்னிந்தியர்களைவிட, வட இந்தியர் அங்கு அதிகமாக இருந்தது கண்டு சகுந்தலாவுக்குச் சிரிப்பு வந்தது.

"மதராஸிகள் பஞ்சாபி டாபாவுக்குப் போகிறார்கள், வடக்கத்தியக்காரர்கள் இட்லியும், பிஸிபேளாவும் சாப்பிட ஆசைப்படுகிறார்கள்."

சோனியா சிரித்தாள். "சாப்பாடு மூலமாகத்தான் ஒருமைப்பாடு வரமுடியும்."

"காதலும் மலரும்" என்றாள் சகுந்தலா. "நா ராஜாவை ஒரு பஞ்சாபி பாபாவிலேதான் சந்திச்சேன் தெரியுமோ?"

சோனியா அவளைக் கூர்ந்து பார்த்தாள்.

"ராஜாவைப் பத்தி ஏதேனும் தகவல் உண்டா? உன்னோடு தொடர்பு வெச்சிருக்கானா?"

சகுந்தலா உதட்டைப் பிதுக்கினாள். "தொடர்பு இருக்கக்கூடாதுன்னுதானே இங்கேயிருந்து பயந்துகொண்டு ஓடினான்?" என்றாள் மெல்லிய சீற்றத்துடன். "தொடர்பு இனிமேயும் இருக்கக்கூடாது என்கிற முயற்சிகள் நடக்கிற மாதிரி இருக்கு."

"எப்படிச் சொல்றே?"

"அவனுக்குக் கல்யாணம் பண்ண முயற்சிகள் நடக்கிறதாம்."

"எப்படித் தெரியும் உனக்கு?"

"எப்படியோ தெரியும் போயேன்!" என்றாள் சகுந்தலா அலுப்புடன்.

"கல்யாணம் நடந்தாலும் நான் என்ன செய்ய முடியும்? சட்டப்படி அவன் குற்றவாளி இல்லே."

"அவனுக்கு அப்ப நினைவே திரும்பல்லேன்னு அர்த்தம். நினைவு திரும்பியிருந்தா அப்படிச் செய்யமாட்டான் சக்கு!"

"எனக்குத் தெரியாது. எதை நம்பறதுன்னு புரியல்லே. எனக்குச் சிலசமயம் அர்த்தமில்லாம அந்த டாக்டர் சென்குப்தா மேலக் கோபம் வருது. ஞாபகம் மெல்ல மெல்லத் திரும்பும்னார். திரும்பாவிட்டாலும், மறுபடி காதல் மலர வாய்ப்பிருக்குன்னு ஜோக் அடிச்சார். இப்ப பரத்தே சொல்ல ஆரம்பிச்சுட்டான். 'அப்பா காணும்'னு. நான் அன்னிக்கு சொல்லல்லே. நா ராஜாவைக் காணாம போக்கிட்டேன். ஐ ஹாவ் லாஸ்ட் ஹிம்."

இப்போதெல்லாம் கண்களிலிருந்து நீர் பெருகாதது அவளுடைய தனிப்பட்ட வெற்றிபோல் இருந்தது. மனசு மோன நிலையை எட்டிவிட்டது போலிருந்தது.

"பரத் இப்பலாம் புதுசு புதுசா வார்த்தைகள் பேசும்போது எப்படியிருக்கு தெரியுமா சோனியா? அது என்னுடைய சாதனைபோல இருக்கு. மகாபாரதத்திலே சகுந்தலை சொன்ன மாதிரி, ராஜாவுடைய போட்டோவைப் பார்த்துச் சொல்றேன்" என்று சகுந்தலா நாடகப் பாணியில் ஆங்கிலத்தில் சொன்னாள் - "நீயில்லாமலே துஷ்யந்தா, என் மகன் இப்புவியை ஆள்வான்!"

இருவரும் வாய்விட்டுச் சிரித்தபோது சோனியாவின் கண்களில் நீர் நிறைந்திருந்தது.

சோனியா அவள் கைகளை ஆதரவாகப் பற்றினாள். "ராஜா கல்யாணம் செய்துகொண்டால், உன் குழந்தை மூலமே நீ சட்டப்படி கேள்வி எழுப்பலாம் சக்கு!"

"எதுக்கு?" என்றாள் சகுந்தலா ஆத்திரத்துடன். "பணத்துக்கும், சொத்துக்குமா? நா செய்யமாட்டேன் அதை. அவன்தான் தகப்பன்னு நிரூபிக்க டி.என்.ஏ. டெஸ்ட் பண்ணச் சொல்வார்கள். நாம் எந்த ஆதாயத்தையும் எதிர்பார்த்து அவன்மேல் காதல் கொள்ளலலே. என்னையே நான் கேவலப்படுத்திக்க மாட்டேன். நா கோர்ட்டுக்குப் போனா, அது ராஜாவையும் கேவலப்படுத்தற மாதிரி. அவன் கல்யாணம் செய்துக்கற பெண்ணுக்கு ஆயுசு முழுக்க தண்டனை கொடுக்கற மாதிரி - அவ செய்யாத தப்புக்கு! நா மாட்டேன் சோனியா - என்னாலே என் பிள்ளையை வளர்க்க முடியும், யாருடைய உதவியும் இல்லாம."

பிறகு இலேசாகப் புன்னகைத்தபடி – 'நீ இல்லாமலே துஷ்யந்தா' என்று ஆரம்பித்தாள்.

அன்றுதான் சோனியா அவளுக்கு தியானத்தைப் பற்றிச் சொன்னாள். "தியானம் பழகு, அலைபாயும் மனசு நிர்மலமாகும்" என்றாள். "பதினைந்து நிமிஷங்கள் புருவ மத்தியில் கவனத்தைக் கூட்டி மனசை ஒருமித்து, பீட்டா எண்ண அலை வட்டத்திலிருந்து ஆல்ஃபா எண்ண அலைச் சுழலுக்கு வரும்போது, மனம் உன் வசப்படும், நினைத்தது நடக்கும்."

தனக்கும், தியானத்துக்கும் கொடுப்பினை இல்லை என்று சகுந்தலா விரைவிலேயே முடிவுக்கு வந்தாள். ஐந்து நிமிஷம் தியானத்துக்குள் மனசு குரங்காட்டம் ஆடிற்று. அதுவரை நினைவில் வராத விஷயங்களைத் தாவிப்பிடிக்க ஓடிற்று. கைக்குப் பிடிபடாத விளையாட்டுச் சிறுவனைப் பிடித்து வருவதுபோல, மனத்தின் பின்னால் ஓடி இழுத்து வருவதற்குள் களைத்துப்போயிற்று. 'தியானத்தினால் என் வாழ்வு மாறப் போவதில்லை, இங்கே என்ன எழுதியிருக்கோ அதுதான் நடக்கும், என்று தனக்குள் சொல்லிக்கொண்டாள் பாட்டியின் சாயலில்.'

விவேக்குடன் பேசி வெகுநாள் ஆகிவிட்டது என்கிற நினைப்பில் அவள் அவனது தொலைபேசி எண்ணைத் தட்டினாள். அவனுடைய குரலைக் கேட்டதும், "சொல்லு எப்படியிருக்கே? ரொம்ப நாள் ஆச்சுப் பேசியே" என்றான்.

"நீயேன் பேசல்லே?"

"நா டூர் போயிருந்தேன். ஸாரி, இன்னிக்குக் காலையிலேதான் வந்தேன்."

"எந்த ஊருக்கு?"

"கொல்கத்தா."

அவன் சென்னை என்று சொல்லாதது அவளுக்கு அசட்டுத்தனமான நிம்மதியை அளித்தது.

"சென்னையிலேந்து ஏதாவது தகவல் உண்டா? கல்யாணக் கடிதாசு வந்ததா?"

அவன் சிரித்தான். "இல்லை சக்கு" என்றான். 'வந்தா என்னுடைய வேலை சுலபமாகும்' என்று நினைத்துக் கொண்டான். ராஜாவுக்குத் தான் புகைப்படங்கள் அனுப்பியது பற்றியோ, மறு தபாலில் ராஜா அவற்றைத் திருப்பி அனுப்பியது பற்றியோ அவளிடம் சொன்னால் தன்னை அவள் மன்னிக்க மாட்டாள் என்று அவனுக்குத் தெரியும்.

"கல்யாணக் கடுதாசிக்காகக் காத்திருக்கியா என்ன?"

"ஒருவகையில் அது நிம்மதி அளிக்கும். அத்தியாயம் முடிந்தது என்கிற மாதிரி."

"யூ மஸ்ட் பீ க்ரேஸி" என்றான் அவன்.

அலுவலக வேலையை முடிக்கும் தருவாயில் மீராவிடமிருந்து போன் வந்தது. குரலைக் கேட்டதும், வழக்கம்போல் உற்சாகம் ஏற்பட்டது. ஆனால் அன்று சுதாகர் கடற்கரையில் அமர்ந்து அந்தரங்கமாக, மீராவை நீ கல்யாணம் செய்துகொண்டால் நான் சந்தோஷப்படுவேன் என்று சொன்னதிலிருந்து இனம்புரியாத தயக்கம் ஏற்பட்டது. "ஏய் என்ன ஆச்சு உங்களுக்கு, முன்னமாதிரி ஏன் பேசறதில்லே?" என்ற அவளது கேள்விக்கு ராஜா ஏதோ சொல்லி சமாளித்தான். அவனிடம் அவளைப் பற்றிப் பேசியதையோ, பிறகு அவளுடைய பெற்றோர்கள் அவனது பெற்றோர்களைச் சந்தித்தது பற்றியோ, சுதாகர் தன் தங்கையிடம் சொல்லவில்லை என்று அவனுக்குத் தெரியும். சுதாகர் அவசரப்படுகிறான் என்று ராஜாவுக்கே எரிச்சல் ஏற்பட்டது. தன் பெற்றோர்களை ஒரு ஞாயிறன்று எதேச்சையாக அழைத்து வருவதுபோல, அவன் ராஜாவும், மீராவும் ஒரு ஆங்கில நாடகத்தைப் பார்க்கச் சென்ற அன்று அழைத்து வந்தது என்று இரவு வீட்டிற்குச் சென்றபோதுதான் தெரிந்தது. வெளியில் டிபன் சாப்பிட்டிருந்தாலும் இரவுச் சாப்பாடு வேண்டாமென்றால் அம்மா சந்தேகப்படுவாள் என்று அவன் சாப்பிட அமர்ந்தபோது, "எங்கே போயிருந்தே நீ?" என்றாள் அம்மா.

"ஒரு நாடகத்துக்கு."

"நீ யாரோட போறியோ, எங்கிட்ட சொல்லிட்டு எங்கே போறே?"

"ஏன் சொல்லணும்? என் வயசுக்காரங்களோட போறேன். அது தப்பா?"

அம்மா வார்த்தையை அளப்பதுபோலச் சொன்னாள். "ஏற்கனவே ஒரு தப்பைப் பண்ணிட்டு ஆண்டவன்

புண்ணியத்திலே தப்பிச்சுக்கிட்டு வந்திருக்கே. மறுபடி அந்த மாதிரி ஒரு தப்பு நடக்கப்படாது. நா நடக்க விடமாட்டேன்."

அவனுக்குச் சுரீரென்று கோபம் வந்தது.

"இப்ப எதுக்காக இத்தனை பீடிகைப் போடறீங்க?"

"மீரா மீரான்னு ஒரு பொண்ணு அடிக்கடி போன் பண்ணுதே, அதோட அப்பா, அம்மா, அண்ணன் எல்லாரும் வந்திருந்தாங்க."

அவன் இதை எதிர்பார்க்கவில்லை. சுதாகர் ஒரு மடையன் என்று கோபம் வந்தது. "சரி அதனாலென்ன?"

"பெண் குடுக்க இஷ்டப்படறாங்க போலிருக்கு."

"சரி, உங்களைப் பார்க்கறது மரியாதைன்னுதானே வந்திருக்காங்க?"

"அவங்க நம்ம ஜனம் இல்லே" என்றாள் காமாட்சி விறைப்புடன்.

அவனுக்குக் கோபத்தில் சிரிப்பு வந்தது. வீம்புக்குப் பேசவேண்டும் போல் இருந்தது.

"எனக்குப் பிடிச்சிருக்கு அந்தக் குடும்பம்."

"அப்ப அந்தப் பெண்ணைக் கல்யாணம் செய்துக்கறதா முடிவு பண்ணிட்டியா?"

"நீங்கதான், நா பழசை மறந்துடணும், எனக்குன்னு ஒரு வாழ்க்கை அமைச்சுக்கணும்னீங்க."

"சொன்னேன், நம்ம ஜனத்திலேயே நிறையப் பெண்கள் இருக்காங்க."

"அம்மா தயவுசெய்து இதுலே தலையிடாதீங்க. என் மனசுக்குப் பிடிச்சவளைத்தான் நா கல்யாணம் செஞ்சுக்க முடியும்."

காமாட்சி கண்ணீர் விட்டாள். "நீ ரொம்ப மாறிட்டே" என்றாள்.

"நீங்க மாறாததுதான் பிரச்னை" என்றபடி அவன் வெளியே சென்றான். வரவர, தனக்குப் பொறுமை குறைந்து வருவதை அவன் உணர்ந்தான். தனது பலவீனத்தை, இயலாமையை

மற்றவர்கள் உபயோகிக்கப் பார்ப்பதாக அவன் சந்தேகித்தான். விவேக் குப்தாவிடமிருந்து, சகுந்தலாவின் குழந்தை பிறந்தநாளின் புகைப்படங்கள் வந்தபோது அப்படித்தான் கோபம் வந்தது. பழைய ஞாபகங்களும், நெருக்கமும் வந்திருந்தால் நானே திரும்பிச் செல்ல மாட்டேனா? இவர்களால் ஏன் அதைப் புரிந்துகொள்ள முடியவில்லை என்று கோபம் வந்தது. இதற்குப் பின்னால் சகுந்தலாவின் தூண்டுதல் இருக்குமோ என்று அவன் யோசித்தான். 'நான் இதை அனுப்புவது சகுந்தலாவுக்குத் தெரியாது' என்று விவேக் அடிக்கோடிட்டிருந்தான். ஆனால் புகைப்படங்களை மறுபடி பார்க்கக் கூசியவன்போல, மறுநாள் தபாலிலேயே தான் திருப்பி அனுப்பியது தேவையற்றது என்று பிறகு தோன்றிற்று. புதிய வாழ்க்கையை இனிமேல் நீ அமைத்துக்கொள்ள வேண்டும் என்று சுதாகர் அன்று சமிக்ஞை காட்டியது தனது வேகத்துக்குக் காரணமாக இருக்கலாம்.

'மீராவுக்கும் உன்னைப் பிடித்திருக்கிறது' அதற்கு என்ன அர்த்தம் என்று புரியவில்லை. பிடித்திருக்கிறது என்றால் விரும்புகிறாள் என்று அர்த்தமா? திருமணம் செய்துகொள்ள சம்மதம் என்று சொல்லியிருப்பாளா? 'உன்னைப் பிடித்திருக்கிறது.' அந்த வார்த்தைகள் அவனை பயமுறுத்தின. ஆனால் விசித்திரமாக சுயபலத்தைத் தந்தன. உணர்வுபூர்வமான ஓர் உறவின் சாத்தியத்தைத் தெரிவித்தன. செத்துப்போன ஓர் உறவைப் பற்றின குற்ற உணர்விலிருந்து விடுபடும் சாத்தியக்கூறு. அவனது விடுதலைக்கான வாய்ப்பு.

தொலைபேசியின் மறுமுனையில் அவள் இன்னும் காத்திருந்தாள். "ஏன் இப்பல்லாம் பேசறதில்லே? இன்னும் ரெண்டு நாளிலே நா புனேக்குத் திரும்பறேன்."

"தெரியும்" என்றான் அவன் மென்மையாக. "உங்களோடு பேசணும் எனக்கு. நாளைக்கு லன்ச்சுக்கு சந்திக்கலாமா?"

"கண்டிப்பா!" என்றாள் அவள் உற்சாகமாக. வழக்கம்போல் அவளுடைய உற்சாகம் அவனைத் தொற்றிக்கொண்டது. அவள்

அவனது பிரச்னையைப் புரிந்துகொள்வாள். புதிய உறவு ஏற்படுத்திக்கொள்வது, அவனுக்குத் தேவைப்படும் தெரப்பி என்று உணர்ந்துகொள்வாள். என் மனப்புண்ணை ஆற்றுவதில் உன் மனப்புண்ணும் ஆறும். உற்சாகமாக இருப்பது போன்ற பாவனையே உண்மையாகி விடுவது போல. வீட்டை நோக்கிப் பயணிக்கையில் அவளிடம் தன் மனத்தைத் திறந்துவிட்டதாக நிம்மதி அவனுக்கு ஏற்பட்டது.

இன்று பழனிக்கு உடம்பு சரியில்லை என்று வேலைக்கு வரவில்லை. மகனை வண்டியோட்ட காமாட்சி அனுமதிக்காததால் காலையில் டாக்ஸியில் ராஜா அலுவலகம் சென்றான். வீட்டிற்குத் திரும்புகையில், வீட்டிற்கு அருகில் இருக்கும் ஒரு கடையின் முன்பு இறங்கிக்கொண்டான். கடையில் அவனுக்கு வேண்டியிருந்த ஷேவிங் க்ரீமை வாங்கிக்கொண்டு வீட்டிற்கு நிதானமாக நடந்து சென்றான். வாசல் கதவு ஒருக்களித்தாற்போல திறந்திருந்தது. அப்பாவின் அறையிலிருந்து கோபமாக வார்த்தைகள் வந்தன.

“உனக்குப் பொறாமை” என்றார் சரவணன். “பெத்த பிள்ளையைக் கண்டே அசூயை.”

“அசூயை உங்களுக்கா எனக்கா? அதுதானே உங்களை நாக்கிலே நரம்பில்லாம பேச வெச்சுது? அவனை வெறுத்துப்போயி ஓட வெச்சது?”

ராஜா நின்றான். ஓசைப்படாமல் தன் அறைக்குச் செல்ல நினைத்தவன், இருண்ட மூலையில் அமர்ந்தான்.

“எல்லாத்துக்கும் நீதான் காரணம்” என்றார் சரவணன்.

“எங்கே மறுபடியும் சொல்லுங்க பார்க்கலாம்?” என்றாள் காமாட்சி ரௌத்திரத்துடன்.

பதிலுக்கு சரவணன் பேச ஆரம்பித்தார். உயர்ந்த குரலில். பிரபஞ்சத்தின் பிரக்ஞையே இல்லாதவர் போல.

29

அத்தியாயம்

தன்னிச்சையாக தனது உடல் விஸ்வரூபமெடுத்து விட்டதுபோல் இருந்தது சரவணனுக்கு. தினவெடுத்த தோள்கள் போருக்குப் பறந்து ஆர்ப்பரித்தன. பல ஜன்மத்து ஏமாற்றமும், இயலாமையும், நெஞ்சை ஆக்கிரமித்ததுபோல் மூச்சுத் திணறிற்று. விடலைப் பருவத்திலிருந்து இன்றுவரை, தான் அனுபவித்த ஏக்கங்கள், பரிதவிப்புகள் எல்லாவற்றிற்கும் எதிரில் ஆங்காரத்துடன் கண்ணீர் வடித்தபடி நிற்கும் காமாட்சியே காரணம் என்ற எண்ணம் உறுதிப்பட்டு தேகமெங்கும் ஜுவாலையாக தகித்தது. இவளை என்றோ கொலை செய்திருக்கவேண்டும் - அல்லது அந்தச் சந்திரன் செய்ததுபோல விவாகரத்து செய்திருக்க வேண்டும். குறைந்தபட்சம் பிறந்த வீட்டுக்கு அனுப்பியிருக்க வேண்டும் - வாழாவெட்டி என்கிற பட்டம் அந்தத் திமிரை அடக்கியிருக்கும்.

"அடீ திமிராவா பேசறே?" என்று அவர் ஆக்ரோஷத்துடன் முன்னால் பாய்ந்தார். அவளை நெருங்குவதற்குள் அவள் 'ஓ'வென்று கூக்குரலிட்டாள்.

"அடச் சீ கழுதை! வாயை மூடு!" என்றார் அவர் வெறுப்புடன். "இப்படி அழுது ஆகாத்தியம்

பண்ணியே என் வாழ்க்கையை நாசமாக்கி வந்தவடி நீ! வெட்கம், மானம், ரோசம் இருந்தா பேசாம கிட. விலையே போகாத சரக்கை நா கல்யாணங் கட்டிக்கிட்டதுக்கு நன்றியோட இரு."

"விலை போகாதவ நானா?" என்றாள் காமாட்சி ஆத்திரத்துடன். "நூறு வேலி நிலத்தோட வந்தது மறந்துபோச்சா? இப்பவும் அந்த நிலத்து சோத்தைத்தான் திங்கறீங்க. நினைவில்லே? அப்பன் கவனிக்காத பஞ்சப்பரதேசியா நின்ன உங்களைப் பிடிச்சு சொத்தையும் கொடுத்தாரே எங்கப்பன், அவங்க ஆவி சும்மா விடாது உங்களை!"

அவளது பேச்சு நாடி நரம்பையெல்லாம் உசுப்பிவிட்டது. கொலைவெறி ஏற்பட்டது. தங்க சங்கிலிகள் நிறைந்த அந்தக் கழுத்தை, அந்தச் சங்கிலியாலேயே நெருக்கினால் என்ன என்று தோன்றிற்று. பல்லைக் கடித்துக்கொண்டு,

"சொத்தை எதுக்குக் கொடுத்தான் உங்கப்பன்?" என்றார் ஓங்கியகுரலில். "ஒரு பிடாரியையும் இல்லே சமாளிக்கணும்னு கொடுத்தான்? பொம்பளை இல்லே நீ. பணத்திமிரு புடிச்ச, மனசு வக்கரிச்சுப்போன மூதேவி."

"வக்கரிச்சுப் போனது உங்களுக்கு. நீங்க பேசின பேச்சுக்கு நா என்னிக்கோ கிளம்பிப் போயிருக்கணும்."

சரவணன் இரண்டு கையையும் அலாக்காக உயரத் தூக்கி, "போயிருக்க வேண்டியதுதானே?" என்றார். "போ, இப்பவும் போயேன், யார் வேண்டாம்னது. புருஷன் தேவையில்லே உனக்குன்னுதானே என் பிள்ளையையே எங்கிட்டேந்து பிரிச்சுவெச்சே. என்னைப் பத்தி இல்லாததையும், பொல்லாததையும் அவன்கிட்டச் சொல்லி, அவன் என்கிட்ட வரவிடாம பண்ணினே! இப்ப அவனுக்குக் கல்யாணம் செய்து வைக்க உனக்கு இஷ்டமில்லே - ஏதாவது சாக்கு சொல்லி எல்லாப் பெண்களையும் ஒதுக்கறே!"

காமாட்சி அதிசயமாக வாயை மூடிக்கொண்டு நின்றாள். குற்ற உணர்வு இல்லாவிட்டால் வாய் திறக்காமல் இருப்பாளா என்று அவருக்குத் தோன்றிற்று.

“ஏன் வாயை மூடிக்கிட்டு நிக்கறே? உண்மையா இல்லையா, அது? சொல்லு! நா மறுபடியும் சொல்றேன் கேட்டுக்க. நீ அவங்கிட்ட வெச்சிருக்கிற நெருக்கம் யோக்கியமானது இல்லே.”

அவள் திடீரென்று அவர் எதிர்பார்க்காமல் அவர்மேல் பாய்ந்தாள். அவரது வாயைப் பொத்தினாள்.

“வேண்டாம் மறுபடியும் ஆரம்பிக்காதீங்க. உங்களுக்குத்தான் புத்திப் பேதலிச்சுப் போச்சு. உங்களுக்குள்ளே ஏதோ பிசாசுதான் இருந்துகிட்டு இப்படிப் பேச வைக்குது.”

இரும்புப் பிடியாக இருந்த அந்தக் கையை அவர் வெடுக்கென்று அகற்றினார். “ஆமாம் பிசாசுதாண்டி நீ. அதான் வெறிபிடிச்சு அலையறே. வயசு வந்த பையனைக் கட்டிக்கிறதும், முத்தமிடறதும்... அது என்ன உறவுடீ அது! ஒருநாள்கூட என்கிட்ட காண்பிக்காத நெருக்கம்னு எனக்குத் தோணுமா தோணாதா?”

காமாட்சி மடேர் மடேர் என்று தலையில் அடித்துக்கொண்டாள்.

“வேண்டாம், வேண்டாம் மேலே பேசாதீங்க. வாய் கூசல்லே உங்களுக்கு இப்படிப் பேச? ஏற்கெனவே பட்ட அடி மறந்துபோச்சா? உங்க பேச்சைக் கேட்டு வெறுத்துப்போய் ராஜா பேசினது மறந்துபோச்சா?”

திடீரென்று ஒரு மாபெரும் சோர்வு அவரை ஆட்கொண்டது. அடக்க அடக்க தம்முள் ஏன் இப்படிப்பட்ட ஒரு வெறி பொங்குகிறது என்று திகைப்பேற்பட்டது. ஏதோ ஒரு பைசாசம் அவரையறியாமல் அவருள் புகுந்துகொள்கிறது. அல்லது நிரந்தரமாக வாசம் செய்கிறது. பதினாலு வயதில் சென்னைக் கடற்கரையில் அடித்த காற்றோடு காற்றாய் அவருள் புகுந்திருக்க வேண்டும் - காமாட்சியே அதற்குத் தீனி போட்டு வளர்த்திருப்பதான எண்ணம் விலக மறுத்தது. மேல்மூச்சு கீழ்மூச்சு வாங்க, எதிரில் நிற்கும் இந்த ஸ்திரீயுடன் எப்படி வாழ்ந்து வருகிறோம் என்று வியப்பேற்பட்டது. இவள் வித்யாசமாக இருந்திருந்தால் நானும் வேறு மாதிரி இருந்திருப்பேன். என்

மகனுடன் இயல்பான, அன்பான உறவு மலர்ந்திருக்கும். 'எனக்கு இருந்த மகன் செத்தாச்சுன்னு நினைச்சுக்கறேன்' என்று அனல் கக்கும் வார்த்தைகளைக் காக்க நேர்ந்திருக்காது.

காமாட்சியிடம் இதேபோல் அன்று கத்தியபோது, ராஜா திடுமென்று எதிரில் நிற்பான் என்று எதிர்பார்க்கவில்லை. அவன் கண்களில் மண்டியிருந்த அதிர்ச்சியும், வெறுப்பும், அவன் கத்தியதும் இன்னும் நினைவில் நிற்கிறது.

"அப்பா, உங்க பிள்ளை நான்னு சொல்லிக்கவே நா வெக்கப்படறேன்! உங்க சந்தேகத்துக்கும் விவஸ்தை வேண்டாம்?"

அன்றும் இப்படித்தான் வேதாளம் ரௌத்திரத்துடன் உச்சிக்கு ஏறிற்று. "வேண்டாமே! நீ என் பிள்ளைன்னு சொல்ல வேண்டாம். உண்மையிலே நீ யாரோட பிள்ளையோ, அந்த ஜம்புலிங்கத்துடைய பிள்ளையாகவும் இருக்கலாம்!"

ராஜாவின் முகத்தில் தோன்றிய அதிர்ச்சி தனக்கு உற்சாகமளித்தது இப்பவும் சரவணனுக்கு நினைவுக்கு வந்தது.

"போடா போ, நீ எனக்குக் கொள்ளிபோட வேண்டியதில்லே - எனக்குப் பிள்ளையே இல்லே - நீ வீட்டைவிட்டுப் போனாதான் இந்த வீட்டுக்குக் கௌரவம்!"

"ரொம்ப சரி, நா போறேன்!"

"போ! போ! திரும்பி வராதே."

ஒரு வினாடிப் போதில் அவனை விரட்டிய பைசாசம் - இன்னும் உள்ளே இருந்தது. எதுவும் மாறவில்லை, காமாட்சியின் சாகசங்கள் மாறாததால். மறுபடி மகனை மடியில் முடிந்துகொள்ளும் எத்தனத்தில் இருப்பதால்.

"எனக்கு எதுவும் மறக்கல்லே" என்றார் அவர் நிதானமாக. "நீதான் மறந்துபோனவ மாதிரி தெரியுது. பேராசைப் பிடிச்சவ. நீ, பிள்ளையைத் தலைப்பிலே முடிஞ்சுக்க ஆசைப்படறே. எந்தப் பெண் மேலேயும் அவன் கவனம் போயிறக்கூடாதுன்னு வெறிபிடிச்சு நிக்கறே – நீ சூன்யக்காரியா இருக்கணும்,

அதனாலதான் அவனுக்கு அவன் பிரியம் வெச்ச பொண்கூட மறந்துபோச்சு."

ராஜா மெல்ல எழுந்தான். வாசல் இருண்டிருந்தது. பிரமை பிடித்தவன்போல் நடந்தான். ஜடமாகிப் போயிருந்தன உடம்பும், மனசும். அவன் எந்தவித யோசனையும் அற்றவன்போல கைப்பெட்டியுடன் வீட்டின் முன் தோட்டத்தைக் கடந்து திறந்திருந்த காம்பவுண்டு வாசலைத் தாண்டித் தெருவிற்கு வந்தான். ஏன் தெருவில் நிற்கிறோம் என்று சற்றுநேரம் யோசித்தபடி, அவன் திரும்பி அந்த இரும்பு கோட்டையும், அதற்குப் பின்னால் தெரிந்த அந்த பிரும்மாண்ட பங்களாவையும் பார்த்தான். மிகப்பெரிய ஜுவாலையை ஸ்பரிசித்துவிட்டது போல உடம்பு தகித்தது. அந்த ஜுவாலையில் அந்த வீடே கனன்றதாகப் பட்டது. வெறுப்பே ஒரு ஆணையும், பெண்ணையும் பிணைக்கும் பந்தமாக இருக்க முடியும் என்பது அசாதாரணமாகத் தோன்றிற்று. அந்த பந்தத்தில் என்ன ஜனிக்கும் என்று அவன் தனக்குள் கேட்டுக்கொண்டான். ஆக்கபூர்வமாக எதுவும் விளைய முடியாது என்று மனசு தர்க்கித்தது. பூஜ்யத்திலிருந்து எதுவும் ஜனிக்காது. ஆனால் அங்கிருப்பது பூஜ்யமில்லை. ஞானசூன்யம். ஆனால் சூன்யமில்லை. அதை வியாபித்திருப்பது ஆக்ரமிப்பு சக்திகொண்ட வெறுப்பு. அது நிஜம். பிரபஞ்சத்தைப் பொசுக்கக்கூடிய எதிர்மறையான எண்ண அலைகள் கொண்ட கருவூலம். அதன் தாக்குதலில் பார்வைகள் வக்கரித்துப்போகும் - உறவுகள் கசந்துபோகும் - ஒவ்வொரு கணமும் மானசீகக் கொலைகள் நடக்கும். உளுத்துப்போன வீடுகளில் செல்லரித்துப்போன ஜீவன்கள். கடவுளே! எத்தனை மகத்தான வாழ்க்கை விரயம்! அதிலிருந்து விடுபட முடியாத ஜோடியின் எத்தகைய சோகம்! அந்த வெறுப்புக் கங்குகளிலிருந்து வெளியேறினால்தான் எனக்கு விமோசனம்.

திடீரென்று உலுக்கப்பட்டது போல அவன் இருளில் நின்றான். மனசு கனக்க உடல் மட்டும் இலேசாகத் தன்னிச்சையுடன் நகர்ந்த இந்தத் தருணம் ஏற்கெனவே அனுபவித்த ஒன்றாகத்

தோன்றிற்று. வாழ்வைப் பற்றின, உறவுகளைப் பற்றின கேள்விகள் மனத்தை வாட்ட, தெருவில் விரையும் வாகனங்களை இதே விதமான பிரமையுடன் பார்த்தது நினைவுக்கு வந்தது. அடிவயிற்றிலிருந்து சொல்லத்தெரியாத தாபம் பொங்கிப்பொங்கி எழுந்ததும் ஈடுசெய்ய முடியாத விரயத்தை, மதிப்பற்ற இறப்பை நேரில் கண்டதுபோல மனசு பிரலாபித்ததும், ஏன் ஏன் என்ற கேள்வி ஈட்டியாய்த் துளைத்து கண்ணீர் சுரப்பிகளை வெடிக்கச் செய்ததும், இனிமேல் உறவு என்று சொல்லிக்கொள்ள எந்த ஆதாரமுமில்லை என்று சமுத்திர அலைகளின் இரைச்சலுக்கு எதிரில் அமர்ந்து கண்ணீர்விட்டதும் எல்லாம் புகையிருட்டாய் நினைவுக்கு வந்தது.

அவன் கனவில் நடப்பவன்போல நடந்தான். அவன் அருகில் தயங்கிக்கொண்டு ஒரு ஆட்டோ நின்றதும், கழுத்தைப் பிடித்து நகர்த்தப்பட்டதுபோல் அதில் அவன் ஏறிக்கொண்டான். அலுவலக விலாசத்தையும், இடத்தையும் சொல்லி கண்மூடிப் பின்னால் சாய்ந்தபோது களைப்பேற்பட்டிருந்தது. ஒரு யுத்த களத்திலிருந்து புறமுதுகிட்டுத் திரும்புவது போல. தோல்வியை ஏற்றுக்கொண்டது போல, வாழ்வின் மிகப் பல ரகசியங்கள் தன் புலனுக்கு எட்டாமலே போகுமோ என்கிற ஆற்றாமையும், பரபரப்பும் ஏற்பட்டது. அலுவலகத்துக்கு முன் நின்ற ஆட்டோவிலிருந்து அவன் இறங்குவதை வாட்ச்மேன் கேள்விக்குறியுடன் பார்க்க, ராஜா ஒரு விநாடி விழித்துவிட்டு சமாளித்துக்கொண்டு “ஒரு அவசர வேலை இருக்கு ஆறுமுகம், வாசல் திறந்திருக்கா?” என்றான்.

“திறந்திருக்கு சார், இன்னும் பூட்டல்லே” என்றான் ஆறுமுகம் பிரசன்னத்துடன்.

“குட், நா என் கேபின்லே கொஞ்ச நேரம் வேலை செய்வேன். எத்தனை நேரமாகும்னு சொல்ல முடியாது.”

“பரவாயில்லே சார். நீங்க செய்யுங்க. டீ, காபி எதுனாச்சும் வேணும்னா கொண்டு வரவா?”

“சரி கொண்டு வா. தாங்க்ஸ்” என்று அவனிடம் ஐம்பது ரூபாயை நீட்டி “ஏதாவது சாப்பிடவும் கொண்டு வா” என்றான்.

லிஃப்ட்டில் நுழைந்து அலுவலகத் தளத்தில் வெளியேறித் தன்னுடைய காபினுக்குள் நுழைந்து கம்ப்யூட்டரின் எதிரில் அமர்ந்தபோது, இதுவரை உணர்ந்தறியாத பரபரப்பு அவனை ஆட்கொண்டது. கம்ப்யூட்டரின் விசையைத் தட்டியதும் அலுவலகத்திற்கு எதற்காக வந்தோம் என்று திகைப்பு ஏற்பட்டது. வீட்டுச் சூழலிலிருந்து தப்பிக்க நினைத்து, இங்கு வந்திருக்கலாமோ என்று குழப்பமேற்பட்டது. மூளையே இயங்காமல் உறுப்புகள் தன்னிச்சையாகச் செயல்படுவதுபோல், அவனுள் பீதி எட்டிப் பார்த்தது.

கம்ப்யூட்டர் எதிரில் அமர்ந்ததும், ஆறுமுகத்திடம் வேலையிருப்பதாகச் சொல்லி டிபன் காபி வாங்கி வரச் சொன்னதும்கூட அந்தத் தன்னிச்சைச் செயலுக்கு சால்ஜாப்பு கற்பித்ததாகத் தோன்றிற்று. படபடக்கும் மார்பை மெல்ல தேய்த்துக் கண்களை மூடி, நீண்ட சுவாசத்தை சற்றுநேரம் இழுத்ததும் மெல்லிய அமைதி ஏற்பட்டது. பிறகு அவன் கை போன போக்கில் கீபோர்டில் அட்சரங்களைத் தட்டினான். வலைத்தளத்துக்குச் சென்று விளங்காத பிரமைகளின் அழுத்தத்தில் எந்தத் தேடுதலுக்கோ தயாரானான்.

‘உனது பாஸ்வர்ட் யாருக்கும் தெரியாததால் உன் ப்ராஜெக்ட் பக்கங்களே காணாமல் போய்விட்டன’ என்று ராஜீவ் சுக்லா சொன்னது நினைவுக்கு வந்தது.

‘உனக்கும் இப்போது ஞாபகமிருக்காது.’

திடீரென்று உந்தப்பட்டவன் போல் ஒரு வலைப்பக்கத்தை அவன் தேடினான். பாஸ்வர்ட் பாஸ்வர்ட் பாஸ்வர்ட் என்று நட்சத்திர சிமிட்டலாய் மானிட்டர் கண் சிமிட்டுகையில் விரல்கள் மனக்குகையில் புதையுண்டிருந்த அட்சரங்களை லாவகமாக அடித்தன. அவனது வெப் - பக்கம் விரிந்தது. நம்ப முடியாத அதிசயம் நடந்ததுபோல அவன் மார்பு படபடத்தது. கண்கள்

பனித்தன. அட்சரம் அட்சரமாகக் கோத்தச் சங்கிலியைப்போல ராஜ்மோஹன் சரவணனின் வலைப்பக்கம் பின்னிக்கொண்டு விரிந்தது. யாருடைய அந்தரங்கத்தையோ ஊடுருவும் தயக்கத்துடன், அவன் ஆர்வம் பொங்க, கண்கள் விரியப் பார்த்தான். அவனுடைய உருவம் கிராஃபிக்ஸில் கோலமிட்டு முழுமை பெற்றது. 'வாழ்க்கைத் துணைவி' என்று சகுந்தலாவின் உருவம் தோன்றி பூவாய் மலர்ந்தது. 'வாரிசு' என்று ஒரு குழந்தையின் முகம் நிமிர்ந்து பொக்கைவாய்ச் சிரிப்பு சிரித்தது. அவனை நோக்கித் தாவுவதுபோல இருந்தது. டாட்டா என்று கையசைத்த கிருஷ்ண விக்ரகம் எட்டிப் பார்த்தது. அவன் பரபரப்புடன் அடுத்து, அடுத்து என்று, பக்கங்களைப் பார்க்க, மௌஸை அழுத்திக்கொண்டு நகர்த்த, ரகசியப் பரிமாணம் விரிய ஆரம்பித்தது. அவன் இரண்டு கைகளையும் உயரத் தூக்கி 'ஹே' என்று சந்தோஷக் கூக்குரலிட்டு புன்னகைக்கையில் ஆறுமுகம் டிபன் காபியுடன் வந்தான். அவனை அணைத்துக்கொண்டு கூத்தாட வேண்டும்போல இருந்தது.

"ஆறுமுகம் கையைக் குடு!" என்று வலிந்து அவன் கையைப் பிடித்து குலுக்கினான். "தொலைஞ்சு போச்சுன்னு நினைச்சிருந்தது கிடைச்சிட்டது" என்றான். ஆறுமுகம் காரணம் புரியாமலே, "ரொம்ப சந்தோஷம் சார். சாப்பிட்டுட்டு வேலை பாருங்க" என்று சொல்லிவிட்டு அவனுடைய சந்தோஷத்தில் பகிர்ந்துகொள்ளும் பாவனையில் கம்ப்யூட்டரைச் சற்றுநேரம் பார்த்துவிட்டு நகர்ந்தான். ஆறுமுகம் கொண்டுவந்து வைத்ததைச் சாப்பிட்டபடியே, உற்சாகத்துடன் கம்ப்யூட்டரில் நகர்ந்த வரிகளைப் படிக்கும்போது மனசு ஆனந்தத்தில் இறக்கை கட்டிக்கொண்டு பறந்தது. அடுத்தடுத்த பக்கங்களில் என்ன வரப்போகிறது என்று துல்லியமாக உணர்ந்து கணித்தது. காபியை உறிஞ்சுகையில் ப்ராஜெக்டின் கடைசிப்பக்கம் விரிந்தது. அவன் அதையே சற்றுநேரம் பார்த்தபடி இருந்தான். 'ஓ, மை காட்!' என்று மெல்ல சொல்லிக்கொண்டான் - அந்தப் பக்கத்தில் அவனது வாழ்வு உறைந்து நின்றிருந்தது. கடைசி

வரிக்குப் பிறகு பின்குறிப்பு நின்றது, ஆவணம் போல. 'இந்த சந்தோஷத்தை நான் சக்குவிடம் முதலில் பகிர்ந்துகொள்ள வேண்டும்.' வாசகம் அவன் கையைப் பிடித்து அழைத்தது, முந்தைய ஜென்மத்துக்கு. அதனுடன் அவன் நடந்தான். மூன்றாம் மனிதனைப் போல... வலைப்பக்கத்தை மூடிவிட்டு அவன் எழுந்திருந்ததும், சகுந்தலாவின் அலுவலகத்துக்குச் சென்று அவளிடம் தன் ப்ராஜெக்ட் வேலை முடிந்ததைப் பற்றி நேரில் சொல்ல விரைந்ததையும் கண்ணெதிரில் பார்க்க முடிந்தது. பிடிகொள்ளாத மகிழ்ச்சியில் இதயம் பூரித்ததும், கார் ஓட்டுகையில் மனசு மிதந்ததும், 'சக்கு ஐ மேட் இட்!' என்று வாய் ஜபித்ததும்... அவளால் மட்டுமே தனது உணர்வுகளைப் புரிந்துகொள்ள முடியும் என்று நினைத்ததும்...

அதன் பிறகு? ஒரு திரை தொங்கிற்று, கறுப்புத் திரை. உழைப்பின் அசதியிலோ, பிடிகொள்ளாத பூரிப்பிலோ நெஞ்சு உண்மையிலேயே வெடித்திருக்க வேண்டும். வெடித்த தருணத்தில் எந்த பூதகணங்களின் சாபமோ ஏற்பட்டிருக்க வேண்டும் - மை காட்! என்றான் அவன் நம்பமுடியாத திகைப்புடன். கண்களிலிருந்து நீர் வழிய ஆரம்பித்திருப்பதைக் கண்டு, அதை நிறுத்தும் வழி தெரியாமல், கைகளால் முகத்தை மூடிக்கொண்டான். முதுகு குலுங்க ஆரம்பித்தது. அதை நிறுத்த அவன் முயற்சிக்கவில்லை. சுமக்கும் சுமையை எல்லாம் நெஞ்சு விதிர்த்து உள்ளம் சொரியும் கண்ணீர் வழியாகத்தான் இறக்க முடியும் என்று தோன்றிற்று. அந்தக் கடைசி பக்கம் இன்னமும் எதிரில் நின்றிருந்தது. மறுபடி விதியின் ஏதேனும் ஒரு குரூர விளையாட்டினால் இந்தப் பக்கங்கள் தொலைந்துபோனால் என்ன செய்வது என்ற பயம் அழுத்த, அவன் ஒரு புதிய ஃப்ளாப்பியைப் பொருத்தி அதில் எல்லாவற்றையும் இறக்கிப் பிரதி எடுத்து, தனது கைப்பெட்டியில் வைத்துக்கொண்டான். மானிட்டருக்குத் திரும்பி மீண்டும் முதல் பக்கத்துக்குச் சென்றபோது சகுந்தலாவின் முகம் விரிந்தது, வாழ்க்கைத் துணைவி என்கிற குறிப்புடன். நம்பமுடியாத சினிமாக் கதைகளை இருவரும் கேலி

செய்து சிரித்தது நினைவுக்கு வந்தது. தனது வாழ்க்கையில் நடந்திருப்பதை விட மோசமான சினிமாத்தனம் எங்கும் கேட்டிருக்க முடியாது என்று அவன் நினைத்துக்கொண்டான். இருண்ட தெரு மூலையில் வாழ்வின் தாத்பர்யத்தைப் பற்றி எழுந்த கேள்வியில், சில மணி நேரங்களுக்கு முன்பு, தான் தடுமாறி நின்ற கோலம் நினைவுக்கு வந்தது. இப்போது எல்லா கேள்விகளும், பரிதவிப்பும் பழங்கனவாய் மெல்லச் சரிந்தன. மிகப்பெரிய சுமை ஒன்று அவனுடைய முயற்சி இல்லாமலே, இனி உனக்கு நான் தேவையில்லை என்பது போல, எங்கேயோ இறங்கிக்கொண்டு விட்டதை அவன் உணர்ந்தான்.

டெலிபோன் மணி ஒலித்தது. அம்மாவின் குரல் மறுமுனையில் கேட்டது.

"ராஜா, 12 மணிக்கு மேல ஆயிடுச்சு, இன்னுமா ஆபீஸ்லே இருக்கே?"

"ஆமாம்" என்றான் அவன் சோர்வுடன். "ஒரு முக்கியமான வேலை இருக்கு. முடிக்கணும்."

"சாப்பாடு?"

"இங்கேயே சாப்பிட்டாச்சு."

"அப்படியென்ன வேலைடா?" என்ற அம்மாவின் குரலில் சந்தேகம் தட்டிற்று. "எப்ப வருவே?"

"நாளை காலை ஃப்ளைட்லே டில்லிக்குப் போகணும். இங்கிருந்தே போயிடுவேன்."

"டில்லிக்கா?" என்றாள் காமாட்சி வியப்புடன். "பெட்டி ஒண்ணும் பேக் செய்ய வேண்டாமா?"

"வேண்டாம், தேவையில்லே" என்றான் அவன்.

"உடனே வந்துடறியாக்கும்!"

அவன் சிறிது நிதானித்து, "மாட்டேன்" என்று போனைத் துண்டித்தான்.

சற்றுப் பொறுத்து போன் மறுபடி அடித்தது. அவன் எடுத்தான். அம்மாவின் குரல் ஒலித்தது. அவன் ரிஸீவரை எடுத்துக் கீழே வைத்தான். இன்டர்காமில் வாட்ச்மேனைக் கூப்பிட்டு, நாலரை மணிக்கு டாக்ஸி வேண்டும் என்றான்.

மேஜையில் கவிந்திருந்த ரிஸீவர் முனையில் சற்றுநேரம் காமாட்சியின் குரல் ஒலித்த வண்ணம் இருந்தது.

முற்றும்

www.ingramcontent.com/pod-product-compliance
Lightning Source LLC
LaVergne TN
LVHW060211051026
849517LV00005B/1373